D1772203

போரின் மறுபக்கம்

போரின் மறுபக்கம்
தொ. பத்தினாதன் (பி. 1974)

இலங்கையில் மன்னார் மாவட்டம் வட்டக்கண்டல் என்ற ஊரைப் பிறப்பிடமாகக் கொண்டவர். யாழ்ப்பாணத்தில் படித்துக்கொண்டிருந்தபோது யாழ் கோட்டையில் 1990இல் ஏற்பட்ட போர் காரணமாகத் தனது பதினாறாவது வயதில் அகதியாகத் தமிழகம் வந்தார். எட்டு ஆண்டுகள் மதுரை மாவட்டம் உச்சப்பட்டி அகதிகள் முகாமில் வாழ்ந்த பின்னர் சென்னை சென்று, சென்னை பல்கலைக் கழகத்தில் இளங்கலைப் பொதுநிர்வாகம் படித்தார்.

கால்நூற்றாண்டாகத் தமிழகத்தில் வாழும் ஈழ அகதிகள் குறித்துத் தொடர்ந்து பதிவுசெய்து வருகிறார். தற்போது *காலச்சுவடில்* பணி செய்யும் இவர் முகாமிற்கு வெளியே அரசு அனுமதிபெற்று மனைவியுடன் வாழ்கிறார்.

மின்னஞ்சல்: tpathinathan@gmail.com

தொ. பத்தினாதன்

போரின் மறுபக்கம்
ஈழ அகதியின் துயர வரலாறு

காலச்சுவடு பதிப்பகம்

போரின் மறுபக்கம் ♦ ஈழ அகதியின் துயர வரலாறு ♦ ஆசிரியர்: தொ. பத்தினாதன் ♦
© தொ. பத்தினாதன் ♦ முதல் பதிப்பு: டிசம்பர் 2007 ♦ மூன்றாம் (குறும்) பதிப்பு:
பிப்ரவரி 2021 ♦ வெளியீடு: காலச்சுவடு பப்ளிகேஷன்ஸ் (பி) லிட்., 669,
கே. பி. சாலை, நாகர்கோவில் 629001

poorin maRupakkam ♦ Memoirs of an Eelam Refugee ♦ Author:
Tho. Pathinathan ♦ © Tho.Pathinathan ♦ Language: Tamil ♦ First
Edition: December 2007 ♦ Third (Short) Edition: February 2021 ♦
Size: Demy 1 x 8 ♦ Paper: 18.6 kg maplitho ♦ Pages: 224

Published by Kalachuvadu Publications Pvt. Ltd., 669, K.P. Road,
Nagercoil 629001, India ♦ Phone: 91-4652-278525 ♦ e-mail: publications@
kalachuvadu.com ♦ Printed at Adyar Students xerox Pvt. Ltd., No. 9,
Sunkuraman street, Parrys, Chennai 600001

ISBN: 978-81-89945-18-3

02/2021/S.No. 238, kcp 2931, 18.6 (3) uss

சமர்ப்பணம்

என் நண்பர்கள்
என் அகத்தை – புறத்தை மாற்றினார்கள்
துன்பத்தால் துவண்டபோது
தோள்கொடுத்தார்கள்

      கண்ணீர் விட்டபோது
      கைகளால் துடைத்தார்கள்
      பசியாயிருந்தபோது
      புசிக்க போசனமாக
      பாலைவனத்தில் பசுமை ஊற்றாக

இன்னும் இன்னும்
என் அத்தனைக்கும் அத்தனைக்கும்
அருகில் இருந்த அவர்கட்கு
என்ன செய்தேன்?
எதுவுமில்லை.
அதனால்...
புதருக்குள் புதைந்த என்னை
பூமெத்தையில் புரளவிட்டு
அறியாமையிலிருந்த எனக்கு
அனைத்தையும் அடையாளம் காட்டிய

      வாழ்க்கையின் விளிம்பில் விம்மிய என்னை
      உண்மையாக வாழ வழிகாட்டிய
      எனக்குள் இருக்கும் என்னை
      முழுமையாக அறியச் செய்த

தாயன்பு காட்டி அரவணைத்த
அன்பர்களான நண்பர்கள் அனைவருக்கும்
இந்தப் புத்தகத்தைச் சமர்ப்பிக்கிறேன்.

இரண்டாம் பதிப்பிற்கான முன்னுரை

குடும்பம், சமூகத்தினுடனான தொடர்நிலை, உறவுநிலை துண்டிக்கப்படும் ஒருவரின் வாழ்வியல் மிகுந்த சிரமத்திற்குள்ளாகிறது. அது மனப்பிறழ்விற்கு ஆளாக்கக் கூடும். சமூக விரோதச் செயல்களுக்கும் இட்டுச் செல்லும் என்பதற்கு என் வாழ்வு சிறியதொரு உதாரணம்.

குடும்பத்துடனும், சமூகத்துடனுமான உறவு துண்டிக்கப்பட்ட நிலையில் உளவியல் தொந்தரவுக்கு ஆளாக்கப்பட்டிருந்த நான் அர்த்தமற்ற விடயத்திற்காகச் சிறை சென்றிருந்தாலும், பெருமளவு நான் சமூக விரோதியாக மாறாததற்கு நான் சென்னையில் வாழ்ந்தபோது உடனிருந்த நண்பர்களின் பங்களிப்பு மிக முக்கியமானது என்பதை அழுத்தமாகப் பதிவு செய்ய விரும்புகிறேன். இப்புத்தகம் எழுதுவதற்கும் காரணமானவர்கள் அவர்களே. அவர்களுக்கு எனது நன்றி.

அகதி முகாம் சூழல் ஒருபக்கம், சீரில்லாத குடும்பச் சூழல் ஒருபக்கமுமாக எனக்குத் தெரியாமலே என்னை நகர்த்திக் கொண்டிருந்த சூழலில், எல்லா உறவுகளுடனான உறவும் துண்டிக்கப்பட்டபோது ஏற்பட்ட மன உளைச்சல் ரணமானது. கதிகலங்கச் செய்தது. இப்படிப்பட்ட சூழலில் இப்புத்தகம் எழுதியதன் மூலமாக நான் மன அழுத்தத்திலிருந்து மீண்டது மட்டுமின்றி என்னைச் சுற்றிப் பின்னப்பட்டிருந்த சிக்கல்கள்

பலவற்றிலிருந்து மீண்டதுடன் எஞ்சிய எனது வாழ்க்கையையும் மீட்டெடுத்தேன் என்பது மிகையல்ல.

ஒருவேளை இப்புத்தகம் வெளிவரவில்லையானால் சமூக வாழ்க்கைக்குத் தகுதியற்ற முழுமையான மனநோயாளியாக ஆகியிருப்பேன் என்பது மறுக்கமுடியாத உண்மை. காலச்சூழல் வலியின் காயத்தை ஆற்றியிருக்கலாம். ஆனால், வடு மாறவில்லை. அதன் விளைவு சமூகத்திலிருந்த சிறு புரிதலுடன் சற்று ஒதுங்கி அல்லது மாறுபட்டு வாழும் நிலை தற்போது ஏற்பட்டிருக்கிறது.

நாடும் குடும்பமும் அடிப்படையானது. இதனை யாரும் முடிவு செய்யமுடியாது. தன்னியல்பாக அமையக்கூடியது. இது சிக்கலுக்குள்ளாகும்போது வாழ்க்கையும் சிக்கலுக்குள்ளாவது ஆச்சர்யம் தரும் விசயமில்லை. ஆனால் அடைக்கலம் தேடி வந்து வாழ்ந்த இடமும் அதைவிடக் கொடுமையாக அமைவது தான் கூடுதல் வலியை ஏற்படுத்துகிறது. வாழ்க்கை வாழமுடியாத வட்டத்திற்குள் சிக்கித் தவிப்பை ஏற்படுத்துகிறது.

1983ஆம் ஆண்டு முதல் தமிழகத்தில் ஈழத்தமிழ் அகதிகளின் வருகை ஆரம்பமாகிறது. இன்று கால் நூற்றாண்டைக் கடந்த நிலையிலும் தமிழ்நாட்டில் வாழ்ந்த, வாழ்கிற அகதிகள் பற்றி இலக்கியத்தில் பெரிதாக எந்தப் பதிவுகளும் இதுவரை 'போரின் மறுபக்கம்' தவிர்த்து இல்லை (ஒருசில சிறுபதிவுகள் தவிர்த்து). அகதியாகவே பதிவு செய்யப்பட்ட முக்கியமான முதல் பதிவாக இப்புத்தகம் இருப்பது வலியிலிருந்து மீண்டெழுவதற்கான மகிழ்ச்சியை ஏற்படுத்தினாலும் அந்தச் சமூகத்தில் (அகதிகளுக்கு) பெரிதாக எந்த மாற்றத்தையும் ஏற்படுத்தவில்லை. இனிமேல் ஏற்படும் என்ற நம்பிக்கையும் மருகி வருகிறது.

படைப்பையும் அது முன்வைக்கும் நியாயமான பிரச்சனை களையும் பார்க்காமல் வேறு காரணங்களைத் தேடிக் கண்டுபிடித்து ஒட்டி ஒப்பிட்டுப் பார்ப்பது கவலையளிக்கிறது. இச்செயலானது அகதிகளைப் புறக்கணிக்க வரிந்து கட்டிச் செய்யும் செயலாகவே இருக்க முடியும்.

எனக்குத் தெரிந்து இப்புத்தகம் படித்த பல வாசகர்கள் கேட்கும் கேள்வி இப்புத்தகத்தின் முடிவு என்ன என்பது.

பொதுவாக எனக்குத் தெரிந்தவரை இவ்வாறான புத்தகங் களுக்கு சினிமாவைப்போல முடிவு என்பது இல்லை என்று சொல்லலாம். 'நான் அகதி இல்லை, அகதி இல்லை' என்று தொண்டை வலிக்கக் கத்த வேண்டும் என்று ஏக்கத்துடன்தான் ஒவ்வொரு அகதியும் இங்கு வாழ்கிறார்கள். அதற்கான சூழ்நிலை

கண்ணுக்கெட்டிய தூரம் வரை தற்போதைக்கு இருப்பதாகத் தெரியவில்லை. அவர்களில் ஒருவன்தான் நானும்.

இப்புத்தகம் முதல் பதிப்பு வந்து கவனிக்கப்பட்டது மகிழ்ச்சி. பலரால் செம்மைப்படுத்தப்பட்டு நீண்ட இடைவெளிக்குப் பின் இரண்டாம் பதிப்பு வருவது கூடுதல் மகிழ்ச்சி.

இப்புத்தகம் பலரது நேரத்தையும் உழைப்பையும் கோரி நின்றது. காரணம் எனது எழுத்து. இதற்காகக் *காலச்சுவடு* பதிப்பகம் கூடுதல் கவனம் செலுத்தியது. அரைகுறையாக எனக்குத் தெரிந்தவரை எழுதியது தவிர வேறு எதுவும் நான் இப்புத்தகத்திற்காகச் செய்துவிடவில்லை.

கடும் சிரத்தை எடுத்துச் செம்மையாக்கம் செய்து சிறப்பாகப் புத்தகத்தை வெளியிட்டுத் தொடர்ந்து ஆதரவு அளித்து வரும் *காலச்சுவடு* பதிப்பகத்துக்கும் கண்ணன் அவர்களுக்கும் எனது நெஞ்சார்ந்த நன்றியை உரித்தாக்குகிறேன்.

இப்புத்தகத்திற்கு அன்புள்ளத்தோடு உதவி புரிந்தவர்கள் பலர். அதன் பட்டியல் மிக நீளமானது அனைவரையும் நன்றியுடன் நினைத்துப்பார்க்கிறேன்.

குறிப்பாகக் கிட்டத்தட்ட 70 பக்கங்களுக்கு மேல் இந்த சுயசரிதைக்குத் தேவையில்லாதவற்றை நீக்கி மறுபடியும் எனக்கு எழுத அறிவுரை வழங்கி எழுத வைத்து இந்நூலுக்குப் புத்தக வடிவம் கொடுத்தவர்; மூன்று வருட புத்தக வெளியீட்டு முயற்சியில் தோற்றுக் கடைசியில் நான் கண்டடைந்தவர். அவரிடம் எனது புத்தகம் அதிக உழைப்பையும் நேரத்தையும் கோரி நின்றாலும் முகம் சுழிக்காமல் சிறப்பாகச் செம்மை யாக்கம் செய்து கொடுத்தது மட்டுமின்றி, அவர்தான் எனக்குக் காலச்சுவடை அறிமுகப்படுத்தினார். எனது இலக்கியப் பயணத்திற்கு முதல் பிள்ளையார்சுழி போட்ட எழுத்தாளர் ந. முருகேச பாண்டியன் அவர்களுக்கு எனது நெஞ்சார்ந்த நன்றியை உரித்தாக்குகிறேன்.

முதல் பதிப்பிற்குக் கூடுதல் அழகு சேர்த்த நெய்தல் கிருஷ்ணன் மற்றும் மதிவாணன் அவர்களுக்கு எனது நெஞ்சார்ந்த நன்றி. புத்தகம் வெளிவந்த பின்பும் விமர்சகர்களின் வேண்டுகோளுக்கு இணங்க மறுபதிப்பிற்காகக் கரிசனத்தோடு செம்மையாக்கம் செய்த எழுத்தாளர் ஸ்டாலின் ராஜாங்கம், கிருஷ்ண பிரபு, *காலச்சுவடு* துணையாசிரியர் செந்தூரன் ஈஸ்வரநாதன் ஆகியோரின் ஒத்துழைப்பு மிக முக்கியமானது. அவர்களுக்கும் எனது நெஞ்சார்ந்த நன்றியை உரித்தாக்குகிறேன்.

அகதிகள் பற்றி *ஆனந்த விகடனில்* கட்டுரை எழுதி பலரது கவனத்தை ஈர்க்கச் செய்தவர் முன்னாள் சட்டமன்ற உறுப்பினர் ரவிக்குமார். அவர் இப்புத்தகத்தை வெளியிட்டு சிறப்புரை யாற்றியமைக்காக அவரை நன்றியுடன் நினைவுகூர்கிறேன்.

தமிழில் முக்கியமான பதிப்பகத்தில் உமது புத்தகம் வந்தது மகிழ்ச்சி என்று பிரான்சிலிருந்து தொலைபேசியில் அழைத்துப் பேசியது மட்டுமின்றி மிறிசி வானொலியில் என்னைப் பேச ஒழுங்கமைத்துக் கொடுத்த காலஞ்சென்ற கவிஞர் கி.பி. அரவிந்தன் அவர்களை நன்றியுடன் நினைவுகூர்கிறேன்.

ஷாலினி, சுபா மற்றும் *காலச்சுவடு* அலுவலகப் நண்பர்கள் மற்றும் அட்டைப்படம் சிறப்பாக வடிவமைத்த றஷ்மி அனைவருக்கும் எனது நெஞ்சார்ந்த நன்றி உரித்தாகுக.

மதுரை **தொ. பத்தினாதன்**

05.05.2015

சிற்றுரை

ஒரு செடியை வீட்டிற்குள் வைத்து வளர்த்தால் அதற்கு எந்தப் பக்கம் சூரிய ஒளியும் காற்றும் கிடைக்கிறதோ அந்தப் பக்கமாகவே அது சார்ந்து வளரும்.

அதுபோன்றுதான் மனித வாழ்க்கையும். மனிதனுக்கு எந்தப் பக்கம் சாதகமான சூழ்நிலையும் உதவிகளும் நிம்மதியும் சந்தோஷமும் கிடைக்கிறதோ அந்தப் பக்கமே அவனும் சார்ந்து வாழ்கிறான். மதம், சமுதாயம், நாடு, குடும்பம், நட்பு ஆகிய அனைத்தும் அத்தகைய சார்புகளின் அடிப்படையிலேயே அமைகின்றன.

இவற்றில் மதமும் சமுதாயமும் நட்பும் காலமாற்றங்களின் போக்கில் தோற்றம் பெறுபவை; ஒரு வீட்டின் மேற்கூரைபோல் அவ்வப்போது சீரமைப்பிற்கு உட்பட்டவை. ஆனால் ஒரு கட்டடத்தின் அடித்தளமே சரியில்லையானால் அதன்மேல் கட்டப்படும் அடுக்குமாடிகளின் கதி என்னாவது?

மனித வாழ்க்கையில் அடிப்படையானவை சரியாக அமையவில்லையானால் மனிதனுடைய எதிர்கால வாழ்க்கை துன்பத்திற்குள்ளாவதில் ஆச்சர்யப்படுவதற்கு ஒன்றுமில்லை. இதில் விதிவிலக்காகச் சில மனிதர்கள் துன்பமில்லாமல் வெற்றிகரமான வாழ்க்கையை வாழவே செய்கிறார்கள்.

நான் விதிவிலக்கானவனா?

தொ. பத்தினாதன்

தொப்புள் கொடி அறும்போதே என்னால் பேச முடிந்திருந்தால், சிந்திக்கத் தெரிந்திருந்தால், என்னைக் கல்லறையில் புதைத்துவிடு என்று, கால் எடுத்து வைக்கும் போதே கதறியிருப்பேன், காற்றைச் சுவாசிக்கும் முன்பே என் மூச்சை நிறுத்தி விடு என்று கேட்டிருப்பேன்.

நான் இலங்கையில் உள்ள மன்னார் மாவட்டம் வட்டக் கண்டலில் உள்ள அடம்பன்தாழ்வில் வசித்த தொம்மை என்ற ஆடவனுக்கும் ஜெயசீலி என்ற பெண்மணிக்கும் 1974ஆம் ஆண்டு மாசி மாதம் 18ஆம் திகதி பிறந்தேன். ஆரம்பப் பள்ளியைப் பாலையடிப் புதுக்குளத்திலும் அதைத் தொடர்ந்து சில பள்ளிகளிலும் கடைசியாக 10ஆம் வகுப்பு யாழ்ப்பாணம் குருநகரில் உள்ள சென் ஜெம்ஸ் மகாவித்தியாலயத்திலும் படித்தேன்.

ஒரு தாயின் வயிற்றில் கருவாகி உருவாகி இப்போது முப்பது வயதைத் தாண்டி ... என்னையும் சேர்த்து என் பெற்றோருக்கு மொத்தம் பன்னிரண்டு பிள்ளைகள். ஆண்கள் எழுவர்; பெண்கள் ஐவர். முதல் மூன்றும் பெண்கள்; அடுத்து நான்கு ஆண்கள்; தொடர்ந்து ஒரு பெண்; மீண்டும் இரு ஆண்கள்; மேலும் ஒரு பெண்; கடைசியாக நான். ஆக, எனக்கு ஐந்து தமக்கையர், ஆறு தமையனார். என் அம்மாவின் வழிகாட்டுதல்படி நான் அவர்களை முறைப் பெயர் சொல்லி அழைக்கும் விதம் தனித்துவம் மிக்கது. மூத்த தமக்கை பெரியக்கா; அடுத்தவர் சின்னக்கா; அடுத்தது சீனியக்கா, சர்க்கரையக்கா; கடைசித் தமக்கை தேனக்கா; அதுபோல் தமையனார்களில் முதலாமவர் பெரியண்ணன்; அடுத்தவர்

சின்னண்ணன், அடுத்தடுத்து சீனியண்ணன், சர்க்கரையண்ணன், ஆசையண்ணன், கடைசித் தமையர் தேனண்ணன்.

என் பெற்றோரின் திட்டமிடாத வாழ்க்கையில்தான் எத்துணை வேடிக்கையான நிகழ்வுகள்! நான் பிறப்பதற்கு முன்பே என் மூத்த அக்காவுக்குத் திருமணமாகியிருந்தது.

எனக்கு மேல் உள்ள அக்காவுக்கும் மூத்த அக்காவின் முதல் மகளுக்கும் ஒரே வயது. அதே மூத்த அக்காவின் இரண்டாவது மகளுக்கும் எனக்கும் ஒரே வயது. தாயும் மகளும் ஒரே நேரத்தில் கர்ப்பம் தரித்தபோது அவர்களின் மன உணர்வுகள் எப்படி இருந்திருக்கும்? அதனை என்னால் கற்பனை செய்தும் பார்க்க முடியவில்லை.

ஈழத்திலுள்ள எழிலான கிராமங்களுள் ஒன்றான அடம்பன் தாழ்வு எங்களுடைய சொந்த ஊர். அங்கு விவசாயமே பிரதான தொழில். வீட்டைச் சுற்றிலும் விளை நிலங்கள். அருகருகே கூப்பிடு தொலைவில் அடுத்தடுத்து வீடுகள். எங்கள் வீடு ஒரு ஏக்கர் நிலத்திற்குள் ஒற்றை இல்லம். மண் சுவர். ஓலைக் கூரை வேயப்பட்டு, சுற்றிலும் இருபத்தைந்துக்கும் மேற்பட்ட தென்னை மரங்களுடன் 'குளுகுளு'வென இருக்கும். வீட்டின் பின் பக்கத்தில் 'மோட்டை' என அழைக்கப்படும் சிறு குட்டை இருக்கும். அதன் அருகில் வாழை, மிளகாய், கீரை என்று வளர்ந்து செழித்திருக்கும் வீட்டுத் தோட்டம். அந்த மோட்டையின் மறுபக்கத்தில் நெல்லி, மாதுளை, எலுமிச்சை என மரங்கள் வரிசை கட்டி நிற்கும்.

அந்த நெல்லி மரம் வள்ளல் அதியமானாக நெல்லிக்கனியை வாரி வாரி வழங்கியதை என்னால் மறக்க முடியாது. அது தராவிட்டாலும் நான் அதனிடம் தட்டிப் பறித்துக் கொள்ளை யடித்து, அதற்குக் கொடுத்த தொல்லைகள் ஏராளம்.

வீட்டின் முன்பக்கத்தில் பெரிய முற்றம். அதன் மூலையில் வேலியை ஒட்டினாற்போல் ஒரு பெரிய புளிய மரம். அதனுடைய நிழல் முற்றம் முழுவதும் பரவியிருக்கும். எவ்வளவு வெய்யில் காய்ந்தாலும் முற்றத்தில் அதன் தாக்கம் இருக்காது. வீட்டின் முன்பக்கத்தில் ஒரு செவ்விளநீர் மரம். அதனையடுத்து ஒரு சீதாப்பழ மரம். அதனடியில் இரண்டு வெள்ளை நிறப் பன்றிக் குட்டிகள் கட்டப்பட்டிருக்கும். அடுத்தடுத்து ஆட்டுக் கொட்டில், மாட்டுக் கொட்டில், கோழிக் கொட்டில் என எல்லாம் இருந்தன. அந்த அழகான சூழலுக்குக் கண்ணேறு கழிப்பதுபோலக் கரிய நிற ஒற்றைப் பனைமரம் ஓங்கி வளர்ந்து நின்றிருக்கும்.

வீட்டைச் சுற்றிலுமுள்ள விவசாய நிலங்களுக்கு நீர் பாய்ச்சக்கூடிய குளம் கூப்பிடு தொலைவில் இருந்தது. அதிலிருந்து ஓடி வரும் வாய்க்கால் எங்கள் வீட்டு முன்தான் செல்லும். அந்த வாய்க்கால் நீரில் மீன், நண்டு பிடித்து விளையாடியதும் ஆடையின்றி ஆசையாய்க் குளித்ததும் நீங்காத நினைவுகள்.

எங்கள் அடம்பன் தாழ்வு கிராமத்தில் மாதா கோயில் இல்லை. பள்ளிக்கூடம் இல்லை; கடை இல்லை; இவற்றிற் கெல்லாம் நாங்கள் பக்கத்தில் உள்ள பாலையடிப் புதுக்குளம் என்ற ஊருக்குத்தான் செல்ல வேண்டும். மாதா கோயிலும் ஆரம்பப் பள்ளியும் அருகருகே இருக்கும். இந்தப் பள்ளிக்கூடத்தில் படிக்கச் சேர்ந்தது எனக்கு நினைவில் இல்லை; ஆனால் மூன்றாம் வகுப்பில் படிக்கும்போது ஆங்கிலப் பாடம் நடத்திய ஆசிரியை பவானியிடம் பெஞ்சு மேல் ஏறி நின்று பிரம்படி வாங்கியது நன்றாக ஞாபகம் இருக்கிறது.

ஒன்று முதல் ஐந்தாம் வகுப்பு வரை உள்ள அந்தப் பள்ளியின் தலைமை ஆசிரியர் செபமாலை மிகமிக நல்லவர். ஏறத்தாழ ஐம்பது பிள்ளைகளையும் நாள்தோறும் மேய்ப்பதிலேயே அவர் தலைமுடியெல்லாம் கொட்டிவிட்டது. அவரை மீண்டும் ஒரு முறையாவது பார்க்கும் வாய்ப்பு கிடைக்குமோ?

எங்கள் பள்ளிக்கூடம் ஒரே கட்டடம்; மேல்பகுதி ஓடுகளால் வேயப்பட்டிருக்கும். ஒரு பக்கத்தில் ஒரு சிறு அறை. அந்த அறைக்குள்தான் முக்கியமான பள்ளி ஆவணங்கள் மற்றும் பொருள்கள் இருக்கும். அதற்கு மட்டும் பூட்டு இருக்கும். மேசைகள், கதிரைகள், பெஞ்சுகள் எல்லாம் பூட்டில்லாத 'ஹால்' பகுதியிலேயே கிடக்கும். எவரும் திருடமாட்டார்கள். ஐந்தாம் வகுப்பில் நன்றாகப் படிக்கும் மாணவர் ஒருவரிடம் முக்கிய அறையின் சாவி இருக்கும். அவர்தான் மாணவ தலைவன். அவர் காலையில் எல்லோருக்கும் முன்பாக வந்து அறையைத் திறந்து எல்லாவற்றையும் ஒழுங்குபடுத்த வேண்டும். நானும் ஐந்தாம் வகுப்புப் படிக்கும்போது அத்தகைய பொறுப்புக்கு வந்திருக்கிறேன்.

ஒரு தடவை நான் காலையில் வந்து கதவைத் திறந்து விட்டதும் என்னுடன் படிக்கும் கௌரி என்ற மாணவி உள்ளே ஓடிச் சென்று கிணற்றில் நீர் இறைக்கும் வாளியை எடுத்துவிட்டாள். மாணவ தலைவன் என்ற தலைக்கனத்துடன் அந்தப் பெண்ணை அடித்து வாளியைப் பறித்துக்கொண்டேன். வீடு பக்கம் என்பதால் அந்த விவகாரத்தை அவள் அம்மாவிடம் சொல்ல அவர்களிடமிருந்து வசமாக வாங்கிக் கட்டிக்கொண்டேன்.

ஆண்டு முடிவில் பள்ளியில் தேர்வு நடக்கும். அப்போது ஆசிரியர் குத்துமதிப்பாக மதிப்பெண்கள் தருவார். ஓவியம், பாட்டு போன்ற போட்டிகள் நடத்துவார். அப்போது என்னைப் பாடச் சொன்னபோது நான் 'பாட்டுப்படி நாயே' என்று ஒரு பல்லவியில் தொடங்கி ஒரு பாட்டைப் பாடியதாக நினைவிருக்கிறது. இப்படியாகப் பாலையடிப் புதுக்குளத்தில் ஆரம்பித்த என் பள்ளி வாழ்வு ஏற்றஇறக்கங்களுடன் அமைந்திருந்தது.

எங்கள் ஊரில் திருவிழா என்பது எனக்கு எல்லோரையும் போல் சாதாரண மகிழ்ச்சியல்ல, இரட்டிப்பு மகிழ்ச்சி. கிறிஸ்தவ முறைப்படி பிறந்து ஞானஸ்நானம் கொடுத்தது முதல் ஞானத் தாய் தந்தையர் என்ற புது உறவு ஆரம்பமாகும். அவ்வாறு எனக்கு ஞானத் தாய் தந்தையர் எனது சித்தியும் சித்தப்பாவும். புது வருடம் பிறந்துவிட்டால் பலகாரம், பட்டாசு, புத்தாடை என்று ஊரே சந்தோஷமாக இருக்கும். புது வருடத்தன்று நானும் கோவிலுக்குச் செல்வேன். வழிபாடு முடிந்ததும் என்னுடைய தொட்டம்மா (ஞானத்தாய்) என்னை அவர்களின் வீட்டிற்கு அழைத்துச் செல்வார். அவர்கள் எனக்காக வாங்கிய புதிய உடையை அணிவித்து அழகு பார்ப்பார்கள். அன்று முழுவதும் அவர்களுடனும் அவர்களது பிள்ளைகளுடனும் சுற்றித் திரிவேன். எனக்கு வெடி என்றால் சரியான பயம் (இப்போதும்). அதனால் அந்த அண்ணன்மார்கள் வெடி வெடிக்கும் போதெல்லாம் தொட்டம்மாவிடம் ஓடிவிடுவேன். தொட்டம்மா அவர் பிள்ளைகளைத் தூரச் சென்று வெடி வெடிக்கும்படி எனக்காகப் பேசுவார். எனக்கு விவரம் தெரிந்த நாள் முதல் (பதினாறு வயதுவரை) மீன் தவிர வேறு எந்த மாமிசமும் சாப்பிட மாட்டேன். அதனால் எனக்காக உருளைக் கிழங்கு, அவித்த முட்டை எல்லாம் போட்டுத் தனியாகக் குழம்பு வைத்து சாப்பாடு தருவார்கள். பலகாரம் எல்லாம் சாப்பிட விரும்ப மாட்டேன். சாதத்தைப் பிசைந்து பிசைந்து உட்கார்ந்திருப்பேன். வேணாமா? என்பார். தலையை மட்டும் ஆட்டுவேன். அவராகவே என் கையைக் கழுவி விடுவார். என்னுடைய தொட்டம்மா கொஞ்சம் குண்டாயிருப்பார். அவர்கள் முகம், அவர்கள் நடப்பது எல்லாம் எனக்கு இன்னும் ஞாபகமிருக்கிறது. அந்த அருமையான எண்ணங்கள் இன்னும் என் அடி நெஞ்சில் அப்படியேயிருக்கின்றன. இன்று நினைத்தாலும் சிறு பிள்ளையாகி விடக் கூடாதா என்ற எண்ணமே வருகிறது. இப்படி ஒரு தாயன்பிற்கு இணையான பாசம் இனிமேல் கிடைக்காதா என்று மனது ஏங்குகிறது. இப்படி ஒரு வருடம் இரண்டு வருடமல்ல, பல வருடங்கள், எனக்கு நன்றாக விவரம் தெரியும் மட்டும்

இப்படித்தான் நடந்துகொண்டிருந்தது. காலத்தின் மாற்றத்தை யாரால் தடுக்க முடியும்? சில வருடங்களுக்கு முன்பு அவர்கள் இறந்து போனார்கள். அவர்களுக்கு ஒரு மெழுகுத்திரிகூட வாங்கிக் கொளுத்த முடியவில்லை. அவர்கள் முகத்தைக்கூட என்னால் பார்க்க முடியவில்லை. அவர்கள் பெற்ற பிள்ளையால்கூட தாயைப் பார்க்க முடியாதபோது தொட்ட பிள்ளை நான் எங்கே? என்னை நானே ஆறுதல்படுத்திக் கொள்கிறேன். இது என் சிறுபிள்ளைக் காலத்தின் மறக்க முடியாத அனுபவம்.

நான் ஐந்தாவது படித்துக்கொண்டிருந்த காலகட்டத்திலே இயற்கை காரணமாக எங்கள் அடம்பன் தாழ்வு வீட்டில் குடியிருக்க முடியாமல் பாலையடிப் புதுக்குளத்தில் தற்காலிக மாகக் குடியிருந்தோம். அந்தக் காலகட்டத்தில் எங்கள் வீடு இராணுவத்தால் எரிக்கப்பட்டது. பின்பு பாசிபோட்டையில் நிலம் வாங்கி வீடு கட்டிக் குடியிருந்தோம். அங்கிருந்து நான் ஆறாம் வகுப்பு வட்டக்கண்டல் மகா வித்தியாலயத்தில் (இரண்டாவது பள்ளிக்கூடம்) படித்தேன். பின்பு போராட்டம் காரணமாக சில கிலோமீட்டர் தொலைவிலுள்ள உறவினர் வீட்டில் தங்கியிருந்தோம். அங்கிருந்த காலத்தில் அங்கிருந்த பள்ளிக்கூடத்தில் சில நாட்கள் படித்தேன். (மூன்றாவது பள்ளிக் கூடம்) பின்பு மறுபடியும் வட்டக்கண்டல் மகா வித்தியாலயம். இப்படியே கால ஓட்டத்தில் எப்படியோ ஆறாம் வகுப்பு படித்து முடித்தேன்.

எங்கள் அடம்பன் தாழ்வு வீட்டிலிருந்து ஒரு கிலோ மீட்டர் தொலைவில் காடு இருக்கும். அந்தக் காட்டில் சிறு பகுதியை அழித்துத் தோட்டம் செய்தார்கள். ஆண்களுக்குத் தனியாகவும் பெண்களுக்குத் தனியாகவும் ஓர் அமைப்பை உருவாக்கி அதன் மூலமாக இவை எல்லாவற்றையும் நடைமுறைபடுத்திக் கொண்டிருந்தார் மாம்பழப் பாதர் என்பவர். அந்த அமைப்புக்கு அவரே பொறுப்பு வகித்தார். பக்கத்தில் எங்களுக்குத் தோட்டம் இருந்தபடியாலும், மாம்பழப் பாதருக்கும் என்னுடைய பெரிய அண்ணன் அந்த அமைப்பில் இருந்தபடியாலும் அங்குள்ளவர்களுக்கும் எங்கள் குடும்பத்துடன் நல்ல பழக்கம் ஏற்பட்டது. அந்த அமைப்பு காலப்போக்கில் காணாமல் போய்விட்டது.

என் பெற்றோர் பன்னிரண்டு பிள்ளைகள் பெற்றும் ஒரு பிள்ளையைக் கூட கல்லூரிவரை படிக்க வைக்க முடியவில்லை. ஒரு பிள்ளையையாவது படிக்க வைக்க வேண்டும் என்பது அம்மாவின் ஆசை. அம்மா, வளர்ச்சியடைந்த மாவட்டமான யாழ்ப்பாணத்தில் இருந்த மாம்பழப் பாதரை தொடர்புகொண்டு அவரிடம் என்னைக் கூட்டிச் சென்று விட்டுவிட்டார்.

மாம்பழச் சாமியார் மிகவும் பிரபல்யமானவர். எப்பவும் காலில் சக்கரம் கட்டிக்கொண்டு திரிபவர். அவர் குரு மடத்தில் தங்கியிருந்தார். அங்கு பாதிரி யாவதற்குப் படிக்கும் மாணவர்கள் இருப்பார்கள். அவர்களுக்கான விடுதியும் அங்கிருந்தது. அதற்குச் சற்றுத் தள்ளி குருமார்களுக்குப் படிக்கும் மாணவர் களின் விடுதியிருந்தது. மாம்பழப் பாதர் என்னை ஆரம்பத்தில் தன் அறைக்கு அருகில் உள்ள பாதர்மார்கள் தங்கும் அறையில் தற்காலிகமாகத்

தங்க வைத்தார். அந்த அறைக்குள் ஒரு மேசை, மேசை விளக்கு, கதிரை, பக்கத்தில் ஒரு சோபா, அதைத் தாண்டி திரைச்சீலையால் ஆன மறைப்பு, அடுத்து கொசுவுக்குப் போட்ட வலைக்குள் பஞ்சு மெத்தைக் கட்டில், அத்துடன் கழிவறை வசதியும் இருந்தன. எனக்கோ அறைக்குள் கால் வைக்கவே கூசியது. ஓலை வீட்டிலும் கோரைப் பாயிலும் வாழ்ந்த என்னைப் பளிங்குத் தரையிலும் பஞ்சு மெத்தையிலும் கொண்டுபோய்விட்டால் என்னால் என்ன செய்ய முடியும்? எங்கள் வீட்டு முற்றத்து மண் தரையில் படுத்தால்கூட தூக்கம் வரும். பஞ்சு மெத்தைக் கட்டிலில் படுத்தால் தூக்கம் வருமா?

பாதரைக் கூட அதற்கு முன்பு பார்த்த ஞாபகம் இல்லாமல் போனது. அவர் பெயர் மாம்பழப் பாதர்தானா அல்லது வேறு பெயர் இருக்கிறதா என்று எனக்குத் தெரியாது. எல்லாம் புதிது, எல்லோரும் புதியவர்கள். அந்த அறையில் என் பையை வைத்துவிட்டு, அதிக நேரம் அடக்கி வைத்திருந்த அவசரத்தில் கழிவறையைத் தேடினேன். அறையின் உள் ஒரு கதவு மட்டும் சாத்தப்பட்டிருந்தது. மெதுவாகக் கதவைத் திறந்தேன். எல்லாம் பளபள என்று சுத்தமாக இருந்தது. ஆனால் சிறு அதிர்ச்சியாக இருந்தது. அங்கு கழிவறையைக் காணவில்லை. சுற்றும்முற்றும் தேடிப் பார்த்தேன். எதுவுமில்லை. என்ன செய்வது என்றும் தெரியவில்லை. திரும்பி வந்து அங்கிருந்த சோபாவில் மெதுவாக உட்கார்ந்தேன். மிகவும் இதமாக இருந்தது. ஆனால் என்னால் அடக்கிக்கொண்டு உட்கார முடியவில்லை. மறுபடியும் எழுந்தேன். முயற்சி செய்தேன். என்னால் சிறிது நேரத்திற்குப் பின் ஒன்றுக்கு மட்டுமே போக முடிந்தது. பின்பு மதிய சாப்பாட்டிற்காக அரைத்துச் சென்றார்கள். பாதருக்குப் படிக்கும் மாணவர்கள் எல்லாம் அழகாக உட்கார்ந்து சாப்பிட்டுக்கொண்டிருந்தார்கள். என்னையும் சாப்பிடும்படி கூறினார்கள். அன்றுதான் நான் முதல் முதலாகச் சாப்பிடுவதற்குக் கதிரையில் உட்கார்ந்தேன். ஆனால் சாப்பிட முடியவில்லை. பயம் ஒருபக்கம். அதைவிட முக்கியமான விடயம் சாப்பிட்டால் பிரச்சனையாகி விடும். நிறைய தண்ணீர் குடித்தேன். ஏனென்றால் எனக்குத்தான் அந்த வெஸ்டென் டைப் கழிவறையைப் பயன்படுத்தத் தெரியாதே. எல்லோரும் புதியவர்களாக இருந்தாலும் எல்லோருமே அன்பானவர்கள். இரவும் சாப்பிடவில்லை. பழச்சாறு கொடுத்ததால் குடித்துவிட்டு அந்தக் கட்டிலில் படுத்தேன். தூக்கத்திற்குப் பதில் அழுகைதான் வந்தது! ஊரை விட்டு உறவை விட்டு அம்மாவை விட்டு முதன் முதலில் பிரிந்தது அழுகை அழுகையாக வந்தது. அழுதேன். அதைவிட வேறு என்ன செய்ய முடியும். அப்படியே தூங்கியும் போனேன். காலை ஆறு மணிக்குக் கதவு தட்டும்

சத்தம் கேட்டு எழுந்தேன். கதவைத் திறந்தேன். பாதருக்குப் படிக்கும் ஒருவர் அங்கு நின்றிருந்தார். ஏழு மணிக்குத் தயாராக இருக்கும்படி கூறிவிட்டுச் சென்றார். ஏழு மணிக்கு அவருடன் சென்றேன். பக்கத்துத் தெருவில் இருந்த பாதருக்குப் படிக்கும் மாணவர்கள் தங்கும் விடுதியில் என்னைக் கொண்டுபோய் விட்டார்கள். இவர்கள் எல்லாம் யார்? என்ன செய்கிறார்கள்? நான் எங்கிருக்கிறேன்? என்று எதுவும் தெரியவில்லை. அங்கு வேலைக்காரர்கள் இருந்தார்கள். அவர்களுடன் கொஞ்சம் பழகினேன். கோழி, வாத்து எல்லாம்கூட இருந்தன.

ஒரு வாரம் கழித்து மாம்பழப் பாதர் வந்து அவருடைய இரண்டு சக்கர வண்டியில் என்னை அழைத்துப் போனார். அந்த வாரத்தில் அன்றுதான் அவரைப் பார்த்தேன். அதில்லாமல் நான் முதன்முதல் ஏறிய இரண்டு சக்கர வாகனமும் அதுதான் என்று நினைக்கிறேன். பிரம்மாண்டமான ஒரு பெரிய கோவில். அதற்கு அழகு சேர்த்தாற்போல், அருகில் பிரமாதமான பெரிய பள்ளிக்கூடம். எல்லாம் எனக்கு வேடிக்கையாகவே இருந்தது. அந்தக் கோவிலைத் தாண்டி அந்தப் பள்ளிக்கூட வளாகத்தில் பாதருடைய வண்டி நின்றது. பாதர் உள்ளே சென்றார். நான் வண்டியருகில் நின்றுகொண்டிருந்தேன். பின்பு அவர் பள்ளி வளாகத்திலிருந்து வெளியேறி அரைமணிநேரம்கூட இருக்காது, நாலாந்துறையில் உள்ள இம்மானுவேல் பாதரிடம் என்னைச் சேர்த்துவிட்டுச் சென்றுவிட்டார். அதன் பின்பு சில வருடங்கள் நான் அவரைப் பார்த்ததாக ஞாபகம் இல்லை. அந்தக் கோவில் அந்த மாவட்டத்தில் பெரிய கோவில் என்றும், அந்த சென் பற்றிக்ஸ் ஸ்கூல் அந்த மாவட்டத்தின் பிரபல்யமான பள்ளிகளில் ஒன்று என்றும் சிலவருடங்கள் கழித்துதான் அறிந்துகொண்டேன்.

நாலாந்துறையைக் கிராமம் என்று சொல்ல முடியாது. நகரத்தில் இருந்து சில மைல் தூரத்தில் அமைந்த கடற்கரையை ஒட்டிய அழகிய ஊர். அங்கு கடல் தொழில் பிரதானம்! இறால் ஏற்றுமதி செய்வதற்கான சில அமைப்புகள் எல்லாம் அதற்கு இருந்தன. அங்குள்ள மக்கள் ஞாயிற்றுக் கிழமையானால் கோவிலுக்குச் செல்ல தவற மாட்டார்கள். அங்கு இரண்டு பிரதான கோவில்கள் இருந்தன. ஒன்று சென் நீக்கிலஸ், மற்றொன்று சென் பற்றீக்ஸ். இவையல்லாமல் கடற்கரை ஓரங்களில் சிறு கோவில்களும் இருந்தன. அந்த சென் நீக்கிலஸ் கோவிலின் ஒரு பக்கத்தில் பத்தாம் வகுப்பு வரையுள்ள ஒரு பாடசாலை. சென் நீக்கிலஸ் மகாவித்தியாலயம், மற்றொரு பக்கத்தில் பாதருடைய வீடு. அதன் அருகில் சிறுவர் பாடசாலை. இந்த இரண்டு கோவிலுக்கும் பங்குத் தந்தை இந்த இம்மானுவேல்

பாதர்தான். பெற்றோரால் படிக்க வைக்க முடியாத பிள்ளைகள் கிட்டதட்ட இருபத்தைந்து பேர் அங்கிருந்தார்கள். அந்தப் பிள்ளைகள் அனைவருக்கும் சாப்பாடு, படிப்புச் செலவுகள் அனைத்தையும் இம்மானுவேல் பாதரே கவனித்துக் கொண்டார். அதிகமான மாணவர்கள் அந்தக் கோவிலுக்கு அருகில் உள்ள பாடசாலையிலும் மற்ற மாணவர்கள் வேறு சில பாடசாலை களிலும் படித்துக்கொண்டிருந்தார்கள். எனக்கு இதெல்லாம் புதிய அனுபவம். அங்குள்ள நடைமுறைகள் பழக்கவழக்கங்கள் ஆரம்பத்தில் புரியவில்லை. அது மட்டுமல்லாமல் நான் நன்றாகப் படிப்பவனுமில்லை. அருகில் உள்ள பாடசாலையில் சேர்த்து விட்டார்கள். நான் சேர்ந்த ஏழாம் வகுப்பில் மூன்று பிரிவுகள் இருந்தன. அதில் நான் மூன்றாவது பிரிவு. இது நான் படித்த நாலாவது பள்ளிக்கூடம்.

ஆரம்பத்தில் வகுப்பறைக் கடைசி பெஞ்சில் உட்கார்ந் திருப்பேன். நேர அட்டவணையும் தெரியாது. கொஞ்ச நேரத்திற்கு ஒரு வாத்தியார் வந்து கத்திவிட்டுப் போவார். என்ன நடக்கிறது என்று தெரியவில்லை. பக்கத்தில் மட்டும் வீடு இருந்திருந்தால் ஓடிப் போயிருப்பேன். ஆனால் முடியாத காரியம். இடைவேளையில் மணியடித்தால் மாணவர்கள் எல்லோரும் சந்தோஷமாகக் கோவில் மைதானத்தில் விளையாடுவார்கள். சிலர் ஐஸ்கிரீம் வாங்கிச் சாப்பிடுவார்கள். நான் மட்டும் தனியாகக் கோவில் மண்டபத்தின் படிக்கட்டில் கன்னத்தில் கைவைத்துக் கொண்டு சோகமாக உட்கார்ந்திருப்பேன். மறு மணியடித்தால் வகுப்புக்குச் செல்ல பயமாக இருக்கும். பயந்து பயந்தே வகுப்புக்குச் செல்வேன். வகுப்பறையில் வாத்தியார்கள் குறிப்புகள் கொடுப்பார்கள். வாத்தியார் வேகமாகச் சொல்லிக்கொண்டே போவார். அதற்கு ஈடு கொடுத்து மற்ற மாணவர்கள் எழுதுவார்கள். ஆனால் என்னால் அந்த வேகத்திற்கு எழுத முடியாது. சும்மா உட்கார்ந்திருந்தால் வாத்தியார் அடிப்பார் என்று எதையாவது கிறுக்கி எழுதிக்கொண்டு போயிருப்பேன். நான் எழுதியதையே திருப்பி படிக்கச் சொன்னால் படிக்க முடியாத அளவு எழுதியிருப்பேன். வகுப்பறையிலும் சரி, விடுதியிலும் சரி அதிகமாக அடிவாங்கும் மாணவன் நானாகத்தான் இருப்பேன். நான் எங்கள் வீட்டில் பன்னிரண்டாவது பிள்ளை. வகுப்பறையிலும் கடைசியிலேயே உட்கார்ந்திருந்தேன். அதனால்தானோ என்னவோ அந்த ஆண்டு இறுதிப் பரீட்சை முடிந்து ரிப்போர்ட்டில் பன்னிரண்டாவதாக வந்தேன் என்று நினைக்கிறேன். இதுவே பெரிய விடயம். கிட்டதட்ட இருபத்தைந்து மாணவர்கள் படித்தபோது எனது ஆரம்ப நிலையிலும் பன்னிரண்டாவதாக வந்தது பெரிய

விடயம்தான். கொஞ்சம் கொஞ்சமாக புதிய சூழ்நிலைக்கு மாறிக்கொண்டிருந்தேன்.

எங்கள் விடுதியில் இம்மானுவேல் பாதர், அதற்கு அடுத்தபடியாகக் குரு பட்டம் பெறுவதற்குத் தயாராகிக் கொண்டிருந்த ஒரு பாதர், அதற்கு அடுத்து ஒரு பிரதர். அவர் பாதரியாருக்குப் படித்துக்கொண்டிருந்தார். இம்மானுவேல் பாதர் எப்பவும் வேலையாக இருப்பார். மற்ற இருவரும் அவர்களும் படித்துக்கொண்டே எங்களையும் வழி நடத்திக் கொண்டிருந்தார்கள். எங்கள் எல்லோருக்கும் சமையல் செய்யும் அண்ணன் கென்றி இருந்தார். அவர் என்மேல் அதிக பாசமாக இருப்பார். காரணம் அவர் மகன் என்னைப் போலவே இருப்பாராம். இம்மானுவேல் பாதருக்கு எண்கணித வாய்ப்பாட்டில் என்ன கோபமோ பாசமோ தெரியவில்லை. அதில் எப்போது கவனம் செலுத்துவார். வாய்ப்பாடு படிப்பதற்கு நேரம் ஒதுக்குவார் அல்லது நாள் குறிப்பிடுவார். அந்தக் குறிப்பிட்ட நாளைக்குள் அல்லது நேரத்திற்குள் வாய்ப்பாடு முழுவதும் பாடமாக்கப்பட்டு இருக்கவேண்டும். அவருக்கு நேரம் இருக்கும்போது கேட்பார். அப்போது கூறவேண்டும். அந்த வாய்ப்பாட்டை ஒன்று முதல் பதினாறு வரை கூறச் சொன்னால் பாட்டு மாதிரிப் பாடிவிடுவோம். ஆனால் அந்தப் பாட்டைக் கேட்பதற்கு அவருக்கு நேரமிருக்காது. அதனால் ஒன்று முதல் பதினாறு வரை அவர் வாயில் வந்த எதையாவது ஒன்றைக் கேட்பார். அவர் கேட்ட அடுத்த நிமிடம் பதில் சொல்ல வேண்டும். இல்லையானால், பிரம்படிதான். அந்தப் பிரம்பு அங்கு மிகவும் பிரபல்யம். காலில் பின்னாடி அடித்தால் அது சுத்தி வந்து முன்னாடியும் அடிக்கும். ஒருவேளை அவர் கையில் பிரம்பு இல்லை என்றால் அருகே அழைத்துக் காதைத் திருகித் தலையில் ஒரு குட்டு விடுவார். அதை அனுபவித்தால்தான் தெரியும் (இன்று நினைத்தால்கூட சந்தோஷத்துடன் சிரிப்பு வருகிறது.) இவையெல்லாம் பாடசாலை முடிந்த மாலை வேளைகளில் நடக்கும். பாதரின் கேள்விக்குப் பதில் கூறியவர்கள் மட்டும் கோவில் மைதானத்திற்கு விளையாடச் செல்வார்கள். பதில் கூறாதவர்கள் பிரம்படியுடன் முழங்காலில் இருந்து பாடமாக்கிச் சொல்லிவிட்டுத்தான் விளையாடச் செல்ல வேண்டும். பெரும்பாலும், நானும் முட்டிக்கால் கோஷ்டியுட னேயே காணப்படுவேன். இதுமட்டுமல்ல, ஒரு தடவை கழிவறையைச் சரியாகப் பயன்படுத்தவில்லை என்பதற்காகக் கூட அடிவாங்கினேன். ஆரம்பத்தில் ஒரு வருடம் மிகமிகக் கஷ்டப்பட்டேன். பாடசாலை முடித்து விடுதி திரும்பியதும் படிக்க வேண்டும். அந்த நேரம் படிக்க உட்கார்ந்தால் தூக்கம்

⬅ 24 ➡   தொ. பத்தினாதன்

வரும். தூக்கம் வருவதைப் பார்த்தார்கள் என்றால், முழங்காலில் நின்று படிக்க வேண்டும். சில சமயம் முழங்காலில் நின்று தூங்கி விழுவதும் உண்டு. ஆனால் இரவு படுக்கும்போது தூக்கம் வராது. மாறாக வீட்டை நினைத்து, அம்மாவை நினைத்து அழுகைதான் வரும். இவ்வாறாக அன்றைய ஆரம்ப காலச் சூழ்நிலை ஓடினாலும் அன்று பட்ட அடியும், கஷ்டமும்தான் வாழ்க்கையில் எனக்கு கிடைத்த அடிப்படைக் கல்வி. எனக்கு ஆரம்பக் கல்வி அளித்தவரும் இம்மானுவேல் பாதர்தான். தலைகுளித்து விட்டுத் துடைத்துவிட்டது போன்று அலங்கோலமாக இருந்த என் தலைமுடியை எண்ணெய் வைத்து சீப்பால் தலைசீவி அழகுபடுத்தியவரும் இம்மானுவேல் பாதர்தான்.

பரீட்சை வருகிறதென்றால் கூடவே சந்தோஷமும் தொற்றிக்கொள்ளும். காரணம் பரீட்சை முடிந்தால் ஒரு மாதம் விடுமுறை. விடுமுறை வந்தால் வீட்டிற்குச் செல்லலாம். எல்லாப் பாடங்களின் பரீட்சைகளும் முடிந்தால் மறுநாள் விட்டு மறுநாள்தான் ரிப்போர்ட் தருவார்கள். அதன் பின்புதான் பாதர் வீட்டுக்கு அனுப்புவார். இடையில் அந்த ஒருநாள் போவது மிகவும் கஷ்டமாக இருக்கும். ஒவ்வொரு நிமிடமும் ஒவ்வொரு நாளாகச் செல்வது போலத் தோன்றும். மனது துடிக்கும், வீட்டுக்குப் போகும் சந்தோஷத்திலும் அம்மாவைப் பார்க்கும் ஆர்வத்திலும். பதின்மூன்று வயதிலேயே பாதர் விடுதியில் இருந்து வீட்டுக்குத் தனியாகவே செல்வற்குக் கற்றுக்கொண்டேன். பாதர் விடுதியில் இருந்து வீட்டுக்கு வருவதானால் மூன்று பேருந்துகள் மாற வேண்டும். பலமணி நேரம் பயணம் செய்ய வேண்டும். ஆர்வத்திலும் சந்தோஷத்திலும் அன்று எனக்கு பேருந்துகளில் பயணம் செய்வது பெரிய கஷ்டமாகத் தெரியவில்லை. வீட்டுக்கு வந்துவிட்டால் போதும். பத்து நாட்கள் ஆனால்கூடப் பரவாயில்லை, நடந்தேகூட வீடு சென்று சேர்ந்துவிடுவேன். அன்றைய மனநிலை அப்படித்தானிருந்தது. தனியாகப் போய்வரப் பழகிவிட்டபடியால் அம்மாவும் என்னைத் தனியாக பாதரிடம் அனுப்பிவிட்டாள். இப்படித்தான் ஒரு மாத விடுமுறையில் ஊரிலிருந்து விடுமுறை முடித்து பாதரிடம் திரும்பினேன். மறுபடியும் எனக்குப் பேரதிர்ச்சி காத்திருந்தது. இம்மானுவேல் பாதர் மாற்றலாகி குருநகர் பங்குக்கு சென்று விட்டார் என்றார்கள். என்ன செய்வது என்று தெரியவில்லை. எங்கு போவது என்றும் தெரியவில்லை, எப்படிப் போவது என்றும் தெரியவில்லை. தட்டுத் தடுமாறி ஒரு வழியாக மறுபடியும் மாம்பழப் பாதரிடம் வந்து சேர்ந்தேன்.

சென் நிக்கிலஸ் கோவிலுக்கு நேர் எதிரில் ஒரு சிறு தெரு. அந்தத் தெரு வழியாக வந்தால் சிறிது தூரத்தில் ஒரு தனி வீடு. சுற்றிலும் மதில் சுவர். முகப்பில் வரவேற்பறை. அதற்குள்ளாகவே படிப்பதற்கு மேசை கதிரைகள். அடுத்து சமையலறை மற்றும் ஒரு சிறிய அறை. அதைத் தாண்டிப் பின் பக்கம் ஒரு அறை. பின் வளவில் கிணறு மற்றும் தென்னை மரங்கள். அங்கு எட்வர்ட் அங்கிள், ஆண்டி மற்றும் மூன்று மூத்த பெண் குழந்தைகள், அதற்கடுத்து இரண்டு ஆண் குழந்தைகள். அழகான சந்தோஷமான குடும்பம். எட்வர்ட் அங்கிள் பிள்ளைகளில், மூத்த பெண் எனக்கு மேல் வகுப்பிலும் அடுத்த பெண் என் வகுப்பிலும் மற்றவர்கள் கீழ் உள்ள வகுப்பிலும் படித்தார்கள். யாருமே என்னுடைய பாடசாலை கிடையாது. பெண்களுக்கான பாடசாலையில் படித்தார்கள். எல்லோருமே பழகுவதற்கு இனிமையானவர்கள். எட்வர்ட் அங்கிள் இறால் ஏற்றுமதிக் கம்பெனி வைத்திருந்தார். அதனால் அங்கு மாமிசத்திற்குப் பஞ்சமிருக்காது. அதேபோன்று ஆண்டி மிக நன்றாக சமையல் செய்வார்கள். இப்போது நினைத்தாலும் வாய் ஊறுகிறது. எனக்குத் தெரிந்து எட்வர்ட் அங்கிள் மிகவும் நல்ல மனிதர்; சத்தமாகப் பேச மாட்டார். அவர் முகத்தில் எப்போதும் ஒரு கனிவு, கருணை, இனிமை நிறைந்திருக்கும். மறக்கக்கூடாத மனிதர்களில் அவரும் ஒருவர். அங்கிள் கோபப்பட்டு நான் பார்த்ததே இல்லை.

மறுபடியும் நான் மாம்பழப் பாதரிடம் போய் நின்றதும் அவர் ஒரு அண்ணனுடன் என்னை அனுப்பி வைத்தார். அவர்தான் என்னை எட்வர்ட் அங்கிள் வீட்டில் விட்டுச் சென்றுவிட்டார். நான் அங்கு தங்குவதற்கு, சாப்பிடுவதற்குப் பணம் ஏதாவது கொடுத்தார்களா? என்ன பேசினார்கள்?

எதுவும் எனக்குத் தெரியாது. என் வீட்டில் கூடத் தெரியாது, நான் எங்கிருந்து படிக்கிறேனென. எனக்குக் கூச்ச சுபாவம் அதிகம். அதில்லாமல் கிராமத்தில் வாழ்ந்த எனக்குத் தாழ்வு மனப்பான்மை வேறு. யாரிடமும் பேச மாட்டேன், எப்போதும் அமைதியாகவேயிருப்பேன். காலை 6 மணிக்குக் கோவிலுக்குச் செல்வேன். பின்பு உட்கார்ந்து படிப்பேன். காலைச் சாப்பாடு தருவார்கள். அவர்கள் தரும் சாப்பாட்டுடன் என் காலையுணவை முடித்துக்கொள்வேன். பின்பு பாடசாலை செல்வேன். மாலை பள்ளிக்கூடம் முடித்து நேராக வீட்டுக்கு வருவேன். உட்கார்ந்து படிப்பேன். வேறு எங்கும் செல்ல மாட்டேன். யாராவது கேட்பதற்கு மட்டும் பதில் சொல்வேன். எட்வர்ட் அங்கிள் பல தடவை "ஏன் எப்போதும் படித்துக்கொண்டிருக்கிறாய். பசங்க கூட சேர்ந்து விளையாடலாம் அல்லது வெளியே எங்காவது போய் வரலாம் இல்லையா?" என்று சொல்லியிருக்கிறார். அங்கிள் பல தடவை நச்சரித்தால் கடற்கரைப் பக்கம் செல்வேன் அல்லது கோவில் மைதானம் செல்வேன். அங்கு கிரிக்கெட் அல்லது கால்பந்து விளையாடுவார்கள். கொஞ்ச நேரம் வேடிக்கை பார்ப்பேன். விளையாட்டில் அவ்வளவாக ஆர்வம் இல்லாததால் வெறுப்பாகத் தோன்றும். மறுபடியும் வீட்டுக்கே வந்துவிடுவேன். எட்வர்ட் அங்கிளின் இரண்டாவது பெண் அங்கிள் மாதிரி என்னிடம் அமைதியாக இனிமையாகப் பேசுவாள். இருவரும் அப்போது எட்டாம் வகுப்பு படித்துக்கொண்டிருந்தபடியால் படிப்பு விடயமாகப் பேசிக்கொள்வோம். இவர்கள் எல்லாம் தற்போது எங்கிருக்கிறார்கள்? எப்படியிருக்கிறார்கள்? என்று கூடத் தெரியவில்லை. (ஏன், என் குடும்பமே எப்படியிருக்கிறது என்று எனக்குத் தெரியவில்லை.)

நான் இவர்களைப் பற்றி நினைக்கும்போது எல்லாம் நெஞ்சம் துடிக்கிறது. பார்க்க வேண்டும் என்ற ஆவல் அலையாய் எழுகிறது. என்ன செய்வது? காலச்சக்கரம் நிற்காமல் சுற்றிக்கொண்டிருக் கிறது. எத்தனைபேர் அதன் வேகத்துடன் செல்கிறார்கள்; எத்தனை பேர் அதில் சிக்குண்டு சிதறிப் போகிறார்கள். செய்த உதவிக்கு நன்றி சொல்லக்கூட இந்தக் காலச் சக்கரம் என்னை அனுமதிக்கவில்லை. அவர்கள் இந்தப் புத்தகத்தைப் படிக்கலாம். படிக்காமல் போகலாம். படித்தாலும் "இவன் யார்?" என்றுகூடக் கேட்கலாம்.

எட்வர்ட் அங்கிள் வீட்டில் எவ்வளவு நாள் தங்கியிருந்தேன் என்பது சரியாக ஞாபகம் இல்லை. எட்டாம் வகுப்பு அங்கிருந்து தான் படித்தேன் என்று நினைக்கிறேன். முன்பு, பாதர் விடுதியில் இருந்த நண்பர் ஒருவரை பள்ளிக்கூடம் செல்லும்போது பார்த்தேன். அவர் இம்மானுவேல் பாதர் பற்றிக் கூறினார். அந்த

நண்பரும் தற்போது பாதருடன் இருந்துதான் படிப்பதாகவும் கூறினார். பின்பு ஒருநாள் நான் இம்மானுவேல் பாதரைச் சென்று பார்த்தேன். அவர் தன்னுடன் வரும்படி கூறினார். பின்பு, நாலாந்துறை பள்ளிக்கூடத்தில் எப்படி டி.சி. வாங்கினேன்; எட்வர்ட் அங்கிள் வீட்டில் இருந்து இம்மானுவேல் பாதருடன் எப்படி வந்து சேர்ந்தேன்; எட்வர்ட் அங்கிள் வீட்டில் தங்குவதற்கு உதவிய மாம்பழப் பாதர், அவர் அனுப்பிய அண்ணன் இவர்களுக்கெல்லாம் என்ன பதில் சொன்னேன் என்பது ஞாபக மில்லை. பிறகு குருநகர் ஜேம்ஸ் மகாவித்தியாலயத்தில் 9ஆம் வகுப்பில் எப்படிச் சேர்ந்தேன் என்பதும் ஞாபகம் இல்லை. ஆனால் இவ்வளவும் நடந்தன. (இது நான் படிக்கும் ஐந்தாவது பள்ளிக்கூடம்.) இங்கு என் வாழ்க்கையில் மறக்க முடியாத கசப்பான அனுபவங்களும் சந்தோஷமான சம்பவங்களும் நிறைய நிகழ்ந்தன. என் வாழ்க்கையில் ஒரு திருப்புமுனை இங்கு ஏற்பட்டது என்று கூறினால் மிகையாகாது.

குருநகரில் படிக்கும் காலங்களில் அங்குள்ள வாழ்க்கை முறைகள், நிலைமைகள், நடவடிக்கைகள், எல்லாம் ஓரளவு கற்றுக்கொண்டேன். எங்கள் வகுப்பில் கிட்டத்தட்ட முப்பது மாணவர்கள் இருந்தார்கள். இவர்கள் மத்தியில் நான் நான்காவது 'ராங்' வருமளவுக்குப் படிக்கவும் செய்தேன். ஒரு தடவை பாதர் என்ன நினைத்தாரோ தெரியவில்லை. "வீட்டுக்குச் சென்று காசு வாங்கிக்கொண்டு வா. அப்போதுதான் உன்னை இங்கு படிக்க வைக்க முடியும்" என்று கூறி ஊருக்கு அனுப்பி விட்டார். நான் வீட்டுக்கு வந்து அம்மாவிடம் கூறினேன். அம்மா, "அப்படியானால் நீ படித்தது போதும். உனக்குக் காசு கட்டுவதற்கு என்னால் முடியாது. நீ போய் உன்னுடைய உடைகளை எல்லாம் எடுத்துக்கொண்டு வா" என்று கூறி விட்டார். எனக்குப் படிப்பு நின்றுவிட்டதே என்ற கவலையில்லை. மாறாகப் பெரும் சந்தோஷம். மாணவர் விடுதி, பள்ளிக்கூடப் படிப்பு, காலை ஐந்து மணிக்கு எழுந்திருப்பது, கால அட்டவணை எதுவும் இனிமேல் இல்லை. ஊரில் மாடு மேய்த்தாலும் விவசாயம் செய்தாலும் அம்மாவுடன் வாழ்ந்தாலே போதும் என்ற அளவிட முடியாத சந்தோஷத்தில் பாதரிடம் சென்றேன்.

ஆனால் நான் நன்றாகப் படிப்பதைக் கருத்தில் கொண்டு "காசில்லாவிட்டாலும் பரவாயில்லை. இங்கேயே இருந்து படி" என்று பாதர் கூறிவிட்டார். எனக்கு அதிர்ச்சியாகி விட்டது. ஒருவாரம் வரை கவலையாகவே இருந்தேன்.

ஒருமுறை விடுமுறையில் ஊருக்கு வந்திருந்தேன். அப்போது எங்கள் ஊர்ப் பெரியகோவிலில் திருவிழா (எங்கள் ஊரில் ஒரு பெரிய கோவில் இருக்கும். அங்கு பாதர் தங்கியிருப்பார்.

அதைச் சுற்றியுள்ள ஊர்களில் சிறிய கோவில்கள் இருக்கும்.) நான் எங்கள் கோவில் திருவிழாவின்போது 'முதல் நன்மை' எடுத்தேன். கிறிஸ்தவ முறைப்படி முதல் நன்மைக்கு அடுத்த சடங்கு 'உறுதி பூசுதல்'. அந்தச் சடங்கு இந்தப் பெரிய கோவில் திருவிழாவில்தான் நடக்கப் போகிறது. அது மாவட்டப் பேராயரால் வழங்கப்படும். ஆண்களும் பெண்களும் தயார் செய்யப்பட்டார்கள். நானும் தயாராகிக்கொண்டிருந்தேன். அந்தச் சடங்கிற்கு வெள்ளை நிற உடை தேவை. எனக்கு வெள்ளைச் சட்டை, வெள்ளைக் கால் சட்டை புதிதாகத் தைக்க வேண்டும். இது அம்மாவுக்குக் கஷ்டமாக இருந்திருக்கலாம். ஆனாலும் எனக்கு வேண்டிய எல்லாவற்றையும் அம்மாதான் செய்தார். அந்த உறுதி பூசுதலுக்காகப் புது வெள்ளை உடை வாங்குவதற்குக் காசு கொடுத்து பாசிமோட்டையில் எங்கள் வீட்டிற்கு அருகில் வசிக்கும் சீனியக்காவுடன் டவுனுக்கு அனுப்பிவிட்டார்கள். நகர விடுதியில் படிக்கும் எனக்கு அங்குள்ளவர்கள் அணியும் உடைபோல் அணிய ஆசைப்பட்டு விலையுயர்ந்த துணியை வாங்கிவிட்டேன். ஆனால், துணியைத் தைப்பதற்குக் காசு போதவில்லை. துணியைத் தையல்காரரிடம் கொடுத்து "தைத்து வைத்திருங்கள். அதை வாங்க வரும்போது தையல்கூலி தருகிறேன்" என்று கூறிவிட்டு, சீனியக்காவுடன் வீடு வந்து சேர்ந்தேன். வீட்டில் அம்மா போர்க்கோலம் பூண்டுவிட்டார். அடிக்காத குறையாகத் திட்டித் தீர்த்துவிட்டதோடு "என் கண் முன் நிற்காதே. போய் தையல்காரரிடம் துணியை வாங்கிவா" என்று கூறிவிட்டார். திரும்பி வாங்குவது என்பது முடியாத காரியம் என்பதால் பேசாமல் நின்றுகொண்டிருந்தேன். ஆனாலும் அம்மா விடவில்லை. அதற்கு மேல் அங்கு நின்றால் அடி விழும் சூழ்நிலை உருவாகிக்கொண்டிருந்தது. சீனியக்காவும் அம்மாவிடம் ஏதேதோ சொல்லிப் பார்த்தாள். ஆனால் அம்மா சமாதானம் ஆகவில்லை. எனக்கு அழுகை வந்துவிட்டது. அழுதுகொண்டே சிறிது தூரம் சென்றேன். எனக்கு மிகவும் வேதனையாக இருந்தது. 'படி படி' என்கிறார்கள். அதற்கேற்ற சூழ்நிலையை ஏற்படுத்த மாட்டார்கள். தேவையானவைகளையும் வாங்கித்தர மாட்டார்கள். என்னுடைய எண்ணம் இந்த உடையை உறுதிபூசுதலுக்குப் பயன்படுத்திவிட்டு பின் அதைப் பாடசாலைக்கு அணிந்து செல்லலாம் என்பது. நாலாந்துறையில் படிக்கும்போது என்னிடம் ஒரே ஒரு பள்ளிக்கூட உடை மட்டுமே இருந்தது. அதை அழுக்காகப் போட்டுச் சென்றதுக்காக அடி வாங்கியிருக்கிறேன். அதனால் இரவு தூங்கச் செல்வதற்கு முன்பு கழுவிப் போட்டு, அது காய்ந்த பின்பு காலையில் அணிந்துகொண்டு பள்ளிக்கூடம் சென்றிருக்கிறேன். இரு வருடங்கள் இவ்வாறே கடந்தது. அம்மாவுக்கு அன்று எவ்வளவு

போரின் மறுபக்கம்

பொருளாதாரப் பிரச்சினைகளிருந்தது? அம்மா எவ்வளவு கஷ்டப்பட்டிருப்பார்கள்? தைக்கக் கொடுத்த துணியை வாங்கக் காசுக்கு அவர் என்ன செய்திருப்பார்? மற்ற செலவுகளுக்கு எல்லாம் என்ன செய்திருப்பார்? அன்று யோசிக்கத் தெரியவில்லை. சீனியக்காவினால் அன்று அடிவாங்காமல் தப்பித்தேன். சீனியக்காதான் என் உறுதி பூசுதலுக்கும் பெற்றோருக்குப் பதிலாக வந்து நின்றதாக ஞாபகம்.

எங்கள் வீட்டில் ஒரு பசுமாடு இருந்தது. அந்தப் பசு ஒரு கறுப்பு கன்றுக்குட்டியை ஈன்றது. அதன் நெற்றியில் வெள்ளை யாகப் பொட்டு மாதிரி இருக்கும். நாலு காலிலும் வாலிலும் வெள்ளையிருக்கும். மற்றப்பகுதி எல்லாம் சுத்தக் கறுப்பு. அதன்மேல் எனக்கு அளவு கடந்த பாசம். ஒரு தடவை அதற்குத் தவிடு சாப்பிடப் பழக்க வேண்டும் என்று எண்ணித் தவிடு கொடுத்தேன். அது சாப்பிடவில்லை. வாய்க்குள் கையை விட்டு தீத்தி விட்டேன். அது என் கையைப் பலமாகக் கடித்துவிட்டது. அந்தக் காயத்தின் அடையாளம் கிட்டத்தட்ட இன்றுவரை என் கையில் இருக்கிறது. பசுவோடும் கன்றுக்குட்டியோடும் சுற்றித்திரிவேன். ஏற்கனவே எனக்குக் கொஞ்சம் கூச்ச சுபாவம். பட்டணத்தில் படிக்கிறேன் என்ற தலைக்கனம் எனக்கு இருந்தது இல்லை. தெரு வழியாகச் செல்லும்போது யாராவது தெரிந்தவர்கள் வருவதைக் கண்டால் வயல் வெளியில் இறங்கிச் சென்றுவிடுவேன். அப்படியும் மாட்டிக்கொண்டால் கேட்பதற்கு மட்டும் பதில் சொல்வேன். முதல் தேதி பள்ளிக்கூடம் ஆரம்பம் என்றால் அம்மா இருபத்தைந்தாம் திகதியில் இருந்து ஆரம்பித்து விடுவார். எனக்கு முப்பதாம் திகதி நெருங்க நெருங்க கஷ்டமா யிருக்கும். ஒவ்வொரு நாளாக எண்ணிக் கொண்டிருப்பேன். கண்மூடித் திறப்பதற்குள் நாள் போய்விடும். முப்பதாம் திகதி காலை எனக்குத் தூக்கத்தில் இருந்து எழும் போதே காய்ச்சல் வருவதுபோன்று ஒரு பிரமை இருக்கும். அழுதுகொண்டுதான் பாதரிடம் செல்வேன். அங்கு சென்று ஒரு வாரம்வரை வீட்டின் தாக்கம் இருக்கும். பின்பு கொஞ்சம் கொஞ்சமாக அந்தச் சூழ்நிலைக்கு மாறுவேன். கடைசியாகப் பத்தாவது படிக்கும் போதுகூட இந்த உணர்வுகள்தான் எனக்கு இருந்தன.

என்னை பாதருக்குப் படிக்க வைக்க வேண்டும் என்பது அம்மாவின் விருப்பம். அதனால்தானோ என்னவோ சீனியண்ணன் இறந்ததுக்கும் சின்னண்ணன் கல்யாணத்திற்கும் என்னை வீட்டுக்குக் கூட்டிக்கொண்டு வரவில்லை. அந்தளவுக்கு நான் படிக்கவேண்டும் என்று உறுதியாக அம்மா இருந்திருக்கலாம். நான் பாதர் விடுதியில் இருந்தபோது சித்தப்பா (என் தொட்டப்பா) வந்து அண்ணன் இறந்துவிட்டதைத் தெரிவித்தபோது, காரியங்கள்

எல்லாம் முடிந்து நான்கு நாட்கள் ஆகியிருந்தன; நீ ஊருக்கு வந்து என்ன செய்யப் போகிறாய் என்று ஆறுதல் கூறிவிட்டுச் சென்றார். அன்று இரவு சாப்பிடாமல் அழுதுகொண்டேயிருந்தேன். காலை எழுந்ததும் பாதரிடம் சென்று அழுதுகொண்டு நின்றேன். பாதர் ஊருக்குப் போக அனுமதியளித்தார். வீட்டுக்குச் சென்றதும் அம்மாவின் மடியில் புதைந்து அழுதேன். அண்ணன் இறந்ததற்காக அல்ல; அவருடைய இறப்பு எனக்குப் பெரிய விடயமாகத் தெரியவில்லை. என் அம்மாவின் பிரிவுதான் எனக்கு பெரும் பிரச்சனையாக இருந்தது.

நான் பாதர் விடுதியில் இருந்தபோது எங்கள் பகுதியின் பள்ளிக்கூடத் தலைமை வாத்தியாருடைய மகள் எங்கள் விடுதியில் ஆசிரியர் பயிற்சியில் ஈடுபட்டுக் கொண்டிருந்தாள். அவளும் ஆசிரியர் போன்று அமைதியானவள். அக்காவுடன் சில நேரங்களில், விடுமுறை நாட்களில் ஊருக்கு வந்திருக்கிறேன். எங்கள் ஊருக்குச் செல்லும் வழியில் அவர்களின் வீடு இருக்கிறது. எங்கள் குடும்பத்தை அந்த வாத்தியார் நன்கு அறிவார். அக்காவை, அதாவது வாத்தியாருடைய மகளைப் பார்ப்பதற்காக வந்த ஆசிரியர் என்னிடம் பேசினார். நன்றாகப் படிக்கும்படி கூறினார். பின்பு எங்கள் சின்னண்ணனுக்குக் கல்யாணம் நடந்த விடயத்தைத் தெரிவித்தார். அவர் கூறித்தான் அண்ணனுக்குக் கல்யாணம் நடந்தது என்பது எனக்குத் தெரியும். மூன்றாவது நபர் மூலமாகவே என் அண்ணனுக்குக் கல்யாணம் ஆனதை அறியும்போது துயருற்றேன். இதற்கு ஊருக்குப் போவதற்குப் பாதரிடம் விடுமுறை கேட்கவில்லை. அந்த நேரத்தில் பரீட்சை வேறு நெருங்கிக்கொண்டிருந்தது. அம்மா மற்றும் என் சகோதர சகோதரிகள் எல்லாம் ஏன் என்னை ஒதுக்கிவிட்டு அண்ணனுக்குக் திருமணம் செய்தார்கள்? நான் படிக்க வேண்டும் என்ற அவர்களது அளவு கடந்த ஆசையா? அல்லது பொருளாதாரப் பிரச்சினையா? அல்லது சமூகக் காரணங்களா? இன்னும்கூட எனக்குத் தெரியவில்லை. ஆனால் விடுமுறையில் வந்ததும் அழுதுகொண்டே அம்மாவிடம் சண்டையும் போட்டேன்.

ஒரு குழந்தையைப் படிக்க வைக்க அதற்குரிய மன நிலையையும் சூழ்நிலையையும் உருவாக்க வேண்டுமே தவிர, அடைத்துவைத்துப் 'படி படி' என்றால் படிக்கவைத்துவிட முடியுமா?

ஹாஸ்டலில் இருக்கும்போது இம்மானுவேல் பாதரைப் பார்த்தாலே பயம். சிறிய தவறாயிருந்தாலும் காதைத் திருகித் தலையில் கொட்டுவார். பெரிய தவறாக இருந்தால் அவர் கையில் அகப்பட்ட பிரம்புகூடப் பயப்படும். அடி வாங்கும்போதெல்லாம் மனசுக்குள்ளே பாதரைத் திட்டியிருக்கிறேன். இரக்க மில்லாதவர் என்று எண்ணியிருக்கிறேன். பத்தாவது படிக்கும் மாணவர்கள் சிலர் இருந்தோம். பத்தாவது என்பதால் பாதர் எங்களுக்கு விடுதியிலேயே மாலைநேரச் சிறப்பு வகுப்புகளுக்கு ஏற்பாடு செய்திருந்தார். சிறப்பு வகுப்புகள் நடத்தும் வாத்தியார்கள் சில பாடங்கள் நடத்தி முடித்த பின்பு பரீட்சை வைத்து, அந்தப் பரீட்சை தாள்களைப் பாதருக்கு அனுப்புவார்கள். ஒரு தடவை இதுபோன்ற பரீட்சையில் நான் மற்ற மாணவர்களைவிடக் குறைவான மதிப்பெண் பெற்றிருந்தேன். மாணவர்கள் எல்லோரும் பாதர் முன்பு வரிசையாக நின்றுகொண்டிருந்தோம். இன்று எனக்குப் பிரம்படி விழும் என்ற எண்ணத்துடன் நானும் நின்றிருந்தேன். பாதர் கையில் பிரம்பு இல்லை. கொஞ்சம் ஆறுதல்; பயம் குறையவில்லை. ஒவ்வொருவராக வந்தவர் கடைசியாக என்னிடம் வந்தார். என் பரீட்சைத் தாளைப் பார்த்ததும் அவர் முகம் அப்படியே மாறியது. கோபத்துடன் என்கிட்டே வரவும் பயத்தில் பின்னே போன நான் அங்கிருந்த பெஞ்சில் மோதி கீழே விழப் போனேன். அப்போது பாதரே என்னைக் கீழே விழாமல் கையைப் பிடித்துத் தூக்கி நிறுத்தினார். அவர் தலையில் கொட்டுவதை நிறுத்தவில்லை. கீழே விழப்போன என்னைத் தூக்கி நிறுத்தினாரே அதில் பாதுகாப்பு இருந்தது. தலையில் கொட்டினாரே அதில் எனக்கு வளர்ச்சியிருந்தது.

○

தொ. பத்தினாதன்

1990ஆம் ஆண்டு யூன் மாதம் கடைசியிலா அல்லது யூலை மாத ஆரம்பமா என்பது சரியாக நினைவிலில்லை. பத்தாம் வகுப்பு படித்துக்கொண்டிருந்தேன். ஹாஸ்டலில் நேர அட்டவணைப்படி மாலை 4. 30இல் இருந்து 5. 30 வரை கோவில் மைதானத்தில் பந்து விளையாடிக் கொண்டிருந்தோம். நண்பர் அடித்த பந்து கோவில் மதில் சுவரையும் தாண்டி, பிரதான வீதியில் விழுந்தது. பந்தை எடுப்பதற்காக ஓடினேன். பந்து தெருவைத் தாண்டி மறுபக்கம் சென்றுவிட்டது. வெகுநேரம் பந்தை எடுப்பதற்காகக் காத்துக்கொண்டிருந்தேன். காரணம், தெருவில் போராளிகளின் ரக்கு, ஜீப்பு, பீரங்கி போன்ற வண்டிகள் வரிசையாகச் சென்றுகொண்டிருந்தன. அன்று அந்தத் தெரு ஓரத்தில் நின்று திகைத்தேன். பெரிய போர் வரவேண்டும்; பாடசாலை மூடவேண்டும்; அப்போது பாதர் எங்கள் எல்லோரையும் வீட்டுக்கு அனுப்பிவிடுவார். நானும் வீட்டுக்குச் சென்று அம்மாவைப் பார்க்க வேண்டும். எத்தனை பேர் அழிந்தாலும் பரவாயில்லை. எவ்வளவு சேதம் ஏற்பட்டாலும் பரவாயில்லை. நான் வீட்டுக்குச் செல்ல வேண்டும். அம்மாவைப் பார்க்க வேண்டும் என்று மட்டுமே நினைத்தேன். ஆனால் இன்று கிட்டத்தட்ட பதினாறு ஆண்டுகள், அதாவது என் வாழ்க்கையில் பாதி நாட்கள் நானும் உயிருடன் வாழ்கிறேன். அவர்களும் உயிருடன்தான் வாழ்கிறார்கள் என்றாலும் பார்க்க முடியவில்லை.

நடு இரவு, மயான அமைதி. கதவுகள் பூட்டியிருந்தன. ஜன்னல்கள் மட்டும் திறந்து வைக்கப்பட்டிருந்தன. தென்றல் தென்னங்கீற்றைத் தொட்டு வந்து தாலாட்டியது. எல்லோரும் அமைதியான ஆழ்ந்த தூக்கத்திலிருக்கும்போது குண்டு வெடிக்கும் சத்தம் காதைப் பிளக்கிறது. எங்கோ வெடிக்கும் குண்டுச் சத்தம் பெரிய கட்டடங்கள் பக்கமாக எதிரொலிக்கிறது. எங்கே குண்டு வெடிக்கிறது என்பதும் தெரியவில்லை. வெடிச் சத்தம் காதைப் பிளக்கிறது. எங்கள் தலைக்குமேல் செல் பறக்கிறது. கட்டடம் ஆடுகிறது. தூசிகள் எல்லாம் எங்கள்மேல் கொட்டுகின்றன. எங்கும் ஐயோ அம்மா என்ற அழுகுரல்கள். அவரவர் இஷ்ட தெய்வங்கள் அழைக்கப்படுகின்றன. ஆமிக்காரனின் செல்கள் எங்கு விழுந்து வெடிக்கும் என்பது யாருக்கும் தெரியவில்லை. நடுச்சாமத்தில் ஊரே விழித்துக்கொண்டது. யாழ்ப்பாணம் கோட்டையில் இருந்து பார்த்தால் எங்கள் விடுதிவரை தெருவில் உள்ளவர்கள்கூடத் தெரிவார்கள். அதனால் நாங்கள் யாருமே தெருப்பக்கம் செல்லவில்லை. தெருவில் யாராவது போவது வருவது பார்த்தால் ஆமிக்காரன் சுடுவான். நாங்கள் பின்பக்க மதில் சுவர் வழியாக ஏறிக்குதித்து பக்கத்து வீட்டுக்குப் பக்கத்து

வீடு என்று நான்கைந்து வீடுகள் தாண்டிச் சென்று, அந்தத் தெரு கொஞ்சம் வளைந்து செல்லும் இடத்தின் வழியாகத் தெருவின் மறுபக்கம் சென்றோம். அப்படியே பாதர் அறைக்கும் அதன் அருகில் உள்ள கோவிலுக்கும் செல்ல வேண்டும். பெரிய மதில் சுவர்களைத் தாண்டிச் செல்ல முடியாத சிறுவர்களும் இருந்தார்கள். அவர்களில் எங்களின் கண்ணில் பட்டவர்களை மட்டும் கை தூக்கிவிட்டோம். வரும் வழியில் கண்ணாடி ஓடு பதித்திருந்தார்கள். அது பலபேர் கை கால்களைப் பதம் பார்த்தாலும், பெரிய விடயமாகத் தெரியவில்லை. அந்தக் குண்டுச் சத்தத்திலும் வெடிச் சத்தத்திலும் கண்ணாடி ஓடு கிழித்ததுகூடத் தெரியவில்லை. கடைசியாகச் சிறுவன் ஒருவனைத் தூக்கி விட்டுவிட்டு நானும் மதில்மேல் ஏறும்போது டமால் என்று ஒரு பெரிய குண்டு வெடித்தது. மதில்மேல் இருந்த நான் தொப்பென்று கீழே விழுந்தேன். முழங்காலில் பெரிய காயம். கண்ணாடி ஓடு கிழித்ததா அல்லது செல் அடிபட்டதா தெரியாது. ஆபத்தான காயம் இல்லை. நடக்கக் கூடியதாகவே இருந்தது. எப்படியோ கோவிலை வந்து சேர்ந்தோம். ஒரே குண்டு மழை. ஆகாய விமானமும் பொழிந்துகொண்டிருந்தது. நடக்கிறது நடக்கட்டும் என்று எல்லோரும் கோவிலுக்குள் குப்புறப் படுத்திருக்கிறோம். காலையில் பார்த்தால் அந்தப் பெரிய கோவிலின் ஒரு பகுதியிலும் செல் விழுந்து வெடித்திருப்பது தெரிந்தது. ஆனால் யாருக்கும் எந்த ஆபத்தும் ஏற்படவில்லை.

ஊரே உறைந்துபோய் விட்டது. ஊரின் செயல்பாடுகள் எல்லாம் அப்படியே நின்றுபோய் விட்டன. அடுத்து என்ன நடக்கும் என்று தெரியாது. ஆகாயவிமானம் எதுவும் மேல் செல்லவில்லையானால் மக்களில் தைரியமுள்ளவர்கள் வெளியே தேவைக்குத் தலைகாட்டுவார்கள். ஆகாயவிமானம் கண்ணில் பட்டால் ஆமிக்காரன் யார்? எவர்? என்று பார்க்காமல் சுடுவான். எங்களுக்குச் சாப்பாடு பாதர் அறையில் தயாராகும். கோவிலுக்கும் பாதர் அறைக்கும் ஒரு பத்து எட்டு வைக்கும் தூரம்தான். பாதர் அறைக்குச் சென்று சாப்பிடுவதற்காக நான் கோவிலை விட்டு வெளியே வந்தேன். ஆகாய விமானம் மூலம் என்னைப் பார்த்துவிட்டுக் கடகடவென்று துப்பாக்கியால் சுட்டான். நான் மறுபடியும் கோவிலுக்குள் ஓடினேன். ஆகாயவிமானம் மூலம் சுட்ட துப்பாக்கிக் குண்டைப் பெரிய கல்தூண் தாங்கிக்கொண்டு என்னைக் காப்பாற்றியது. அந்தச் சம்பவத்தை எப்போது எண்ணினாலும் உடம்பு நடுங்குகிறது. இலங்கையில் நான் கண்டு, பயந்த பெரிய சம்பவம் இது. அதன் தாக்கம் பல நாட்கள், என் நித்திரையைக் கெடுத்திருக்கிறது. இப்படியாகக் கிட்டத்தட்ட ஆறு நாட்கள் அங்கிருந்தேன். பின்பு அருகில் வீடு

இருப்பவர்கள், வீட்டுக்குப் போகக் கூடியவர்கள் எல்லோரையும் பாதர் வீட்டுக்குப் போக அனுமதித்தார். தூரத்தில் உள்ளவர்கள், போக முடியாதவர்கள் சிலர் மட்டும் பாதருடன் இருந்தோம். யாழ் கோட்டையிலும் அதனைச் சுற்றியுள்ள பகுதிகளிலும் குண்டும் வெடிச்சத்தமும் கேட்டுக்கொண்டிருந்தன. ஆகாய விமானம் மேலே பறந்துகொண்டிருந்தது. நகரத்திற்குள் வரும் வெளியூர் வாகனங்கள் எல்லாம் நிறுத்தப்பட்டுவிட்டன. ஆனால் சண்டை நடக்காத பகுதிகளில் இருந்து தனியார் வாகனங்கள் இயக்கப்பட்டுக்கொண்டிருந்தன. அம்மாவைப் பார்க்கும் ஆசையில் ஊருக்குப் போகும் சந்தோஷத்தில் பாதர் அனுமதியுடன் நானும் புறப்பட்டேன். காலை பஸ் ஏறினால் மதியத்திற்குமேல் வீடுபோய்ச் சேரலாம். நான் பல வாகனங்களில் மாறி மாறி ஏறி பல மைல் தூரங்கள் நடந்து, இரண்டு நாட்கள் கழித்து, வீடு வந்து சேர்ந்தேன். வீட்டில் அனைவருக்கும் சந்தோஷம். ஆனால் நான் மட்டும் அந்தக் கலவரத்தாக்கத்திலிருந்து மீளவில்லை.

போரின் மறுபக்கம்

எங்களுடைய இரண்டாவது அண்ணன் தலைமையில் ஒரு குழு இந்தியா செல்லத் தயாராகிக் கொண்டிருந்தது. இங்கிருந்தால் நாமெல்லாம் அழிந்து விடுவோம். மறுபடியும் போர் ஆரம்பித்துவிட்டதால் இங்கு வாழ முடியாது என்று எண்ணினோம். இதில் பல வதந்திகள் மக்களை மேலும் மேலும் கதிகலங்க வைத்தன. இளைஞர்கள், யுவதிகளுக்கு அதிகமான சோதனைகள். இராணுவத்தின் கண்ணில் பட்டால் அவ்வளவுதான். அதில்லாமல் போராளிகள் குழுவில் அவர்களாகப் போய்ச் சேர்ந்தாலும் அவர்களும் அவ்வளவுதான். அன்றிருந்த இந்தச் சூழ்நிலை ஒவ்வொரு பெற்றோரையும் சிந்திக்க வைத்தது. இதில்லாமல் பாசிமோட்டையில் ஒரு தெருவின் ஆரம்பத்தில் ஒரு போராளி குழுவில் இருந்தார். அவர் ஒரு சண்டையில் இறந்துபோனார். அதற்கு அடுத்தடுத்து என்னுடைய மூன்றாவது சீனியண்ணாவுடன் வரிசையாக நான்கு பேர் இறந்துவிட்டார்கள். இது எங்கள் ஒரு தெருவில் மட்டுமே. இவை எல்லாம் பெற்றோரைச் சிந்திக்க வைத்தது. அதனால் இளம் வயதுடையவர்கள் எல்லாம் இந்தியாவிற்கு செல்லத் தயாராகிவிட்டார்கள். அப்போது அவர்களுக்குத் தெரிந்த பாதுகாப்பான இடம் இந்தியாவாகத்தான் இருந்தது.

எங்கள் குடும்பத்தில் இரண்டாவது அண்ணன் நல்ல உழைப்பாளி. அளவு கடந்த அன்பு கொண்டவர். ஆனால் அவருக்கு அதை வெளிக்காட்டத் தெரியாது. இவருடைய கல்யாணத்திற்குத்தான் என்னை ஹாஸ்டலில் இருந்து அழைக்காமல் விட்டார்கள். அந்தக் கோபத்தில் அவர்கள் கல்யாணத்தின்போது எடுத்த எந்தப் போட்டோவையும் இன்றுவரை நான்

36 தொ. பத்திநாதன்

பார்த்ததில்லை. நாங்கள் இந்தியா வரும்போது அவருக்குக் கல்யாணமாகி சில மாதங்கள் இருக்கலாம். எங்கள் வீட்டில் எல்லோருக்கும் இரண்டு பெயர் இருக்கும். ஒன்று உண்மைப் பெயர். மற்றொன்று செல்லமாகக் கூப்பிடுகிற பெயர். இந்த அண்ணனுக்குச் செல்லப் பெயர் தவம். அவர் தலைமையில் எங்கள் வீட்டிலிருந்து இரண்டு அக்கா, ஒரு அண்ணன் மற்றும் நான், தவமண்ணன் மனைவி வீட்டிலிருந்து அவர் மனைவியின் தங்கையும் தம்பியும்; இதில்லாமல் எங்கள் சித்தப்பா, என்னுடைய தொட்டப்பா மகன் ஒருவர். ஒரு உறவினர் மற்றும் பெரியக்காவின் மூத்த மகள் என மொத்தம் பதினாறு பேர். இதில் கல்யாணம் ஆகியிருந்த தவமண்ணன் தவிர மற்றவர்கள் எல்லாம் பதினாறு வயதிலிருந்து இருபத்தைந்து வயதிற்குட்பட்டவர்கள். இவ்வளவு பேரும் இந்தியா போவது என்று முடிவாகிவிட்டது. இதைப் போன்று குடும்பம் குடும்பமாக நிறையப்பேர் தயாராகிக்கொண்டிருந்தார்கள். மக்கள் அப்போது பெரிதும் குழம்பிப் போயிருந்தார்கள். அந்தச் சமயத்தில் யாழ் கோட்டையில் ஏற்பட்ட போரினால் ஆடிப்போயிருந்த நான் இந்தியாவுக்கே போய்விடலாம், அதேவேளையில் மூன்று மாதம் கழித்து பிரச்சனை சரியாகிவிடும்; ஊருக்குத் திரும்பி விடலாம் என்பது எனது தனிப்பட்ட எண்ணமாக இருந்தது. அதில்லாமல் மூன்று மாதங்களுக்கு மேல் எனக்கு விவரம் தெரிந்து அம்மாவையோ ஊரையோ பிரிந்திருந்தது இல்லை. ஆகவே மூன்று மாதம் கழித்து அம்மாவிடம் வந்துவிடலாம் என்று எண்ணியிருந்தேன்.

பல சொந்தங்கள் புடைசூழ்ந்து பாலையடிப் புதுக்குளம் செபமாலை மாதா கோவிலிலிருந்து எங்கள் எல்லோரையும் டிராக்டரில் ஏற்றி வழியனுப்பிவிட்டார்கள். சில மைல் தூரம் டிராக்டரில் பயணப்பட்டும் பின்பு சில மைல் தூரம் நடந்தும் சிறிய படகில் ஏறி தலைமன்னார் தீவையடைந்தோம். பின்பு கடற்கரைப் பகுதியிலுள்ள குடியிருப்புகளில் சில நாட்கள் தங்கியிருந்தோம். படகு தயாராக இல்லை எனவும் தமிழ்நாட்டிற்குச் சென்ற படகு இன்னும் திரும்பவில்லை எனவும் ஏதேதோ கூறினார்கள். எங்களைப்போல் ஆயிரக்கணக்கானவர்கள் தமிழ்நாடு செல்வதற் காகக் காத்துக்கொண்டிருந்தார்கள். பின்பு ஒருநாள் புறப்படுங்கள்; படகு தயாராக இருக்கிறது என்றார்கள். மூட்டை முடிச்சுகளை எல்லாம் தூக்கிக்கொண்டு புறப்பட்டோம். பிரதான வீதி வழியாகச் சென்றால் ஆமிக்காரன் இருப்பான். அதனால் அந்த ராணுவ முகாமைச்சுற்றிப் பல மைல்கள் நடந்தே சென்றோம். அந்த வழியாக வாகனங்கள் செல்வதற்குப் பாதையில்லை. நடந்துகொண்டிருக்கும் அந்த ஒத்தையடிப் பாதை தவிர வேறு

எங்கும் கால் வைத்துவிடாதீர்கள். அங்கெல்லாம் கண்ணி வெடி புதைக்கப் பட்டிருக்கும் என்ற எச்சரிக்கை வேறு. முதுகில் கனக்கும் மூட்டை முடிச்சுகள். வேதனையைவிடப் பெரும் சோதனை. இப்படியே உயிரைக் கையில் பிடித்துக்கொண்டு கடற்கரைவரை பல மைல் தூரம் நடந்தே வந்துசேர்ந்தோம். கடற்கரைக்குச் சற்றுத் தொலைவில் எல்லோரையும் நிறுத்திவிட்டார்கள். படகு சிறிது பழுதாகிவிட்டது. படகு சரியானவுடன் செல்லலாம் என்றார்கள். சிறிதுநேரம், சில மணி நேரம், பல மணி நேரமாகி இருட்டிவிட்டது. பின்பு நேவிக்காரன் வருகிறான், அதனால் கடற்கரையை ஒட்டியிருந்த சிறிய அந்தோணியார் கோவிலுக்குள் எல்லோரும் படுத்துக்கொண்டோம். கிட்டத்தட்ட முப்பது நாற்பது பேர் இருக்கும்; அந்தச் சிறிய கோவிலுக்குள்ளேயே எல்லோரும் படுத்திருந்தோம். பின்பு பாதரும் அவருடன் சில ஆண்களும் கடற்கரை நோக்கிச் சென்றார்கள். என்ன என்று கேட்டதற்கு, அழுகிய நிலையில் கடற்கரையில் ஒரு பெண் பிணம் ஒதுங்கியுள்ளது; அதை அங்கேயே அடக்கம் செய்யப் போகிறார்கள் என்றார்கள். என்ன இது சோதனைமேல் சோதனை; எல்லாம் ஒரே நேரத்தில். யாருக்கும் யாருடனும் பேசக்கூட மனசில்லை. எல்லோருக்கும் பயத்திற்குமேல் பயம். வேண்டாத தெய்வமில்லை. கடவுளைக் கும்பிடாதவன்கூட அந்தச் சூழ்நிலை யில் கடவுளைக் கும்பிட்டுத் துணைக்கழைத்திருப்பான்.

சிறிய படகில் அதிகமாகச் சென்று கடலில் மூழ்கியவர்கள், நேவிக்காரன், இராணுவத்தின் கண்ணில்பட்டு மூழ்கிப் போனவர்கள், கடல் அலையின் ஆக்ரோசத்தில் அடிபட்டு மூழ்கிப் போனவர்கள்... சுட்டுத் தள்ளப்பட்டவர்கள்... மூழ்கியவர்கள் எத்தனையோ பேர். இப்படித்தான் பாதர் அடக்கம் செய்த பிணம்கூடக் கரை ஒதுங்கியிருக்கலாம். இதை எல்லாம் பார்த்த பின்பும் நாங்கள் தமிழ்நாட்டு மண்ணைத் தொடுவோம் என்ற நம்பிக்கை கேள்விக்குறியாகிவிட்டது. எல்லோர் முகத்திலும் சோகம், கலக்கம். திரும்பிப் போனாலும் பிரச்சினை வரலாம். படகில் ஏறினாலும் அக்கரை சேர்வது நிச்சயமில்லாத நிலை. நடுஇரவில் எங்கள் எல்லோரையும் படகில் ஏற்றினார்கள். எல்லோரும் தெய்வங்களைக் கும்பிட்டுக்கொண்டு உயிரைக் கையில் பிடித்துக்கொண்டு படகில் ஏறினோம். சிறிது தூரம்வரை நான் விழித்திருந்தேன், அலை அடித்து என் உடலின் பாதியை உப்புத் தண்ணீர் நனைத்துவிட்டது. ஏதோ ஒரு துணியால் போர்த்தியிருந்தேன். எங்கு பார்த்தாலும் கும்மிருட்டு. சில மணிநேரத்தில் நான் தூங்கிவிட்டேன். ஆனால் கொஞ்சம்கூட எதிர்பார்க்கவில்லை. எந்த அசம்பாவிதமும் இல்லாமல் எங்கள் எல்லோரையும் அந்தப் படகோட்டி பத்திரமாக இராமேஸ்வரம்

கொண்டுவந்து விட்டான். 1990 ஜுலை மாதம் 11ஆம் நாள் நாங்கள் இந்திய மண்ணை மிதித்தோம்.

இராமேஸ்வரத்தில் இடுப்பளவு தண்ணீரில் கடலுக்குள் இறக்கிவிட்டார்கள். அவரவர் மூட்டை முடிச்சுகளுடன் கரையைத் தொட்டோம். எல்லோருக்கும் நிம்மதிப் பெருமூச்சு. உயிருக்குப் பாதுகாப்பு கிடைத்துவிட்ட சந்தோஷம். அதிகாரத்தால் அன்பால் கட்டுப்பட்டுக் கிடந்த எனக்குத் தமிழ்நாட்டின் சுதந்திரம் சுத்த வெளியாகத் தெரிந்தது. குண்டுவெடியும் அழுகுரலும் கேட்ட எனக்குத் தமிழ்நாட்டில் இராமேஸ்வரத்தின் தெருவெங்கும் ஒலித்த சினிமாப் பாடல்கள் தேனாகக் காதுகளில் கேட்டது. இராமேஸ்வரத்தில் இறங்கியதும் எங்களுக்காக ஒதுக்கப்பட்ட இடத்திற்கு அழைத்துச் சென்றார்கள். அங்கு எங்களுக்கெல்லாம் பட்டம் சூட்டப்பட்டது. இலங்கையில் பிறந்து தமிழ்நாட்டு எல்லைக்கு வந்ததற்காகச் சூட்டப்பட்டது – 'இலங்கைத் தமிழ் அகதிகள்.' அகதி என்ற சொல்லை அகராதியில் இருந்தே நீக்க வேண்டும். இது என் உச்சி முதல் உள்ளங்கால் வரை ஊடுருவிய துடன் என் நெற்றியிலும் எழுதி ஒட்டப்பட்டுவிட்டது. இதென்ன படித்துப் பெற்ற பட்டமா ஆயுள்வரை கூடவே அழைத்துச் செல்ல? ஓராண்டா? இரண்டாண்டா? எத்தனை ஆண்டுகள்!

பதினாறு நபர்களையும் நான்காகப் பிரித்து அட்டையில் பதிவு செய்தார்கள். அதில் அக்காவின் மகளும் சித்தப்பாவின் மகனும் நானும் சேர்ந்து அண்ணன் தங்கை தம்பி என்று கூறிப் பதிவு செய்ததோடு என் பெயரையும் சுதாகரன் என்று பதிவுசெய்தார்கள். இது என் சோதனையின் ஆரம்பம். பதிவு செய்த சிறிது நேரத்தில் மண்டபம் அகதி முகாமிற்கு அனுப்பினார்கள். அங்கு ஏற்கனவே ஆயிரக்கணக்கான அகதிகள் இருந்தபடியால் தங்குவதற்கான இடமோ, வீடுகளோ இல்லை. அதனால் ஒரு இரவு அங்குள்ள மணல் மேட்டில் தங்கினோம். சாப்பாடு கொடுத்தார்கள். சிலர் பசிக்கொடுமையின் கோரப்பிடியில் சாப்பிட்டார்கள். சாப்பிட்டவர்களில் சிலர் வாந்தி எடுத்தார்கள். சிலர் அந்த உணவின் வாசனையைக் கண்டு தூர விலகினார்கள். காரணம், இங்குள்ள உணவு சமைக்கும் முறைக்கும் இலங்கையின் சமையல் முறைக்கும் நிறைய வித்தியாசம் இருந்தது. அதுமட்டுமல்லாமல் இந்திய இராணுவம் எங்கள் ஊரில் இருந்தபோது அவர்களில் ஒரு வாடை வீசும். அந்த மணம் அவர்கள் சமைப்பதற்காக உபயோகிக்கும் எண்ணெயில் இருந்து அவர்கள் மேல் தொற்றிக்கொண்டது. எங்கள் ஊரில் இந்திய அமைதிப்படை வருகிறது என்றால்

அவர்கள் வருவதற்கு முன்பாக இந்த மணம் வரும். இந்த மணம் பெரும்பாலும் எங்கள் ஊரில் உள்ளவர்கட்குப் பிடிக்கவில்லை. அதே வாசனை இங்கு ஒவ்வாமையை ஏற்படுத்தியது. ஆனால் நான் சாப்பிட்டேன். அதிகமான அகதிகள் வந்துகொண்டிருந்தபடியால் மண்டபம் முகாம் நிறைந்து வழிந்துகொண்டிருந்தது. அதனால் எங்களையும் உட்பட கிட்டத்தட்ட முன்னூறு நபர்களை பஸ்சில் ஏற்றி அனுப்பினார்கள். அந்தப் பேருந்துகள் எல்லாம் எங்கு செல்கின்றன, எந்தத் திசையில் செல்கின்றன, எதுவும் தெரியாது. எல்லா நடவடிக்கைகளும் வேடிக்கையாகவும் புதுமையாகவு மிருந்தன. பேருந்து செல்லும் வழிகளில் வயல்களும் மலைகளும் மலைகளை ஒட்டி உரசிய மேகங்களும் கண்களுக்கு இதமாக இருந்தன.

பல மணிநேரப் பயணத்திற்குப் பின்பு பேருந்து நின்ற இடம் உசிலம்பட்டி தாலுகா அலுவலகம். அங்கு எல்லோருக்கும் சமைத்த உணவு வழங்கப்பட்டது. பின்பு உசிலம்பட்டியில் உள்ள கருக்கட்டான்பட்டி ஆரம்பப் பள்ளியில் தங்க வைத்தார்கள். அங்கு கிட்டத்தட்ட இரண்டு அல்லது மூன்று நாட்கள் இருந்திருப்போம் என்று நினைக்கிறேன். இங்கும் சமைத்த உணவே வழங்கப்பட்டது. அந்த ஆரம்பப்பள்ளியில் முதலில் சென்றவர்கள் பள்ளிக்குள்ளும், பிறகு சென்றவர்கள் பள்ளிக்கூடத்தின் முற்றத்திலும் தங்கவைக்கப்பட்டார்கள். இதில் நாங்கள் பதினோரு நபர்கள் – சில உடைகள் தவிர வேறு எதுவும் எந்தப் பாத்திர பண்டங்களும் எங்களிடம் இல்லை. உணவு வழங்கும் போதெல்லாம் எங்களுக்குப் பெரும் பிரச்சனையாக இருந்தது. பிளாஸ்டிக் பைகளில் நாங்கள் உணவு வாங்கிப் பகிர்ந்துண்டோம். மண் தரையில் படுத்து உறங்கினோம். பின்பு உசிலம்பட்டி டவுனுக்கு அருகில் உள்ள பண்ணைகள்; அவை அப்போது கோழிகள் வளர்க்கப்படாமல் இருந்தது. புல் செடிகள் எல்லாம் வளர்ந்திருந்த அந்தக் கோழிப் பண்ணையைச் சுத்தம் செய்து மாட்டுச் சாணத்தால் மெழுகி அங்கிருந்த முன்னூறு பேரும் தங்க வைக்கப்பட்டோம். ஆனால் அந்த முன்னூறு பேருக்கும் அந்த இரண்டு சிறிய கோழிப் பண்ணைகள் தங்குவதற்குப் போதுமானதாக இல்லை. எங்களுக்கு ஒதுக்கப்பட்ட இடத்தில் நாங்கள் எல்லோரும் ஒருவரை ஒருவர் முட்டிக்கொண்டு தான் படுத்துறங்கினோம். அதுபோலவேதான் மற்றவர்களும். இதில் புதிதாகக் கல்யாணம் கட்டியவர்கள் நிலை அவ்வளவுதான். அவர்களுக்கு அந்தச் சோளக்காடும் கம்பங்காடும் உதவியிருக்கலாம்! அந்தக் கோழிப் பண்ணையின்

ஒரு பக்கம் சோளக்காடு, வயல்கள், பம்பு செட்டுகள் என்று அழகாகப் பச்சைப் பசேல் என்று இருக்கும். மறுபக்கத்தில் வீடுகள், சிறு கடைகள், அப்படியே உசிலம்பட்டி டவுனுக்குச் செல்லும் தெரு. அங்கு பாத்திரம், அரிசி சாமான்கள், உடைகள் போன்றவை வழங்கப்பட்டன. மக்கள் கொஞ்சம் கொஞ்சமாகக் கடைத்தெருவின் பக்கம் போக ஆரம்பித்து, வேலைக்கும் செல்ல ஆரம்பித்தார்கள்.

உசிலம்பட்டியில் நான் இருந்த நாட்கள் மிகவும் சந்தோஷமானவை. நேரத்திற்கு நேரம் சாப்பாடு. அதுவுமில்லாமல் ஹாஸ்டல், பள்ளிப் படிப்பு, காலை சீக்கிரம் எழுந்திருப்பது, உடுப்பு தோய்ப்பதிலெல்லாம் இருந்து விடுதலை. ஒருநாள் சின்னண்ணன் என்னையும் அவர் மனைவியின் தம்பியையும் அருகில் இருந்த பள்ளிக்கூடத்தில் சேர்த்து விட்டார். (நான் படிக்கும் ஆறாவது பள்ளிக்கூடம்.) நானும் அவரும் ஒரே வகுப்பில் அதாவது பத்தாம் வகுப்புதான் படித்துக்கொண்டிருந்தோம். டி.சி. சான்றிதழ்கள் என்று எதுவுமில்லை. நாங்கள் வாய் வழியாகச் சொன்னவை ஏற்றுக்கொள்ளப்பட்டன. பள்ளிக்கூடம் செல்வோம். கடைசி பெஞ்சில் உட்கார்ந்து இருப்போம். ஆரம்பத்தில் தமிழ்நாட்டு மக்கள் பேசும் தமிழ் அவ்வளவாகப் புரியவில்லை. ஆசிரியர் பாடம் நடத்திக்கொண்டிருப்பார். நாங்கள் வேடிக்கை பார்த்துக்கொண்டிருப்போம். அவர் நடத்திய பாடங்களும் புரியவில்லை. இவை எல்லாவற்றிற்கும் மேலாக எங்கள் இருவருக்கும் பள்ளிக்குச் செல்வதிலோ பாடம் படிப்பதிலோ விருப்பம் இல்லை. கட்டாயத்திற்காக வந்து வகுப்பறையில் உட்கார்ந்திருப்போம். இங்கு நான் கற்ற புதுமையான விடயங்கள் இரண்டு. ஒன்று தமிழ்ப் பாட நேரம். தமிழ் வாத்தியார் வகுப்பறைக்குள் நுழைந்தால் அவரிடம் 'வணக்கம்' என்று தமிழில் தெரிவிக்க வேண்டும். இது என்னைக் கவர்ந்த புதுவிடயம். எங்கள் ஊரில் இவ்வாறு நான் பார்த்ததில்லை. மற்ற விடயம் தவறு செய்தவர்களை எப்படி வாத்தியார் தண்டிக்கிறார் என்பது. தவறு செய்பவர்களை வாத்தியார் வகுப்பறையின் ஒரு

42 தொ. பத்திநாதன்

மூலையில் நிற்க வைப்பார். அந்த மூலையில் அவர் நிற்பதற்கு முன்னால் சுத்தி சாக்பீசால் கோடு போட்டு விடுவார். மாட்டை அடிப்பதற்குப் பயன்படுத்தும் மூங்கில் சூடு படுத்தப்பட்டு பதமாக இருக்கும். அந்த மூங்கில் தடியால் அடிக்க ஆரம்பிப்பார். தவறு செய்த மாணவர் வாத்தியார் போட்ட கோட்டைத் தாண்டினால் அடி அதிகமாக விழும். நான் முன்பே மூங்கில் பிரம்பால் அடிவாங்கியிருக்கிறேன். அடித்த மூங்கில் பிரம்புகூட சுக்கு நூறாக உடைந்திருக்கிறது. ஆனால் மூங்கில் தடியால் நான் அடிவாங்கியதில்லை.

கட்டாயத்தின் பேரில் வகுப்பறையில் உட்கார்ந்ததாலும் பேசும் தமிழ் சரியாகப் புரியாததாலும் நடத்தப்படுகிற பாடமும் புரியவில்லை. மறுபடியும் சோதனை? பின்பு நாங்கள் இருவரும் ஒரு முடிவுக்கு வந்தோம். முகாமில் இருந்து பாடசாலைக்குச் செல்வதுபோல் செல்வோம். ஆனால் வகுப்புக்குச் செல்லமாட்டோம். பாடசாலை மைதானத்தில் உட்கார்ந்து இருப்போம். எங்கள் இருவருக்கும் பாடசாலை உடை இல்லை என்பதால் யாரும் கேட்கவும் மாட்டார்கள். அப்போது சில மாணவர்கள் பழக்கமானார்கள். அவர்களுடன் இடைவேளையில் ஹாஸ்டல் செல்வோம். நான் சினிமாவில் சிறைச்சாலை பார்த்திருக்கிறேன். அதனால் ஹாஸ்டலையும் அதன் அமைப்பையும் பார்க்கும்போது உடனே சிறைச்சாலை தான் ஞாபகத்திற்கு வந்தது. இப்படி பள்ளிக்கூடத்திற்குக் 'கட்'டடித்தது அதிக நாட்கள் நீடிக்கவில்லை. காரணம் கிட்டத் தட்ட மூன்று மாதங்களுக்குப் பின்பு எங்கள் எல்லோரையும் மதுரை மாவட்டம் திருமங்கலம் தாலுகாவில் உள்ள உச்சப்பட்டி என்ற இடத்தில் ஓலைக் குடிசைகளில் குடியமர்த்தினார்கள். இங்கு ஒவ்வொருவருக்கும் தனித்தனி வீடு, ஆனால் நெருக்கமாக ஒன்றை ஒட்டி ஒன்று என்றளவில் வீடுகள் அமைந்திருந்தன. அங்கு பல முக்கியமான திருப்பங்கள் எனக்கு ஏற்பட்டன.

நான்காவது அண்ணன் சுவிஸ்சர்லாந்தில் இருந்தார். அவருடைய நண்பர்கள் சென்னையில் இருந்தார்கள். எங்களுடன் இந்தியா வந்த ஒரு அண்ணன் சென்னை சென்று வெளிநாடு செல்வதற்கு முயற்சித்துக்கொண்டிருந்தார். சுவிஸில் இருக்கும் அண்ணா காசு அனுப்புவார். நான் சினிமாவுக்குப் போகக் காசு கேட்டால் அக்கா காசு தருவார். மிகவும் சந்தோஷமாகச் சுதந்திரமாகச் சுற்றித் திரிந்தேன். ஒரு அண்ணன் வெளிநாட்டில்; ஒரு அண்ணன் வெளிநாடு போகப்போகிறார். நான் கடைசிப் பிள்ளை. எனக்கு என்ன கவலை இருக்க முடியும்? அத்தனை அண்ணன்கள் இருக்கிறார்கள், அதிலொருவர் வெளிநாட்டிலும்

இருக்கிறார். எனக்கு என்ன பொறுப்பு இருக்க முடியும்? அப்போது வெளிநாட்டில் இருந்த அண்ணன் என்னையும் எனக்கு மேல் உள்ள அக்காவையும் சென்னைக்கு அனுப்பிப் படிக்க வைக்கப் போவதாகக் கடிதம் எழுதியிருந்தார். எனக்கு சென்னைக்குச் செல்வது சந்தோஷமாக இருந்தது. ஆனால் படிக்க வேண்டும் என்று நினைக்கும்போது சிறிது கசப்பாகவே இருந்தது. ஆனால் அண்ணன் கடிதம் எழுதியதோடு மட்டும் நிறுத்திக்கொண்டார்.

எங்கள் முகாமில் முரளி மாஸ்டர் என்று ஒருவர் இருந்தார். அவர் சிறிய அளவில் டியூசன் சென்ரர் வைத்து நடத்திக் கொண்டிருந்தார். நல்ல மனிதர். அன்பானவர். ஆரம்பத்தில் சிறு பணம் வாங்கிக்கொண்டு பாடம் சொல்லிக் கொடுத்தவர் போகப் போக எல்லோருக்கும் இலவசமாகவே சொல்லிக் கொடுப்பதுடன் கொஞ்சம் படித்தவர்களையும் சிறுவர்களுக்கு அவருடைய டியூசன் சென்ரரிலேயே வைத்துப் பாடம் சொல்லிக் கொடுக்க ஏற்பாடுகள் செய்தார். அத்தனையையும் சேவை மனப்பான்மையிலேயே அவர் செயல்படுத்தினார். அவருடைய டியூசன் சென்டரில் நானும் தவமண்ணன் மனைவியின் தம்பியும் சில காலங்கள் டியூசன் சென்றோம். ஆனால் எந்தப் பள்ளிக்கூடத்திலும் சேரவில்லை. ஆரம்ப காலம் இப்படியே வீணாகப் போய்க்கொண்டிருந்தது. வெளிநாடு செல்ல முயற்சித்த அண்ணன் வெளிநாடு செல்ல முடியாமல் ஊருக்கு (இலங்கை) சென்றுவிட்டார். தவமண்ணன் முயற்சியால் எங்களுடன் வந்த அக்கா ஒருவருக்குத் திருமணம் நடைபெற்றது. திருமணம் முடிந்து சில காலங்களில் அவரும் ஊருக்குச் சென்றுவிட்டார். பின்பு தவமண்ணனுக்கு இரண்டு குழந்தைகள் பிறந்து அவரும் தனிக்குடித்தனமாகி விட்டார். நானும் ஒரு அக்காவும் மூத்த அக்காவின் மகளும் சித்தப்பாவின் மகனும் தனிக்குடித்தனம். சித்தப்பாவின் மகள் சிறு கடை வைத்திருந்தார். அவருக்குச் சில சமயங்களில் உதவுவேன். மற்றபடி சும்மாவே சுற்றிச்சுற்றிப் பல வருடங்களைத் தொலைத்தேன்.

பாதர் விடுதியில் கிட்டத்தட்ட மூன்று ஆண்டுகள் இருந்து படித்தபடியால் கிறிஸ்தவ மதத்தின்மீது எனக்கு மிகுந்த பக்தியிருந்தது. ஞாயிற்றுக்கிழமையானால் தவறாது கோவிலுக்குச் செல்வேன். முகாமில் கோவில் என்பது நாங்கள் பந்து விளையாடும் சிறு இடம். அந்த வெட்டவெளியில்தான் பாதர் பூசை வைப்பார். கோவிலுக்குத் தொடர்ந்து செல்வதாலும் அதன்மேல் உள்ள ஈடுபாட்டினாலும் அந்த முகாமில் உள்ள கிறிஸ்தவர்கள் சபைக்கு என்னைப் பொருளாளர் ஆக்கினார்கள்.

கோவில் திருவிழாவின்போது யேசுநாதர் வரலாறு நாடகமாக ஆக்கப்பட்டு, அந்த யேசுநாதர் பாத்திரத்தில் இரண்டாவது பகுதியில் நடித்திருக்கிறேன். அது ஓர் அளவுக்கு எனக்குப் புகழை ஏற்படுத்தியது. நாட்கள் செல்லச் செல்ல முகாமிற்கு வரும் பாதர்மார்கள் மேல் உள்ள நல்ல அபிப்பிராயம் குறைந்தது. அவர்கள் குழம்பிய குட்டையில் மீன் பிடிக்க முயற்சிக்கிறார்கள் என்று தோன்றியது.

கோவில் கட்ட வேண்டும். எந்த இடத்தில் கட்டுவது என்பதில் ஆரம்பித்து, இரு பிரிவாகப் பிரிந்து உட்பூசல்கள் பல நிகழ்ந்தன. இவை எனக்கு மன உளைச்சலை ஏற்படுத்தின. அத்துடன் சில பாதர்மாருடைய அநாகரிகமான செயல்கள், தீய எண்ணங்கள் எனக்கு எரிச்சலை ஏற்படுத்தியதுடன் இனிமேல் அங்கு கோவில் சம்பந்தமாக எந்த நிகழ்ச்சிகளிலும் கலந்துகொள்வதில்லை; கோவிலுக்கும் போவதில்லை என்ற முடிவுக்கு வந்ததுடன் என்னிடம் இருந்த பொருட்கள், பணம் முதலியவை அனைத்தையும் ஒப்படைத்துவிட்டேன். ஆரம்பம் முதல் மதத்தின்மேல் பற்றுள்ள எனக்குச் சில பாதிரிமார்களின் செயலினால் மதத்தின் மேல் இருந்த நல்ல அபிப்பிராயம் குறைந்தது. அன்றே மதம் கடவுள் என்ற எண்ணங்களில் இருந்து விடுபட்டேன்.

1994 ஆம் ஆண்டு வெளிநாட்டில் இருக்கும் அண்ணனிடம் பணம் பெற்று ஏதாவது தொழில் செய்யலாம் என்று தவமண்ணன் மனைவியிடம் கேட்டேன். அவரும் கிட்டத்தட்ட ஒரு லட்சம் ரூபாய் கொடுத்தார். என்ன தொழில் செய்யலாம் என்பதில் சற்றுக் குழப்பம் இருந்தது. என்ன தொழில் தெரியும்? என்ன அனுபவம் இருந்தது? எதுவுமில்லாமல் முகாமில் சித்தப்பா மகன் கடை வைத்திருந்தபடியால் சில சமயங்களில் அவருக்கு உதவியிருக்கிறேன். அந்த அனுபவத்தை வைத்துப் பலசரக்குக் கடை வைக்கலாம் என்று முடிவு செய்தேன். அதுவும் முகாமிற்கு வெளியில் கடை வைப்பது என்று முடிவு செய்து, முகாமிலிருந்து ஐந்து கிலோ மீட்டர் பக்கத்தில் உள்ள திருநகர் 8ஆவது பஸ் நிறுத்தத்தில் கடை பார்த்து வாடகை எல்லாம் பேசி முடிவானபோது தவமண்ணன் நீ கடை வைக்க வேண்டாம் என்று கூறிவிட்டார். நான் அவர் கூறியதைச் செவிசாய்க்கவில்லை. அவரைச் சமாதானப்படுத்திக் கடையை ஆரம்பித்தேன். கிட்டத்தட்ட பத்து மாதங்கள், காலை 7 மணிக்குக் கடை திறப்பேன். இரவு 9 மணிக்குக் கடையை மூடிவிட்டு பஜார் சென்று சரக்குகள் வாங்குவேன். பின்பு வீட்டுக்கு வந்து தூங்குவேன். பத்து மாதங்களுக்கு மேல் கடையை நடத்த முடியவில்லை. பாதி நஷ்டமடைந்தேன். காரணம் போதிய அனுபவமின்மை. என் குணம் எனக்குக் கடை நடத்துவதற்குச் சாதகமாக அமையவில்லை. பின்பு கடையை விற்பது என்று முடிவு செய்தேன். ஆனால் கடை போடுவதற்கு உதவிய அண்ணனிடம் தெரிவிக்காமல் கடையை விற்றுவிட்டேன். விற்றதில் பாதி காசு இன்னும் கிடைக்கவில்லை. இக்காலகட்டத்தில் எனக்கு மேல்

இருந்த அக்காவுக்குத் திருமணம் முடிவாகியிருந்தது. அதற்குச் சொற்பக் காசு செலவு செய்தேன். அக்காவும் கல்யாணம் முடிந்து ஊருக்குச் சென்றுவிட்டாள்.

திருநகரில் நான் கடை வைத்திருந்தபோது நண்பர் சண்முகநேசன் அறிமுகமானார். அவர் எனக்கு அறிமுகப் படுத்திய எல்லோருமே நல்ல நண்பர்கள். சண்முகநேசனுடன் எனக்கு நெருங்கிய நட்பு ஏற்பட்டது. அதில் சண்முகநேசன், பாபு இருவரும் மன்னர் திருமலை நாயக்கர் கல்லூரியில் படித்துக்கொண்டிருந்தார்கள். இந்த நண்பர்கள் குழுவில் சில இந்திய நண்பர்கள், மற்றவர்கள் இலங்கையைச் சேர்ந்தவர்கள். கடையில்லை; வேலையுமில்லை. அந்நேரத்தில் அண்ணன் நண்பர்களுடன் சென்னை செல்வேன் அல்லது மதுரையில் இருந்த நண்பர்களுடன் சுற்றிக்கொண்டிருப்பேன். இதுதான் என் வேலை.

மாலை ஆறு மணியென்றால் நண்பர்கள் ஆறுபேரும் திருநகர் பூங்காவில் உள்ள வேப்ப மரத்தடிக் கல்லில் உட்கார்ந்திருப்போம். அந்த வயசுக்கு ஏற்ற சேட்டைகள் அனைத்தும் அங்கு நடந்தது. ஒன்பது மணிக்கு மேல் பிரிந்து செல்வோம். பகல் முழுவதும் முகாமில் தூங்குவேன். மாலை ஐந்து மணிக்கு மேல் திருநகர் புறப்படுவேன். மூத்த அக்காளின் மகள் (எங்கள் ஊரில் அக்கா மகளை சகோதரியாகவே நினைப்பதுண்டு) என் உடைகள் எல்லாம் தோய்த்து அயர்ன் பண்ணி வைத்திருப்பாள். நேரத்திற்கு நேரம் சாப்பாடு கிடைக்கும். அவள் சமையலுக்குத் தேவையான பொருட்களை சித்தப்பா மகன் கடையில் வாங்கிக்கொள்வாள். நான் மடிப்புக் கலையாத சட்டையுடன் ஊர் சுற்றுவேன். சந்தோஷமான, கஷ்டம் அறியாத நாட்கள் அவை. நண்பர் பாபுவுடன் அவர் படிக்கும் கல்லூரி செல்வேன். அங்குள்ள கேன்டீனில் உட்கார்ந்திருப்பேன். அவரையும் படிக்கவிடாமல் கேலி கிண்டல் எனப் பொழுதைக் கழித்துவிட்டு வீடு வருவேன். இத்துடன் நிற்கவில்லை. பாபு, “எங்களுக்குக் காமன் கிளாஸ் அதனால் நீயும் வா வகுப்பறைக்குச் செல்லலாம்” என்று அழைப்பார். எனக்குக் கொஞ்சம் பயம்தான். இருந்தாலும் பாபு இருக்கும் தைரியத்தில் வகுப்பறைக்குச் சென்று அந்தப் பாடம் முடியும் மட்டும் வகுப்பறையின் கடைசி பெஞ்சுக்கு முதல் பெஞ் சில் உட்கார்ந்து இருப்பேன். காமன் கிளாஸ் இரண்டு அல்லது மூன்று வகுப்புகள் சேர்ந்து ஒரே பாடம் கற்றுத்தரப்படும். அங்கு வரும் வாத்தியாருக்கு யார் எந்த வகுப்பைச் சேர்ந்தவர்கள் என்று தெரியாது. அதைப் பயன்படுத்தி என் வாழ்க்கையில் முதல் முதலாகக் கல்லூரி வகுப்பறையில் அமர்ந்தேன்.

ஒருதடவை பூங்காவில் வழமையாக எங்கள் இடத்தில் உட்கார்ந்து இருந்தோம். நண்பர் மதன் அங்கு சைக்கிளில் வந்து ஓரமாக நிறுத்திவிட்டுக் கடைக்குச் சென்றார். அவர் கடைக்குச் சென்று திரும்பியபோது அவருடைய சைக்கிளைக் காணவில்லை. எங்களிடம் கேட்டார். நாங்கள் தெரியாது என்று கூறிவிட்டோம். அவரும் தேடிப்பார்த்தார். எங்கும் இல்லை. மதன் எங்கள் எல்லோரையும் திட்டிப் பார்த்தார். பலனில்லை. வெறுப்பின் உச்சத்திற்குச் சென்றுவிட்டார். கடைசியில் வேப்ப மரத்தில் தொங்கிக்கொண்டிருந்த சைக்கிளை இறக்கிக் கொடுத்தோம். இப்படியாக எங்கள் குறும்புகள் தொடர்ந்துகொண்டிருந்தன. கொஞ்சம் கொஞ்சமாக எங்கள் தேன்கூடு கலைய ஆரம்பித்தது. அதில் மீதம் இருந்தது நான், பாபு, சண்முகநேசன் மூவருமே. நாங்கள் எப்போதாவது சந்தித்துக்கொள்வோம். எப்போதாவது சண்முகநேசன் வீட்டுக்குச் செல்வேன். அவருடைய அம்மா எனக்குச் சாப்பாடு கொடுக்காமல் அனுப்ப மாட்டார்.

நண்பர்கள் கூட்டம் கலைந்த பின்பு முகாமில் கணேசன் வந்து சேர்ந்தார். அவர் வேறு முகாமில் இருந்து எங்கள் முகாமுக்கு மாற்றலாகி வந்திருந்தார். இலங்கையில் எங்கள் பாசிபோட்டை வீட்டிற்கு அருகில் அவர் வீடு. அவர் எனக்கு ஒரு வகுப்பு மேல் படித்தாலும் நானும் அவரும் ஒன்றாகவே வட்டக்கண்டல் பள்ளிக்கூடத்திற்குச் செல்வோம். நண்பர் கணேசனை சண்முகநேசனுக்கு அறிமுகப்படுத்தினேன். சண்முக நேசன் ஞாயிற்றுக் கிழமைகளில் முகாமிற்கு வருவார். நாங்கள் கணேசன் வீட்டில் சந்தித்துக்கொள்வோம். கணேசனின் குடும்பத்தினர் இலங்கையில் இருந்தனர். அவருக்குத் தனியாக முகாமில் வீடு இருந்தது எங்களுக்கு வசதியாகவே இருந்தது.

எங்கள் நண்பர்கள் குழு பிரிவதற்கு முன்பு, முகாமில் நானும் அக்கா மகளும் சித்தப்பாவின் மகனும் ஒன்றாக சமைத்துச் சாப்பிட்டுக்கொண்டிருந்தோம். அக்கா மகள் நேரா நேரத்திற்குச் சமைத்து வைப்பார். இந்த நேரத்தில் அக்கா மகளுக்கு தவமண்ணன் முயற்சியில் கல்யாணம் ஏற்பாடாகி அவளும் கல்யாணம் செய்துகொண்டு அவள் கணவர் முகாமுக்குச் சென்றுவிட்டாள். எனக்கும் சித்தப்பா மகனுக்கும் தவமண்ணர் வீட்டில் சாப்பாடு வழங்கப்பட்டது. என்னிடம் அப்போதைய காலகட்டத்தில் கொஞ்சமும் பணமில்லை. கடையை விற்ற காசையெல்லாம் எப்படியோ செலவு செய்திருந்தேன். வெளிநாட்டில் இருக்கும் அண்ணனுக்குக் கடிதம் எழுதிப் போட்டதுடன் கடை விற்ற காசுக்கும் குத்துமதிப்பாகக் கணக்கும் எழுதி அனுப்பினேன். அந்தக் கடிதத்தில் மன்னிப்புக் கேட்டும் எழுதியிருந்தேன். அக்

காலகட்டத்தில் எனக்கு அவரை விட்டால் வேறு வழியில்லை. ஊர் சுற்றுவதற்கும் அல்லது எனது எதிர்காலத்திற்காகவும் மறுபடியும் அவர் உதவுவார் என்று நம்பியிருந்தேன். ஆனால் அவர் தெளிவாகப் பதில் கூறிவிட்டார்: "நான் உனக்குச் செய்ய வேண்டியதைச் செய்துவிட்டேன். எனக்கும் இரண்டு குழந்தைகள், குடும்பம் இருக்கிறது. என்னால் உழைத்து உழைத்து உங்களுக்குத் தர முடியாது. அதனால் இனிமேல் என்னைத் தொந்தரவு செய்ய வேண்டாம். நான் எந்த உதவியும் இனிமேல் செய்ய மாட்டேன்."

நான் கடைசிப் பிள்ளை. அண்ணன் எனக்கு அனுப்பிய காசு ஒன்றும் பெரிய விடயமில்லை. ஆனால் அவர் மறுபடியும் எனக்கு உதவுவார் என்று நான் நினைத்தது தவறாகப் போய் விட்டது. எனக்கிருந்த ஒரே வழியும் அடைபட்டுவிட்டது. அண்ணன் எங்கள் குடும்பத்திற்கு நிறைய உதவியிருக்கிறார். ஆனால் அவர் குடும்பத்தில் ஒருவரையாவது வெளிநாட்டிற்கு எடுத்திருக்கலாம். அப்படி அனுப்பியிருந்தால் அவரை யாரும் தொந்தரவு செய்திருக்க மாட்டார்கள். அதில்லாமல் அவர் ஒருவர் உழைத்து எத்தனை பேருக்கு உதவுவது? ஒரு ஊரே எங்களின் குடும்பமாக இருக்கும்போது அவர் ஒருவர் உழைத்து ஊருக்கு உதவ முடியுமா? அவரும் கொடுத்துக் கொடுத்து ஓய்ந்து போய்விட்டார். முகாமில் இருந்த தவமண்ணன் நிலையும் பொருளாதார ரீதியாகச் சரியில்லாமல் இருந்தது. மற்றவர்கள் எல்லாம் இலங்கையில் இருந்தார்கள். அவர்கள் யாரும் என்னைக் கண்டுகொள்ளவில்லை. நான் என்ன செய்யப் போகிறேன்? என்னுடைய எதிர்காலம் என்ன ஆகப் போகிறது? என்று யாரும் கவலைப்படவில்லை. தவமண்ணன் கவலைப்பட்டிருப்பார். ஆனால் அவரால் எதுவும் செய்ய முடியாத சூழ்நிலை. அதில்லாமல் அவர் சொல்லை நான் கேட்பதில்லை. அவருடைய பொருளாதாரச் சூழ்நிலை சரியில்லாத நிலையிலும் எங்கள் குடும்பத்தின் பரம்பரைப் பழக்கமான மது அருந்தும் பழக்கம் அவரிடம் அதிகமாகவேயிருந்தது. அவருடைய குடும்ப வாழ்க்கையும் அந்த நாட்களில் சிறப்பாக இல்லை.

இந்நிலையில் தண்டச்சோறு சாப்பிட்டுக்கொண்டு நானும் அவருடன் இருக்கிறேன். அவர் குடும்பத்திற்குள் சிறுசிறு சச்சரவுகள் நடந்துகொண்டு இருந்தன. சில சமயம் என்ன, பல சமயம் அந்தச் சச்சரவுகளில் என்னையும் இணைத்துக்கொண்டார்கள். இது என்னை மிகவும் வேதனையடைய வைத்தது. தமிழ்நாட்டுக்கு வந்து கிட்டத்தட்ட ஒரு வருடத்தின் பின்பிலிருந்து நான் தவமண்ணன் மனைவியுடன் பேசுவதை நிறுத்திக்கொண்டேன்.

போரின் மறுபக்கம்

அதில்லாமல், அண்ணன் மனைவியை நான் எவ்வாறு அழைக்க வேண்டும். அந்த வார்த்தை என்னை மிகவும் பாதித்தது. அதனால் அந்த உறவு முறையைக் குறிக்கும் வார்த்தையை நான் எழுதுவதற்குக்கூட விரும்பவில்லை என்றால் அந்த உறவு முறையால் நான் எந்தளவு பாதிக்கப்பட்டிருப்பேன்? இதன் காரணமாக இன்றும் எந்த அண்ணன் மனைவியையும் நான் அந்த வார்த்தை கொண்டு அழைப்பது கிடையாது. எனக்குச் சாப்பாடு கொடுப்பது அண்ணன் மனைவிக்குக் கஷ்டமாக இருந்தது. அதனாலும் அடிக்கடி அவர்கள் இருவருக்குள்ளும் பிரச்சினையாகிக் கொண்டிருந்ததால், நண்பர் கணேசன் வீட்டிலேயே அதிகமாக இருந்தேன். இரவானாலும் மதியமானாலும் அவர்கள் எல்லாம் சாப்பிட்டு முடித்த பின்பு தாமதமாக வந்து நானே போட்டுச் சாப்பிடுவேன். சாப்பிடும் நேரம் தவிர மற்ற நேரங்களில் நான் கணேசனுடனேயிருப்பேன். இப்படியாகச் சில மாதங்கள் சென்றன. நானும் என் எதிர்காலம் குறித்து யோசித்தேன். என்ன செய்வது என்று தெரியவில்லை. யாருடைய வழிகாட்டுதலும் இல்லை. ஒரே குழப்பமான சூழ்நிலையில் இருந்தேன். அப்பொழுது கணேசன் கார் பழுது பார்க்கும் தொழில் பழகுவதற்காகச் சேர்த்துவிட்டார். ஆனால் அண்ணன் மனைவி எனக்கு மதியம் சாப்பாடு கட்டித்தர மறுத்துவிட்டார். ஒரு வாரம் டீயும் பன்னும் மட்டும் மதியம் சாப்பிட்டு கார் பழுது பார்க்கும் தொழில் பழகினேன். அதற்கு மேல் என்னால் தாக்குப்பிடிக்க முடியவில்லை. நிறுத்திக்கொண்டேன். ஆனால் வீட்டில் தண்டச்சோறாக இருக்கவும் முடியவில்லை. வீட்டில் யாரிடமும் பேசுவதும் இல்லை. ஜடமாக திரிந்தேன்.

இந்த காலகட்டத்தில் மதுரை மாவட்டத்தில் உள்ள, வன்முறைகள் அதிகமாய் நிகழும் பகுதியிலுள்ள ஒயின் ஷாப் ஒன்றில் வேலைக்குச் சேர்ந்தேன். தினம் இருபத்தைந்து ரூபாய் சம்பளம். ஐந்து ரூபாய் பேட்டா. அந்தச் சம்பளத்தை வாங்கி மதியம் கடையில் சாப்பிடுவேன். அதில்லாமல் ஒருநாள் முழுவதும் வேலை செய்தால் 50 பைசா ஒரு ரூபாய் என்று டிப்ஸ் வாங்கிய காசு பத்து, பதினைந்து ரூபாய் கிடைக்கும். காலை முதல் இரவு பதினொரு மணி வரை வேலையிருக்கும். என் படிப்புக்கும் தகுதிக்கும் வேறு எந்த வேலை கிடைக்கும்? கிடைத்தாலும் மதிய உணவுக்கு என்ன செய்வேன்? அந்த ஒயின் ஷாப் வேலை சரி என்றே பட்டது. இங்கு நான் சில கெட்ட பழக்கங்களை பழகும் சூழ்நிலையிருந்தது. வேலை முடிந்து இரவு வீடு வரும்போது அண்ணன் குழந்தைகளுக்கு ஏதாவது தின்பண்டங்கள் வாங்கி வருவேன். வேலை முடிந்து இரவு

தாமதமாக வீட்டுக்கு வந்தால் குழந்தைகள் முற்றத்துப் பனியில் படுத்துத் தூங்கிக்கொண்டிருப்பார்கள். அவர்களுக்கருகில் தவமண்ணன் மண் தரையில் முழுப் போதையில் படுத்திருப்பார். அவர் மனைவி பக்கத்து வீட்டில் தொலைக்காட்சி பார்த்துக் கொண்டிருப்பார். என் மனசு புழுவாய்த் துடிக்கும். அண்ணன் மேல் உள்ள பாசம் என்னை அப்போது பாடாய்ப் படுத்தியது. இந்தச் சூழ்நிலையை எப்படி வார்த்தைகளால் விளக்குவது என்று எனக்குப் புரியவில்லை. சாப்பிட மாட்டேன். அப்படியே கணேசன் வீட்டுக்குச் சென்றுவிடுவேன். எனக்காக வைத்திருந்த சாப்பாடு காலையில் கெட்டுப்போயிருக்கும். இப்படிப் பல நாட்கள் வேதனையை அனுபவித்திருக்கிறேன்.

எனக்கு அண்ணன் மேல் உள்ள பாசத்தில் அவர் மனைவி மீது அளவு கடந்த கோபம், வெறுப்பு. அவர்களைப் பார்க்கவே பிடிக்கவில்லை. அண்ணன் மனைவிக்கு எனக்குச் சாப்பாடு தருவதற்கு விருப்பமிருக்கவில்லை. என்னைத் திட்டுகிறார் என்பதைப் பக்கத்தில் இருந்த சில உறவினர்கள் அறிவார்கள். அதனால் அவர்கள் என்னைக் கூப்பிட்டார்கள். குறிப்பாக சீமான் அண்ணன் வயதில் மூத்தவராக இருந்தாலும் எனது நல்ல நண்பர். அவர் மனைவி பாசமானவர். அடுத்து செபஸ்தியன். இவரும் என் பழைய நண்பர். இவருடன் சில காலங்கள் நெருக்கமான பழக்கமுண்டு. இவர்கள் எல்லோரும் என்னைக் கூப்பிட்டார்கள். எதற்குத் திட்டு வாங்கிக்கொண்டு அங்கு சாப்பிடுகிறாய், எங்கள் வீட்டிற்கு வா, நாங்கள் உனக்குச் சாப்பாடு தருகிறோம் என்றார்கள். அண்ணன் குடும்பம் இருக்கும்போது நான் உங்கள் வீட்டில் சாப்பிடுவது நன்றாக இருக்காது, அண்ணனைத் தவறாக நினைப்பார்கள், என்று கூறினேன். அதேவேளை அண்ணனுக்குக் கெட்ட பெயர் வந்துவிடும் என்று முகாமில் உள்ள கடைகளில் கூட சாப்பிடுவதைத் தவிர்த்தேன்.

ஒருநாள் காலை ஒன்பது மணியிருக்கும். வீட்டுத் திண்ணையில் உட்கார்ந்திருந்தேன். அண்ணன் மனைவி சமையலறையில் உட்கார்ந்து பள்ளிக்கூடம் செல்லும் பிள்ளைக் காகச் சமைத்துக்கொண்டிருந்தார். காலையில் பெரும்பாலும் பழைய சோறு இருக்கும். பள்ளிக்கூடத்திற்குச் செல்லும் மூத்த பெண்ணுக்கு மட்டும் காலையில் ஏதாவது செய்து கொடுப்பார்கள். அன்று காலையில் அண்ணன் வீட்டில் இல்லை. அண்ணன் மகனிடம் சமையலறையில் இருக்கும் அண்ணன் மனைவிக்குக் கேட்கும்படியாகக் கூறினேன், அம்மாவிடம் போய் எனக்குச் சாப்பாடு வாங்கிக்கொண்டு வா என்று. பெரும்பாலும் இப்படித்தான் நடக்கும். அன்றும் அப்படியே. ஆனால்

சமையலறைக்குச் சென்ற அண்ணன் மகனிடம் அண்ணன் மனைவி எனக்குக் கேட்கும்படியாக உங்க சித்தப்பாவுக்குச் சாப்பாடு இல்லை என்று போய்ச் சொல்லு என்றாள். இது நான் எதிர்பார்த்ததுதான். ஆனாலும் என்னுடைய அண்ணனின் வீட்டிலிருந்து முழுமையாக நான் விலகிச் செல்ல விரும்பவில்லை. எப்படியான சோதனையானாலும் தாங்கிக்கொள்ளத் தயாராகவே இருந்தேன். ஆனால் அண்ணன் மனைவி என்னை வீட்டை விட்டு விரட்டுவதில் குறியாக இருந்தார். ஆனால் நானாக என் அண்ணன் வீட்டை விட்டுச் செல்வதில்லை என்று உறுதியாக இருந்தேன்.

இந்தச் சூழ்நிலையில் ஒரு சிறு முயற்சியாக அண்ணன் மனைவி வீட்டிற்குக் கடும் வார்த்தைகளைப் பயன்படுத்தி ஒரு கடிதம் எழுதி அனுப்பினேன். அந்தக் கடிதம் எழுதுவதற்கு இரண்டு காரணங்கள். ஒன்று அண்ணன் மனைவியின் பெற்றோர்கள், சகோதரிகளால் அண்ணன் மனைவிக்குப் புத்திமதிகூறி அவர் மனநிலையில் மாற்றத்தை ஏற்படுத்துவது. முதல் காரணம் நிறைவேறவில்லை என்றால் அதாவது நான், அண்ணன், அவர் மனைவி மூன்று பேருக்குள்ளும் உள்ள இந்தப் பிரச்சினையில் முழுக் கெட்டபெயரும் எல்லோருடைய கோபமும் என்மேல் திரும்புமானால், மற்ற இருவரும் நல்லவர்கள் ஆகிவிடுவார்கள் என்பது என் இரண்டாவது திட்டம். அதனால் அவ்வாறு கடும் வார்த்தைகளில் கடிதம் எழுதினேன். எனக்கு பழிச் சொல் வந்தாலும் பரவாயில்லை. அண்ணன் குடும்பம் சந்தோஷமாக இருக்கட்டும் என்று கருதியதால் அவ்வாறு எழுதினேன். நான் நினைத்ததுபோல் அவர்களுக்கு என்மேல் வெறுப்பு ஏற்பட்டது. ஆனால் அண்ணன் மனைவியிடத்தில் மாற்றம் ஏற்படவில்லை. மாறாகப் பிரச்சினை உச்சகட்டத்தை அடைந்தது. கடைசியில் அண்ணன் மனைவியே வெற்றி பெற்றார். உனக்கு என் கை வேண்டுமா சொல் வெட்டித் தருகிறேன். என் தலை வேண்டுமா சொல் வெட்டித் தருகிறேன் என்று கூறி என்மேல் அளவு கடந்த பாசம் வைத்திருந்த தவமண்ணன், என்னை இனிமேல் வீட்டிற்கு வரவேண்டாம் என்று நண்பர் கணேசன் மூலம் என்னிடம் கூறும்படி சொல்லிவிட்டார். அன்று இரவு நான் பட்ட துன்பத்திற்கு அளவில்லை.

வீடுமில்லை குடும்பமும் இல்லை என்று தெருவில் நிற்கிறேன். இனி என்ன செய்யப் போகிறேன்? எங்கு செல்லப் போகிறேன்? எங்கு பாதுகாப்பாக இருக்கப் போகிறேன்?

தொ. பத்தினாதன்

இக்காலத்தில் நண்பர் கணேசனின் உதவிகள் சாதாரணமானவையில்லை! அவரை நன்றியுடன் நினைத்துப் பார்க்கிறேன். பல நாட்கள் அவர் சாப்பாட்டில் பாதியை எனக்குக் கொடுத்திருக்கிறார். அனாதையாகத் தெருவில் நின்ற எனக்கு ஒரே ஆறுதல் கணேசன்தான். அவருடைய வீட்டில் எனக்கு அடைக்கலம் கொடுத்தார். அவருடைய பெற்றோர்கள் எல்லாம் இலங்கையில் இருந்ததால்– இவர் ஜீவா என்ற பக்கத்து வீட்டு அக்காவிடம் சாப்பிட்டுக்கொண்டிருந்தார். கணேசன் மூலமாக ஜீவாக்காவும் எனக்குப் பழக்கமானார். அவரும் என்னுடைய அன்றைய நிலையை நன்றாக அறிந்திருந்தார்கள். அதனால் கணேசனுடன் சேர்த்து எனக்கும் பல நாட்கள் சாப்பாடு கொடுத்திருக்கிறார்.

இதுபோன்று சீமான் அண்ணன் மனைவி சுசீலாக்காவும் எப்போதும் அமைதியாகவே பேசுவார். இவர்கள் வீட்டிற்குச் சென்றால் கறுப்புத் தேநீர் தராமல் அனுப்ப மாட்டார். இவர்கள் அளித்த சாப்பாடு, தேநீர் எல்லாம் என் ஆயுள் உள்ளவரை நீடித்திருக்கட்டும்

தவமண்ணன் என்னை வீட்டிற்கு வர வேண்டாம் என்று கூறியும் எனக்கு அவர்மேல் கோபம் வரவில்லை. மாறாக அவரை அந்த நிலைக்கு ஆளாக்கிய அவர் மனைவிமேல்தான் எனக்கு அளவுகடந்த கோபம் ஏற்பட்டது. அண்ணன் நிம்மதி யுடன் என் நிம்மதியையும் கெடுத்த அவர்மேல் என் கோபம் தீயாக எரிந்துகொண்டிருந்தது. அவர் இருக்கும்வரை அண்ணனுக்கு நிம்மதி வரப்போவதில்லை என்ற முடிவுக்கு நான் வந்துவிட்டேன். அண்ணனுக்கு நிம்மதி கிடைப்பதற்காக யோசித்து ஒரு முடிவுக்கு வந்தேன். என் வாழ்க்கை தொலைந்தாலும் பரவாயில்லை. அண்ணன், அவர் குழந்தைகள் சந்தோஷமாக

இருக்க வேண்டும். அது அண்ணன் மனைவி இருக்கும்வரை நடக்காது. ஆகவே அவரைக் கொலை செய்துவிட்டுச் சில வருடங்கள் சென்ற பின்பு அண்ணனுக்கு வேறு கல்யாணம் செய்துவிடலாம் என்று முடிவு செய்தேன். கொலை செய்வதற்குத் தயாராகிக்கொண்டிருந்தேன். என் கையில் அப்போது சுத்தமாக ஒரு பைசாகூட இல்லாததால் என்னுடைய சைக்கிளை விற்று ரூ. 500 தயாராக வைத்திருந்தேன். கொலை செய்வதற்காக நாளும் குறித்தாகிவிட்டது.

விடுமுறையில் ஒருநாள் நண்பர் கணேசன் வீட்டில் இருந்தேன். என்னைப் பற்றி ஒரு நபர் ஏதோ தவறாகச் சொல்லி விட்டார் என்று இன்னொரு நபர் என்னிடம் கூறினார். தவறாகப் பேசிய அந்த நபரைத் தேடிச் சென்று கேட்டேன். அவருடன் பேசும்போது வார்த்தைகள் தடித்து கைகள் பேச ஆரம்பித்தன. நண்பர் கணேசனும் கலந்துகொண்டார். பின்பு அங்கிருந்த அக்கம் பக்கத்தில் உள்ளவர்கள் விலக்கிவிட நானும் கணேசனும், கணேசன் வீட்டில் இருந்தோம். சிறிது நேரத்தில் அந்த அடிவாங்கிய நபர் சில நண்பர்களுடன் கம்பு தடிகளுடன் கணேசனின் வீடு நோக்கி வந்தார். ஏற்கனவே தயாராக வைத்திருந்த அரிவாளை நான் எடுத்தேன். கணேசன் தடி எடுத்தார். எங்கள் இரண்டு பேரால் அவர்களைச் சமாளிக்க முடியவில்லை. பெரிதாக யாருக்கும் ஆபத்து ஏற்படவில்லை. ஆனாலும் காவல் நிலையம், வக்கீல், நீதிமன்றம். கடைசியாக மதுரை மத்திய சிறைச்சாலையில் நானும் கணேசனும் மூன்று நாட்கள் விசாரணைக் கைதியாக அடைக்கப்பட்டிருந்தோம். நாங்கள் இருவரும் ஜாமீனில் வெளியே வருவதற்கு ஜீவாக்கா காவல் நிலையம், வக்கீல் என்று அலைந்து, மூன்றுநாட்களில் ஜாமீனில் வெளியே கொண்டுவந்தாலும்கூட, நண்பர் கணேசனுக்கும் எனக்கும் இது முதல் அனுபவம். அதுவுமில்லாமல் பிரச்சினைக்குக் காரணமானவன் நான். இதில் கொஞ்சமும் சம்பந்தமில்லாத கணேசன் எனக்காகச் சிறைச்சாலை வரை வந்தது எனக்கு மிகுந்த வருத்தத்தை ஏற்படுத்தியது. அத்துடன் ஜீவாக்காவுக்குச் சிரமத்தைக் கொடுத்ததற்காகவும் வருந்தினேன். நான் சண்டை யிட்ட அந்த நபர் என்ன சொன்னார், ஏன் சொன்னார் என்பது எனக்கு ஞாபகமில்லை. ஆனால் சிறைச்சாலை செல்லுமளவுக்கோ அவருடன் சண்டை போடுமளவுக்கோ அது ஒரு பெரிய பிரச்சினை இல்லை என்பதைத் தற்போது உணர்கிறேன். ஒன்றுமில்லாத பிரச்சினையை ஊதிப் பெரிதாக்கி நான் சிறை சென்றதுமில்லாமல் அடுத்தவர்களுக்கும் துன்பம் ஏற்படும்படி செய்த என் முட்டாள்தனத்தை எப்படி விளக்குவது. என்னுடைய அறியாமை, நான் சொல்வதும் செய்வதும் சரி என்ற

54 தொ. பத்திநாதன்

முட்டாள்த்தனமான எண்ணம், விவேகமற்ற தன்மை இவையே அன்று என்னைச் சிறைச்சாலை வரை தள்ளியது. மதுபானக் கடையில் வேலை, அண்ணன் வீட்டிற்கு வரவேண்டாம் என்று கூறிவிட்டார், நண்பருடன் அடைக்கலம், சிறைச்சாலை வரை சென்றது. அன்றைய சூழ்நிலையை நினைத்தால் இப்போதுகூட என்னால் ஜீரணிக்க முடியவில்லை.

ஆணவம், திமிர், அடங்காமை, சொல்பேச்சுக் கேளாமை, எல்லாம் எனக்குத் தெரியும் என்ற அறியாமை, வாலிபத்தின் விவேகமற்ற வேகம் போன்ற எல்லாக் குணங்களும் என்னிடம் அன்று இருந்ததால்தான் அந்த நாட்கள் என் வாழ்க்கையின் இருண்ட காலமாகின.

மூன்று நாட்கள் சிறையில் இருந்திருக்காவிட்டால் அண்ணன் மனைவியைக் கொலை செய்ததாக இன்றும்கூட சிறையில் இருந்திருக்க நேர்ந்திருக்கலாம். ஆனால் சிறை சென்று வந்ததால் என் கொலை வெறி தணிந்து முழுவதுமாக என் திட்டத்தை மாற்றிக்கொண்டேன். இனிமேல் அண்ணன் குடும்பத்தைப் பற்றிக் கவலைப்படுவதில்லை. அவர்கள் எப்படி வாழ்ந்தாலும் அது அவர்களுடைய வாழ்க்கை. முழுவதுமாக என் எண்ணத்தில் இருந்து அவர்களை விலக்கினேன்.

எங்களுடன் இந்தியா வந்த ஒரு அண்ணன் வெளிநாடு செல்ல முடியாமல் இலங்கை சென்றுவிட்டார். அவர் வெளிநாடு செல்ல முடியாததற்குக் காரணம் நான் அறிவேன். வெளிநாட்டில் இருக்கும் அன்பு அண்ணனின் நண்பர்கள் சென்னையில் இருந்தார்கள். அவர்கள் மூலமாகவே, அன்பு அண்ணன் எங்களுக்குப் பணம் அனுப்பிக்கொண்டிருந்தார். அதனால் அன்பு அண்ணனின் நண்பர்களுக்கும் எனக்கும் அதிகமான பழக்கம் ஏற்பட்டது. முன்பெல்லாம் அடிக்கடி சென்னைக்குப் போய்க்கொண்டிருந்த நான் நண்பர் ஒருவருக்குக் கல்யாணம் முடிவாகி முடியும்வரை அவர் பெற்றோர்களுக்கு உதவியாகச் சென்னையில் அதிக நாட்கள் தங்கும் நிலை ஏற்பட்டது. அப்போது சில நண்பர்களின் தூண்டுதலினால் காதல் என்ற கத்தரி பூக்க ஆரம்பித்து. கொஞ்சம் கொஞ்சமாக வளர்ந்தது. ஆனால் அது காயாகி சந்தையில் விற்கப்படவில்லை. அவளுக்குக் கல்யாணம் ஆன அன்று முழுப் போதையில் தெருவோரத்தில் கிடந்தேன். ஆனால் இன்று அதற்காக வருந்தவில்லை.

சென்னையில் உள்ள நண்பர்களுடன் சிறிது விரிசல் ஏற்பட்டது. அது என்னைச் சிறிதளவில் பாதித்தது. அங்குள்ள ஒரு நபர், "நீ அங்கிருப்பது நல்லதல்ல. வெளிநாடு செல்ல முயற்சி செய்" என்றார். அதனால் நான் வெளிநாடு செல்வதற்குப் பெரிதும் முயற்சி செய்தேன். அதற்காக நான் டெல்லி சென்று ஒரு மாதம் அங்கிருந்து, சாப்பிடுவதற்கு வழியில்லாமல் ஒரு திருவிழாக் காலத்தின் ரயில் டிக்கட்டுடன் டெல்லியில் இருந்து சென்னை வரை நின்றுகொண்டே வந்து சேர்ந்தேன். சென்னை நண்பர்களுடன் சில மனக் கசப்புகளும் ஏற்பட்டன. அதாவது அன்பு அண்ணனின் காசு அவர்களிடம் இருந்தது. நான் வெளிநாடு செல்வதற்கு முதலில் உதவுவதாகக் கூறிய அவர்கள், நான் வெளிநாடு செல்லத் தயாரானபோது தற்போது காசு இல்லை என்று மறுத்துவிட்டார்கள். அந்தச் சூழ்நிலையில் அன்பு அண்ணன் காசு தருவதாகக் கூறினார். அதனால்தான் நான் டெல்லிவரை செல்ல முடிந்தது. ஆனால் நான் டெல்லியில் இருந்து திரும்பியதும் பணம் இல்லை என்று கூறிவிட்டார். அவர் அன்று பணம் கொடுத்திருந்தால் என் வாழ்க்கைப் போக்கே மாறியிருக்கும்.

சென்னை நண்பர்கள் என்னைத் தாலாட்டித் தூங்க வைத்தார்கள். சில சமயம் நான் முழு மயக்க நிலையில் செயல்பட்டிருக்கிறேன். ஆனால் அவர்களுடன் இருந்த காலங்களில் வாழ்க்கை என்றால் என்ன என்பதைக் கற்றுக்கொண்டேன். என்னை சிந்திக்கத் தூண்டியவர்கள் அவர்கள்தான். அவர்களிடத்தில் தூக்கத்தில் இருந்த நான் நல்ல புத்துணர்ச்சியுடன் விழித்துக்கொண்டேன். இனிமேல் அவர்களை நான் சந்திப்பதில்லை என்ற முடிவுக்கு வந்துவிட்டேன்.

வெளிநாட்டில் உள்ள அண்ணனுடனான உறவும் முறிந்து விட்டது. சென்னையில் உள்ள நண்பர்களுடனான உறவை நானாகத் துண்டித்துக்கொண்டேன். என் காதல் கறிக்கு உதவாமல் அழுகிவிட்டது. முகாமில் உள்ள தவமண்ணன் நிம்மதி இழந்திருந்தார். என்னையும் வீட்டிற்கு வரவேண்டாம் என்று கூறிவிட்டார். சாப்பாட்டிற்கே திண்டாட்டம். நிம்மதி இழந்த நிலையில் பல துன்பங்களுடன் கணேசன் வீட்டில் வாழ்ந்துகொண்டிருந்தேன். சில மாதங்களில் எனக்கு உடல் சுகக்கேடு ஏற்பட்டது. தலைவலி, காய்ச்சல் என்றுகூறி மருந்து சாப்பிட்டுக்கொண்டிருந்தேன். நான் நடந்து செல்லும்போது என்னை யாரோ பின் தொடர்வதாக உணர்ந்தேன். ஒருநாள் திருமங்கலம் பேருந்து நிலையத்திலிருந்து அரசாங்க ஆஸ்பத்திரிக்குச் சென்றுகொண்டிருந்தேன். அப்போது என்னை யாரோ துரத்திக்கொண்டு வருகிறார்கள் என்று எண்ணி, தெருவோரத்திலிருந்த ஆனந்தா தியேட்டருக்குள் ஓடிச் சென்று அந்த இருட்டில் கூட்டத்துடன் கலந்து போனேன். தியேட்டரில் நீலப்படம் ஓடிக்கொண்டிருந்தது. இதுபோன்ற பல சம்பவங்கள் தொடர்ந்து ஏற்பட்டன. எப்பவும் தலைவலி இருப்பது போன்ற உணர்வு. எனக்கு என்ன வியாதி என்றே தெரியவில்லை. என் உடல் முன்புபோல் சாதாரணமாக இல்லை. என்னால் ஒரு சராசரி மனிதன்போல் வாழ முடியவில்லை. வெளித் தோற்றத்திற்கு நான் சாதாரணமாக இருந்தாலும் எனக்குள் பெரும் போரே நடந்துகொண்டிருந்தது. பணம் இருந்தால் தனியார் ஆஸ்பத்திரிக்குச் செல்வேன். இல்லையானால் அரசு ஆஸ்பத்திரிக்குச் செல்வேன். எப்போதும் மாத்திரையுடனே இருப்பேன். ஒரு தனியார் ஆஸ்பத்திரியில் என்னைச் சோதித்து விட்டு எனக்குக் காசநோய் இருப்பதாகக் கூறினார்கள். சில நாட்கள் மட்டுமே மருந்து வாங்கிச் சாப்பிட என்னிடம் பணம் இருந்தது. ஆகவே தொடர்ந்து மருந்து சாப்பிடுவதை நிறுத்திவிட்டேன். காச நோய் இருந்திருக்குமானால் நான் எப்போதே இறந்திருப்பேன். மற்றொரு தனியார் மருத்துவமனையில் எனது மூக்கில் ஜவ்வு வளர்ந்து இருக்கிறது, அதனை அகற்ற அறுவைச் சிகிச்சை செய்ய வேண்டும்; அதற்கு மூன்றாயிரம் ரூபாய் வேண்டும் என்று கூறினார்கள். அந்த முயற்சியையும் கைவிட்டேன். கடைசியாக திருநகர் இரண்டாவது பஸ் நிறுத்தத்தில் உள்ள கலைவாணி திரையரங்கிற்கு எதிரில் உள்ள சிறிநாத் என்ற டாக்டரிடம் சென்றேன். அவரிடம் முன்பும் சில தடவைகள் சென்றுள்ளேன். அவர் என்னுடைய முந்தைய மருத்துவக் குறிப்புகள், படங்கள் எல்லாவற்றையும் பொறுமையாகப் பார்த்துவிட்டு, என்னுடன் சிறிது நேரம் பேசிய பின்பு, உங்களுக்கு மன வியாதி என்று

கூறினார். நான் பேனாவால் எழுதுவது உங்களுக்குக் கத்தியால் குத்துவது போல் தோன்றுகிறதா என்றார். அப்போது எனக்கு ஆனந்தா திரையரங்கம் ஞாபகத்தில் வந்தது. அவர் கூறுவதில் உண்மையிருக்கிறது என்று நம்பினேன். ஒரு கடிதம் கொடுத்து அவர் நண்பரான சைக்காலஜி டாக்டரைப் பார்க்கும்படி கூறினார். ஏதாவது மருந்து தற்போது கொடுங்கள் என்றேன். இந்த வியாதிக்கு நான் உங்களுக்கு மருந்து கொடுக்க முடியாது; நான் குறிப்பிட்ட டாக்டர்தான் கொடுக்க முடியும் என்று முடிவாக இரண்டு பாரசிட்டமால் மாத்திரைகளைக் கொடுத்தனுப்பினார். நான் ஒரு மன நோயாளி என்பது என் சகோதரர்களுக்கோ மற்றவர்களுக்கோ தெரியாது – நண்பர் கணேசன் தவிர.

இந்த சிறிநாத் டாக்டரை எனக்கு அறிமுகப்படுத்தியவர் விஜயகுமார் என்ற விஜயன். பழகுவதற்கு மிகவும் இனிமையான நண்பர். நான் கடை வைத்திருந்த காலங்களில் இவருடன் பழகும் வாய்ப்பு கிடைத்தது. இவரும் இலங்கையைச் சேர்ந்தவர். என்னைவிட வயதில் மூத்தவர் என்றாலும் தோழமையுடன் பழகக் கூடியவர். இங்கு வந்து சில நாட்களிலேயே இலங்கை திரும்பினார். அங்கு ஏற்பட்ட சண்டையில் அகப்பட்டு இறந்ததாகக் கேள்விப்பட்டு சண்முக நேசனும் நானும் அவருடைய உறவினர் வீட்டிற்குச் சென்று துக்கம் விசாரித்துவிட்டு வந்தோம். இன்றும்கூட கர்ணன் சினிமாப் படத்திலிருந்து பாடல்கள் எங்காவது கேட்டாலும் இவர் ஞாபகம்தான் முதலில் வருகிறது. 'உள்ளத்தில் நல்ல உள்ளம்' என்ற பாடல் அவருக்கு மிகப் பிடித்தமானது.

மதுரைப் பாண்டியன் ஓட்டலுக்குப் பின்புறமுள்ள குடியிருப்பில் முதல்மாடியில் குடியிருந்த டாக்டரை அவர் வீட்டில் நானும் கணேசனும் சென்று பார்த்தோம். முதலில் என்னைத் தனியாக அழைத்துப் பேசினார். அவருடன் சில விடயங்கள் மட்டும் பேசினேன். பின்பு கணேசனிடமும் தனியாகப் பேசினார். முடிவாக என்னை முழுமையாகச் சோதித்தார். அவர் என்னிடம் கேட்ட முக்கியமான கேள்வி, நீங்கள் பயப்படுவீர்களா? இதே கேள்வியை கணேசனிடமும் அவர் கேட்டுள்ளார். கணேசன் பயப்பட மாட்டேன் என்று கூறியுள்ளார். அதே கேள்வியை என்னிடம் கேட்டபோது "பயப்படுகிறேன் என்பது உண்மைதான்" என்றேன். என் தங்குமிடம், சாப்பாடு குறித்து பயந்தேன். தெருவில் நிற்கும் எனக்கு ஏன் பயம் வராது? கிட்டத்தட்ட ஆறு மாதங்கள் மருந்து தொடர்ந்து சாப்பிடும்படி டாக்டர் கேட்டுக்கொண்டார்.

எனக்குள் எரிந்த தீயல்லவா என் இதயத்தை, என் மனசைக் கருகச் செய்துவிட்டது. எனக்குள் உருகிய எரிமலையல்லவா கொதித்து மனநோயாகக் கொப்பளித்து விட்டது. எதனால் ஏற்பட்டது எனக்கு இந்த நிலை? எதனால் இந்த நிலைக்குத் தள்ளப்பட்டேன். எதனால்? இலங்கையின் இனக்கலவரமா? பன்னிரன்டு பேரில் கடைசிப் பிள்ளையாகப் பிறந்ததாலா? அம்மா அருகில் இருந்து அன்பு காட்டாததாலா? அப்பா அருகில் இருந்து அறிவூட்டாததலா? அண்ணனுடன் அகதியாக அந்நிய நாட்டிற்கு வந்ததாலா? தமிழ்நாட்டில் என்னைப் படிக்க வைக்காததினாலா? அல்லது என் ஒருதலைக் காதலா? நண்பர்களா? சமுதாயமா? எது என்னை மனநோயாளியாக்கியது? மேற்குறிப்பிட்ட நேரடிக் காரணங்கள் இல்லை. நான் இந்த நிலைக்கு ஆளானதற்கு முதல் காரணம் எனக்குச் சரியான வழிகாட்டியில்லாமல் திசை தெரியாமல் திரிந்தது. மற்றொரு காரணம், தன்னம்பிக்கையில்லை. தைரியமில்லை. அறிவுமில்லை. சரியான வழிகாட்டுதலில்லை; மன நோயாளியாகியிருந்தேன்.

வாழ்க்கை என்னை வெறுக்க, நான் வாழ்க்கையை வெறுத்து, முட்டி மோதிக்கொண்டு வெறுமையில் திரிந்தேன். நல்ல உடை உடுத்த மறந்தேன். நல்ல உணவு மறந்தேன். அம்மாவை மறந்தேன். என் சகோதரர்களை மறந்தேன். என் நாட்டை மறந்தேன். எல்லாவற்றையும் மறந்தேன். எல்லோர் மேலும் வெறுப்பு. நாட்டின் மேல், அம்மா மேல், சகோதரன் மேல், சொந்த சமுகத்தின் மேல் என்று எல்லாவற்றின் மீதும் வெறுப்பு. அனைத்தையும் துறந்து நடமாடும் பிணமாகத் திரிந்தேன். நான் சுவாசிக்கும் காற்றைச் சூடாக உணர்ந்தேன். அன்றைய வாழ்க்கை அடிப்படையில் கிட்டத்தட்ட ஆறு வருடங்கள் கழித்து (01.06.2003) எனது தனிக் குறிப்பில் பின்வருமாறு குறிப்பிட்டுள்ளேன்:

"நான் ஒரு இலங்கைத் தமிழன். அகதி. ஆனால் அடிமை யில்லை. நான் சுதந்திரமானவன். என்னுடைய எல்லையை என் பொருளாதாரத்தை வைத்து அளக்க முடிந்தாலும், என் சிந்தனைக்கு எல்லையில்லை. அது பரந்து விரிந்தது. என்னுடைய தற்போதைய ஆசை ஐயா அப்துல்கலாமிடம் ஆசீர்வாதம் வாங்க வேண்டும் என்பது. அது அவர் இருக்கும்போது நடக்க வேண்டும். அதற்கு நான் சீக்கிரத்தில் சிகரத்தைத் தொட வேண்டும். அல்லது அவருக்கு ஆயுள் அதிகரிக்க வேண்டும். நாலு வயதில் தந்தையை இழந்தவன் நான். அதனால் தந்தையின் அருமை அறியாதவன். தாய்ப்பாசமும் சரியாகக் கிடைக்கவில்லை. தாயன்பு, தாய்ப்பாசத்தை உணரும்போது உரியவள் அருகில் இல்லை. அருகில் செல்ல என் பொருளாதாரம் இடம்கொடுக்கவில்லை.

நான் தமிழ்நாட்டில் வாழ்ந்தாலும் தாமரையிலை நீர் போன்று சமுதாயத்துடன் ஒட்டாமல் வாழ்ந்து வருகிறேன். என் எண்ணம் எல்லாம் என் தாய், என் தாய் நாடு, என் சொந்தம், என் சமுதாயம் என்ற சுயநலத்திற்குள் கட்டுண்டு நாளும் சித்திரவதையை அனுபவித்துக்கொண்டிருக்கிறேன். என் கவலை தீரக் காலம்தான் பதில் சொல்ல வேண்டும்."

இவ்வாறு என் சிந்தனை தாய், குடும்பம், சொந்தம், நேசம் என்று இருந்தாலும் இவற்றை எல்லாம் சிலசமயம் வெறுக்கிறேன். என் குடும்பம், அம்மா, சகோதரர்கள், சொந்தம், சமுதாயம், பண்பாடு, நாடு எல்லாற்றையும் வெறுக்கிறேன். ஏன் என்று என்னையே நான் கேட்கும்போது கிடைத்த பதில், பட்ட கஷ்டங்கள், அனுபவித்த இன்னல்கள், துன்பங்கள். இவற்றை எல்லாம் நான் மட்டுமே முகம் கொடுத்துத் தீர்வு கண்டு அனுபவித்து வெளிவரும் சூழ்நிலை.

எனக்கு நிறைய நிறைய வேண்டும். என்னை மட்டுமே மகனே என்று கூப்பிடுகிற அம்மா வேண்டும். அது இனிமேல் நடக்குமா? என் சகோதரர்கள் எல்லோரிடம் இருந்தும் என் அம்மாவை மட்டும் பிரித்துக்கொண்டு போகவும் என் மனசு கேட்கவில்லை. அவ்வாறு செய்தால் என் சகோதரர்கள் அத்தனை பேர் உணர்வுகளையும் கொலை செய்வதாகக் கருதுகிறேன். நல்ல வேளை தம்பி, தங்கைகள் இல்லை. அதை நினைத்துச் சந்தோஷப்படுகிறேன். அதனால்,

என் அம்மா வேண்டாம்.

என் அக்காக்கள் வேண்டாம்.

என் அண்ணன்கள் வேண்டாம்.

என் சொந்தங்கள் வேண்டாம்.

என் சமுதாயம் வேண்டாம்.

ஏன் என் நாடே வேண்டாம்.

என் உயிரைப் பத்து மாதங்கள் சுமந்து இரத்தத்தில் வளர்த்த என் தாயே வேண்டாம் என்கின்றபோது எனக்கெதற்கு மற்றவை எல்லாம்; என் இதயம் கல்லாகி ஒற்றை வேருக்காகக் காத்துக் கொண்டிருக்கிறது.

ஒயின் ஷாப்பில் வேலை. கணேசன் வீட்டில் தங்கியிருக்கிறேன். அந்த காலகட்டத்தில் எனக்குப் பெண்கள் என்றாலே வெறுப்பு. பெண்கள் எல்லோரும் சுயநலவாதிகள் என்பதோடு மட்டும் நிற்கவில்லை. பெண்கள் எல்லாம் தேவடியாள்கள் என்று வாய் கூசாமல் கூறுவேன். ஒரு தடவை கணேசன் வீட்டில் இருந்தபோது நான் அவ்வாறு குறிப்பிட்டது வயதில் மூத்த பக்கத்து வீட்டுப் பெண்மணியின் காதில் கேட்டுவிட்டது. பெண்களை எல்லாம் இவ்வாறு கூறுகிறாயே, உன் அம்மா சகோதரிகள் எல்லாம் தேவடியாள்களா என்று அவர் கேட்டார். தேவடியாள் என்றால் 'தேவன் + அடியாள் = தேவடியாள்' அதாவது, கடவுளுக்குப் பணிவிடை செய்பவர்கள் தேவடியாள்கள் என்று கூறி சமாளித்தேன். அதுமட்டுமல்லாமல் மற்றுமொரு கருத்தையும் தெரிவித்தேன். 'தேவன்' ஒரு பெரும் ரவுடி, அவரைச் சுற்றிச் சுற்றி அடியாட்கள் கூட்டம், அவர்கள் எல்லாம் தவறானவர்கள் என்றேன். நான் கூறியவை அந்தப் பெண்மணிக்குப் புரியவில்லை. என்ன இருந்தாலும் இனிமேல் அவ்வாறு பெண்களை அழைக்காதே என்று மட்டும் கேட்டுக் கொண்டார். பெண்கள் பற்றி அன்றைய மனநிலையில் அவ்வாறு கருதினேன்.

ஆணும் பெண்ணும் நிகரெனக் கொள்வதால்
அறிவிலோங்கி இவ்வையகம் தழைக்குமாம்.

என்கிறான் பாரதி.

ஆணும் பெண்ணும் சமம் என்பது வீண் பேச்சு. பெண்கள் ஆண்களைவிட உயர்ந்தவர்கள்.

மதுரை ஜெய்ஹிந்த்புரம் சாராயக் கடையில் வேலை செய்துகொண்டிருக்கும்போது முகாம் பக்கம் செல்வதை நான் விரும்பவில்லை. அதனால் சாராயக் கடையிலேயே தங்கியிருக்க முடிவுசெய்து அவர்களின் அனுமதியோடு அங்கேயே தங்கினேன். ஆனால், வாழ்வதற்குரிய அடிப்படை வசதிகள் எதுவுமே அங்கிருக்கவில்லை. ஆனால் முகாமிற்குச் செல்வதை விட இங்கு தங்குவது எவ்வளவோமேல் என்று எண்ணினேன். அந்த சாராயக் கடையில் பயன்படுத்தப்படாத குடோன் ஒன்று இருந்தது. அதற்குள் பயன்பாடு அற்ற பொருட்கள் இருந்ததுடன், தெருவோரத்தில் இருந்தபடியால் தூசியாகவும் இருந்தது. நான் படுப்பதற்கு அளவான இடத்தைச் சுத்தம் செய்துகொண்டேன். மதுப்பாட்டில்கள் அடுக்கி வரும் அட்டைப் பெட்டியைப் பயன்படுத்தி அங்குள்ள தூசி, பழைய பயனற்ற பொருட்களின் துணையோடு இரவுகளில் தூங்கினேன். இரவு பன்னிரண்டு மணிக்குக் கடையை அடைத்தால் மறுநாள் காலை ஏழு மணிக்குத்தான் கடையை மீண்டும் திறப்பார்கள். இரவில் என்னைத் தவிர வேறு யாரும் அங்கிருக்க மாட்டார்கள். எதுவானாலும் காலை ஏழு மணிக்கு மேல்தான். இதைத் தெரிந்தும் அங்கு தங்குவதையே விரும்பினேன். ஏனெனில் மனிதர்கள் இல்லாத தனித்தீவில் வாழவே என் மனம் ஏங்கியது. காலை ஏழு மணிக்குக் கடை திறக்கும், கடைக்கு எதிரில் தனியார் தண்ணீர்த் தொட்டியிருந்தது. ஒரு ரூபாய் கொடுத்து குளிப்பது மற்றும் காலைக் கடன்களை முடிப்பது எல்லாம் அங்குதான். இப்படியே சில மாதங்கள் சென்று கொண்டிருந்தன. இந்தக் காலகட்டத்தில் எனக்கு இரவானால் மது அருந்தும் பழக்கம் ஏற்பட்டது. அதனால் தவறான வழியிலும் பணம் சம்பாதிக்கப் பழகிக்கொண்டேன். அது மாபெரும் தவறு என்பதை இப்பொழுது உணர்கிறேன். நேர்மையாக வாழ்ந்து அந்த சந்தோஷத்தை அனுபவித்தவனுக்குத்தான் அது தெரியும். நான் இரண்டும் அனுபவித்தவன்.

இப்படியே சில மாதங்கள் சென்றன. நான் வேலைசெய்த மதுபானக் கடை முதலாளிக்கு மதுரை ரயில் நிலையம் எதிரில் உள்ள டவுன்ஹால் ரோட்டில் இன்னொரு மதுபானக் கடையிருந்தது. அங்கு சிலர் தங்கியிருந்து வேலை செய்துகொண்டிருந்ததாகக் கேள்விப்பட்டேன். எனவே, அங்கு செல்வதற்கு முதலாளியிடம் அனுமதி பெற்றேன். ஜெய்ஹிந்துபுரம் மதுபானக் கடையில் 50 பைசா டிப்ஸ் வாங்கிய நான் இங்கு இரண்டு ரூபாய் டிப்ஸ் வாங்குமளவிற்கு உயர்ந்துவிட்டேன். மதுரையின் முக்கியமான தெருவில் அமைந்துள்ள அந்த மதுபானக் கடைக்கு இரண்டு

முதலாளிகள் இருந்தார்கள், இருவருமே நல்லவர்கள். இங்கு வேலை செய்வது, முன்பு வேலை பார்த்த கடையை விட எவ்வளவோ மேல். கடை கீழ்த்தளத்தில் இருந்தது. அதனருகில் பார் வசதியும் இருந்தது. அடுத்தது கழிவறை, குளியலறையுடன் கூடிய அறை. அங்கு சுண்டல் போன்றவற்றைத் தயார் செய்வார்கள். பார் முழுவதும் வாடிக்கையாளர்கள் நிறைந்துவிட்டால், இந்த இடத்திற்கு வருவார்கள். மற்றபடி அந்த அறை ஊழியர்களின் உபயோகத்திற்காகவே பயன்படுத்தப்பட்டது. அந்தக் கடைக்கு மேல் முதலாளியின் அலுவலகம். அதற்கு மேல் மொட்டை மாடி. மொட்டைமாடியில் ஓலைக் கொட்டில் போடப்பட்டிருந்தது. இதுவும் குடோன் போன்று பயன்படுத்தப்பட்டது. இங்கு ஊழியர்கள் யாரும் அதிகம் வரமாட்டார்கள். இங்குதான் நான் தங்கிக்கொண்டிருந்தேன். இந்தக் காலகட்டங்களில் நண்பர்கள் கணேசன், சண்முக நேசன், பாபு ஆகியோர், அவர்கட்கு நேரம் கிடைக்கும்போதெல்லாம் வந்து பார்த்தார்கள். மாதம் 900 ரூபாய் சம்பளம். அதில்லாமல் டிப்ஸ் 20, 30 ரூபாய்வரை தினமும் செலவுக்குக் கிடைக்கும். இவை அன்று எனக்குத் தாராள செலவுக்குப் போதுமானதாகவே இருந்தது. ஒரு தடவை சுண்டல் தயார் செய்யும் ஆயா வரவில்லை என்பதால், “நீ சுண்டல் தயார் செய்கிறாயா” என்றார்கள். அதற்குத் தனியாக ஊதியம் கொடுப்பதாகவும் கூறினார்கள். நானும் ஒத்துக்கொண்டேன். காலையில் எழுந்ததும் எனக்கு முதல் வேலை சுண்டல் தயார் செய்வது. சில மாதங்கள் கழித்து அந்த மதுபானக் கடையின் ஒரு முதலாளி எல்லீஸ் நகரில் ஒரு புது வீடு கட்டிக்கொண்டிருந்தார். அதற்காக நியமிக்கப்பட்ட காவலாளி வரவில்லை என்று என்னிடம் காவல் காக்கக் கேட்டார்கள். அதற்கும் ஒத்துக்கொண்டேன். இரவில் காவலாளி வேலை; காலையில் சுண்டல் தயார் செய்வது; மற்ற நேரங்களில் மதுபானக் கடையில் பாரில் வேலை. என் பொழுது சுறுசுறுப்பாகப் போய்க்கொண்டிருந்தது. நான் செய்த வேலைகள் என்று பார்த்தால் முகாமில் இருந்தபோது கொத்தனார் வேலை, ஆசாரி வேலை, கல்லுடைக்கும் வேலை, வாட்ச் மேன் வேலை, பெயிண்ட் அடிக்கும் வேலை, விறகு வெட்டும் வேலை என பல வேலைகளைப் பார்த்திருக்கிறேன். வேலைக்குத் தகுந்த ஊதியம் கிடைக்குமாயிருந்தால் என்ன வேலையாக இருந்தால் என்ன?

மதுபானக் கடையில் இருந்த காலங்களில் காலையில் பெரும்பாலும் சுண்டல் சாப்பிடுவேன். மதியம் பதினைந்து ரூபாய்க்கு ஓட்டலில் சாப்பிடுவேன். இரவு எப்போதும் ஒரு கடையில் டிபன் சாப்பிடுவேன். அந்த டிபன் கடை எங்கள்

மதுபானக் கடைக்குப் பக்கத்தில் உள்ள குறுகிய தெருவில் இருந்தது. அந்தக் கடையில் உரிமையாளரும், அவரின் மனைவியும் இருந்தார்கள். அவர்களுக்கு இரு மகன்கள். அவர்கள் கல்லூரியில் படித்துக்கொண்டிருந்தார்கள். அவர்கள் வீட்டின் முன் தெரு ஓரத்தில் இரண்டு மேசைகளும் இருக்கைகளும் போடப்பட்டிருக்கும். அந்த அம்மா தோசை, இட்லி போன்ற காலை உணவுகளைத் தயார் செய்வார். மற்றவர்கள் பரிமாறுவார்கள். இரவு ஏழு மணிமுதல் பன்னிரண்டு மணிவரை மட்டுமே அந்தக் கடையிருக்கும். அவர்கள் அத்தனை பேரும் மிகவும் அன்பானவர்கள். தெரிந்தவர்களிடம் வருவது அன்பு, தெரியாதவர்களிடம் வருவது கருணை. அவர்கள் ஆரம்பத்தில் கருணை காட்டினாலும், நாளடைவில் அன்பைக் காட்டினார்கள். என்னிடம் சாப்பிடக் காசு இல்லாதபோது கூட அவர்கள் எனக்கு உணவுகொடுக்க மறுக்கவில்லை. அவர்கள் கடை அடைக்கும் நேரம் நான் சாப்பிடச் சென்றாலும் எனக்கு இன்முகத்துடன் உணவளித்தார்கள். சாம்பார் தீர்ந்துபோய்விட்டாலும் அவர்கள் வீட்டுச் சாம்பாரைக் கொண்டு உணவளித்தார்கள். அந்தச் சாராயக் கடையில் வேலை செய்துகொண்டிருந்த காலத்தில் எனக்கு ஒரு சோதனை ஏற்பட்டது.

என்றாவது ஒருநாள் விடுமுறையில் சண்முக நேசனுடன் அவர் வீட்டுக்குச் சென்று சாப்பிடுவேன்; அல்லது கணேசனுடன் ஜீவாக்கா வீட்டுக்குச் சென்றால் வீட்டுச் சாப்பாடு. மற்ற நாட்களில் எல்லாம் கடையில்தான். இப்படியே கடைகளில் சாப்பிட்டுக் கொண்டிருக்கும்போது ஒரு தடவை வயிற்று வலி வந்து புழுவாகச் சுருண்டு போய்விட்டேன். திருமங்கலம் ஆஸ்பத்திரியில் அனுமதித்து மருந்து கொடுத்தார்கள். வயிற்றுவலி சரியாகவில்லை. நான் சத்தம் போட்டுக் கத்த ஆரம்பித்தேன். விஷமிருந்தால் கொடுங்கள் நான் குடித்து இறந்து போகிறேன். என்னால் வயிற்று வலியைத் தாங்க முடியவில்லை என்றெல்லாம் கத்தினேன். கடைசியில் மதுரை அரசு பெரிய ஆஸ்பத்திரியில் அனுமதிக்கப்பட்டேன். பெரும் துன்பத்தில் மூன்று நாட்கள் ஆஸ்பத்திரியில் இருந்தேன். முதலில் அறுவைச் சிகிச்சை செய்ய வேண்டும் என்றவர்கள், பின்பு தேவையில்லை என்றார்கள். கடைசியில் உங்கள் வயிற்றுக்குள் ஆமீபியாஸிஸ் என்ற கிருமி இருக்கிறது. மருந்து முறையாகச் சாப்பிட்டால் சரியாகிவிடும். இது சுத்தமில்லாமல் சாப்பிடுவதால் வருவது என்று கூறினார்கள். சுத்தமான சாப்பாட்டுக்கு நான் எங்கு போவேன்? கடைகளில் சாப்பிடுவதைத் தவிர எனக்கு வேறு வழி ஏது? எனக்கு மறுபடியும் சோதனைக் காலம்! என்ன செய்வதென்றே தெரியவில்லை. இப்படியே ஒரு சில வருடங்கள் ஓடிவிட்டன.

சென்னையில் நண்பர்கள் மூலமாக ஒரு அம்மா அறிமுகமானார். அந்த அம்மாவின் கணவன், மகன் இருவரும் வெளிநாட்டில் இருந்தனர். மேலும் ஒரு மகளும், பிரேம் குமார் என்ற ஒரு மகனும் இருந்தனர். பிரேம் மனவளர்ச்சி குன்றியவர். ஆரம்பத்தில் சென்னை நண்பர்கள் கேட்டுக்கொண்டதற்கிணங்க, மனவளர்ச்சி குன்றிய மகனை மதுரையில் உள்ள சிருஷ்டி என்ற மனவளர்ச்சி குன்றிவர்களுக்கான அமைப்பில் சேர்த்தேன். சிருஷ்டி அமைப்பில் பெற்றோர்கள் கூட்டம் நடைபெறும். அதற்கு பிரேமின் அம்மா வரமுடியாத போதெல்லாம் அவர்கட்குப் பதிலாக Local Guardian என்று நானே செல்வேன். அங்குதான் நான் என்னை அறிந்தேன். அங்குள்ள மன வளர்ச்சி குன்றிய குழந்தைகளைப் பார்க்கும்போது என் நிலை எனக்குத் தெரிந்தது. எனக்கு நேர்ந்த மனநோய் ஆரம்ப நிலையிலேயே கண்டறியப்பட்டதால் தப்பித்தேன். அதுவே முற்றியிருந்தால் நானும் இவர்கள்போல் ஆகியிருப்பேன் என்பதனை உணர்ந்தேன். குழந்தைகளுடன் மாதம் ஒருமுறை நாள் முழுவதும் என் நேரத்தைச் செலவு செய்தேன். குழந்தைகளின் கலை நிகழ்ச்சிகளைக் கண்டு களித்தேன். அவர்களுடன் உட்கார்ந்து சாப்பிட்டேன். அந்தத் தெய்வீகமான சிறு மலர்களுடன் என்னை ஒப்பிட்டுப் பார்த்தேன். என் மனநிலையில் கொஞ்சம் கொஞ்சமாக மாற்றத்தை ஏற்படுத்திக் கொண்டேன். என் மனநோய்க்கு மருந்து சாப்பிட்டதால் மட்டும் அல்ல, இங்கு வந்து இந்தத் தெய்வக் குழந்தைகளுடன் பழகியது, தொடர்பு வைத்திருந்தது கூட என் மனநோய்க்கு மருந்தாக அமைந்தது. ஒரு வழியில் கதவு அடைக்கப்பட்டாலும், மற்றொரு வழியில் கதவு திறந்திருந்ததை உணர்ந்தேன்.

அந்த அம்மா மகன் எப்படியிருக்கிறான் என்பதனை அறிய எனக்குக் கடிதம் எழுதுவார்கள்! அப்படி எழுதும் போது "அன்புள்ள மகன் சுதா அறிவது" என்று கடிதம் ஆரம்பித்து முடிவில் "இப்படிக்கு அம்மா திருமதி" என்று அவர் கணவர் பெயர் போட்டிருப்பார்கள். என் பெற்ற அம்மாவுக்கு எழுதப்படிக்கத் தெரியாது. அடுத்தவர்கள் உதவியை நாடுவார்கள். அதனால் அவர்களின் உண்மையான மனநிலையை அறிய முடியாது. அம்மா சொல்லச் சொல்ல அடுத்தவர் எழுதும்போது வார்த்தைகள் சில மாறுமானால் அதன் பொருளும் மாறும். அதனால் மேல்குறிப்பிட்ட அம்மா அவர் கையிலேயே அன்புள்ள மகன் சுதா என்று எழுதும்போது, அது என்னை மிகவும் பாதித்தது. அதனால் அவர்கள் அன்பிற்குக் கட்டுப்பட்டேன். அவர்கள் கடிதம் மூலமாகவும் சரி, நேரில் பார்த்தாலும் சரி, முதலில் கேட்பது வயிற்று வலி எப்படியிருக்கிறது என்றுதான். அவர் பிரார்த்தனை பண்ணும்போதெல்லாம் எனக்காகவும் என்

போரின் மறுபக்கம் ← 65 →

வயிற்று வலிக்காகவும் பிரார்த்தனை பண்ணுவதாகக் கூறினார். அதனால்தான் என் வயிற்று வலி நீங்கியதோ? இன்றுவரை அதுபோன்ற வயிற்று வலி எனக்கு ஏற்படவில்லை. அவர்கள் சென்னையில் இருந்து மதுரையில் வந்து குடியேறுவதற்கு உதவினேன். நேரம் கிடைக்கும்போது எல்லாம் அந்த அம்மாவைப் பார்த்து வர அவரின் வீட்டுக்குச் சென்றுகொண்டிருந்த நான் பிறகு அங்கு போவதைக் கொஞ்சம் கொஞ்சமாகக் குறைத்துக்கொண்டேன். நான்தான் காலத்தின் புயலுக்குள் சிக்குண்டவன் ஆனேனே. துன்பம் என் முன் செல்ல இன்பம் இடைவேளை நேரத்தில் மட்டும் எட்டி எட்டிப் பார்க்கிறது. உறவைத் தொடர முடியவில்லையானாலும் மறக்கவில்லை.

நான் மதுரையில் மதுபானக் கடையில் வேலை செய்துகொண்டிருக்கும்போது ஜேம்ஸ் என்ற வாடிக்கையாளருடன் எனக்குப் பழக்கம் ஏற்பட்டது. பணியில் இருந்தால் நான்தான் அவருக்குப் பரிமாறுவேன். அவர் எங்கு, என்ன வேலை பார்க்கிறார் என்பதெல்லாம் எனக்குத் தெரியாது. ஒருநாள் அவர் என்னிடம் உனக்கு விருப்பமானால் சொல். உன்னை நான் வேலை செய்யும் ஓட்டலில் வேலைக்குச் சேர்த்துவிடுகிறேன் என்றார். நான் யோசித்துச் சொல்வதாகக் கூறினேன். நண்பர்கள் கணேசன் மற்றும் சண்முக நேசனிடம் இதுபற்றிப் பேசினேன். ஓட்டலில் சாப்பாடு கொடுத்து மாதம் 600 ரூபாய் சம்பளம் தருவதாகக் கூறினார்கள். ஆனால் நான் தற்போது 1500 அளவுக்குச் சம்பாதித்துக்கொண்டிருக்கிறேன் என்று நண்பர்களிடம் கூறினேன். நண்பர்கள் பொதுவான சில விடயங்கள் கூறியதுடன் முடிவை என்னிடமே விட்டுவிட்டார்கள். ஓட்டலுக்கு வேலைக்குப் போவது பற்றி யோசித்தேன். மதுபானக் கடை என்பதால் இங்கு தங்கிக்கொள்ளலாம். ஓட்டலுக்கு வேலைக்குச் சென்றால் எங்கு தங்குவதென்பது எனக்குப் பெரும் யோசனையாக இருந்தது. மீண்டும் முகாமுக்குத் திரும்புவதில் விருப்பமில்லை. முகாம் சென்றாலும் கணேசன் வீட்டிற்குத்தான் போக வேண்டும். கணேசனைத் தொடர்ந்து தொந்தரவு செய்ய எனக்கு விருப்பமில்லை. ஆனாலும் உணவு விஷயத்தில் அந்த ஓட்டல் இரண்டு நட்சத்திர ஓட்டல். கொஞ்சம் சுத்தமான சாப்பாடு கிடைக்கும். மறுபடியும் எனக்கு வயிற்றுவலி வராமல் இருக்க வேண்டுமானால் நான் சுத்தமான உணவையே சாப்பிட வேண்டும் என்ற கட்டாயம் வேறு. அதனால் நல்ல சாப்பாட்டுக்காக ஓட்டலுக்கு வேலைக்குப் போவது என்று முடிவு செய்தேன். ஆனால், எனக்குத்

தங்குமிடம் பிரச்சினையாக இருக்கிறது என்று ஜேம்ஸிடம் கூறினேன். அதற்கு "ஒரு மாதம் மட்டும் சமாளித்துக்கொள். பின்பு ஓட்டல் ஊழியர்கள் தங்கும் வீடு ஒன்று உள்ளது. ஒரு மாதம் கழித்து மேலாளரிடம் கேட்டு உன்னை அங்கு சேர்த்துவிடுகிறேன்" என்றார். ஜேம்ஸ் என்னை வேலையில் சேர்த்துவிட்டதற்காக அவருக்கு இலஞ்சமாக இல்லாமல் கால் பாட்டில் ஜானெக்சா பிராண்டி வாங்கிக் கொடுத்தேன்.

அந்த ஓட்டல் மதுரை இரயில் நிலையத்திற்கு எதிரில் அமைந்துள்ளது. மதுரையில் ஓரளவு பிரபல்யமான ஓட்டல். ஓட்டலின் மொட்டை மாடியில் இருந்து பார்த்தால் மதுரை மீனாட்சியம்மன் கோவில் கோபுரங்கள் அனைத்தும் தெரியும். இது அந்த ஓட்டலின் தனிச் சிறப்பு. இந்த ஓட்டலில் வேலைக்குச் சேர்ந்த புதிதில் எனக்கு எதுவும் தெரியாது. இப்போதுதான் முதன் முதலாக ஓட்டல் வேலைக்கு வந்திருக்கிறேன். எனக்கு பேஜ் பாய் (Page boy) என்ற பதவி கொடுக்கப்பட்டது. பேஜ் பாய் என்பது பொது மேலாளர், பிரிவு மேலாளர், கண்காணிப்பாளர் என்று வரிசையிட்டால் கடைசியில் வரும் பதவி. ஆரம்பத்தில் ஓட்டலில் எல்லோரும் ஷூ அணிந்திருப்பார்கள். நான் ரப்பர் செருப்புடனே வேலை செய்தேன். போகப் போக ஓரளவு எல்லோரும் பழக்கமானார்கள். அங்குள்ள நடைமுறைகள் எனக்கு என்று ஒதுக்கப்பட்ட வேலைகள் எல்லாம் கொஞ்சம் கொஞ்சமாகத் தெரிய வந்தன. வாடிக்கையாளரிடம் என்னை அனுப்பமாட்டார்கள். என் வேலை அங்கு வெயிட்டர்களுக்கு உதவுவது மட்டும்தான். அந்த மொட்டை மாடி உணவகத்தில் பணிமுடியும்போது கண்காணிப்பாளர் (Captain) மற்றும் மூத்த பணியாளர்கள் (சீனியர்) ஒவ்வொருவரும் அவர்கள் டிப்ஸ் வசூலுக்கு ஏற்ப இரண்டு ரூபாய் முதல் ஐந்து ரூபாய் வரை கொடுப்பார்கள். எப்படியும் எனக்கு ஒரு நாளைக்கு 20 முதல் 30 ரூபாய் வரை சேரும். நான் பணிக்குச் சேர்ந்த பதினைந்து நாட்களில் ஜேம்ஸ் முயற்சி செய்து என்னை ஓட்டல் ஊழியர்கள் தங்கும் வீட்டில் இருத்தினார். அந்த வீட்டிற்கு ஓட்டல் நிர்வாகமே வாடகை கொடுத்தது. அந்த வீடு மீனாட்சியம்மன் கோவில் அருகில் சென்ட்ரல் திரையரங்கிற்கு எதிரில் அமைந்திருந்தது. அங்கு போகும்வரை முகாமில் கணேசனுடன் தங்கியிருந்தேன். அந்த ஓட்டலில் வேலை பார்த்த மூன்று மாதங்களும் பெரும்பாலும் இரவு ஒரு மணிக்குப் படுத்துறங்குவேன். காலை எட்டு மணிக்கு எழுந்து குளித்துவிட்டு நேராக ஓட்டலுக்குச் சென்று காலை உணவு சாப்பிடுவேன். பின்பு நேராக ஏதாவது ஒரு திரையரங்கு செல்வேன். படம் முடிந்ததும் அப்படியே ஓட்டலுக்கு வருவேன். மதிய உணவு. அதனைத் தொடர்ந்து எனது வேலையை ஆரம்பித்து

விடுவேன். எத்தனை நாட்களுக்கு எத்தனை படம் பார்ப்பது? சுத்திச் சுத்தி மதுரையில் ஓடுகிற எல்லாப் படமும் பார்த்து முடிந்ததும் புதுப்படம் வெளியாகவில்லையானால் பார்த்த படத்தையே திரும்பிப் பார்ப்பேன். என் கால்போன போக்கில் நானும் போய்க்கொண்டிருந்தேன். யாருடைய வழிகாட்டுதலும் இல்லை. யாருடைய அறிவுரைகளுமில்லை.

நான் ஓட்டலில் பணிபுரிந்து கொண்டிருந்தபோது மோகன் என்ற மூத்த கண்காணிப்பாளர் ஒருவர் இருந்தார். வயதில் மூத்தவர். பொறுமை, அன்பு எதற்கும் பதற்றப்படாத அவருடைய குணங்கள் எனக்குப் பிடிக்கும். அதனால் எப்போதும் அவர்மேல் எனக்கு மதிப்பும் மரியாதையும் உண்டு. வேலை விஷயமாகத் தெரியாதவற்றைக் கேட்டால் சொல்லித் தருவதுடன் சில பொதுவான அறிவுரைகளையும் கூறுவார். வேலை சம்பந்தமாக எதுவாயிருந்தாலும், யாராவது திட்டினாலும் நான் அவரிடம்தான் போய் முறையிடுவேன். ஆனந்த் என்று ஒரு கண்காணிப்பாளர் இருந்தார்; மிகவும் நல்லவர். அவரிடம் எனக்குப் பிடித்தது, அவர் தமது வேலையில் கண்ணும் கருத்துமாக இருப்பதே. முழு மனதுடனும் அர்ப்பணிப்புடனும் வேலை செய்பவர். அந்த ஓட்டலின் கீழ்தளத்தில் ஒரு பார், உணவகம், மாடியிலும் ஒரு உணவகம், அத்துடன் நிறைய அறைகளும் இருந்தன. அதில் மாடி உணவகத்தில் மூன்று கண்காணிப்பாளர்கள், ஐந்து பரிமாறுபவர்கள் (வெயிட்டர்) இருந்தார்கள். அத்தனை பேருக்கும் உதவி செய்வதுதான் என் வேலை. கொஞ்சம் கூட்டம் அதிகமாக இருந்தால் அன்றைய தினம் என்பாடு அவ்வளவுதான். ஒவ்வொருவரும் ஒவ்வொரு வேலை சொல்வார்கள். அத்தனை பேருக்கும் வேலை செய்ய வேண்டும். முடிந்த மட்டும் வேலை செய்தேன். கொஞ்ச நாள் கழித்துத்தான் நான் உணர்ந்தேன். அந்த வேலையில் யாரும் அதிக நாள் இருக்க மாட்டார்கள் என்று. ஆனாலும் நான் ஓடி ஓடி அத்தனை பேருக்கும் வேலை செய்திருக்கிறேன் என்பதனை உணர்ந்தேன். என் ஓட்டல் வாழ்க்கையின் ஆரம்பம் அவ்வளவு சுறுசுறுப்பாக அமைந்ததை நினைத்துத் தற்போது சந்தோசப்படுகிறேன். இன்றுவரை என் வேலையை யாரும் குறை கூறுவது என்பது மிகவும் குறைவு. வேலையில் தவறு செய்திருக்கிறேன். ஆனால் நீ சரியாக வேலை செய்யவில்லை. நீ மெதுவாக வேலை செய்கிறாய். நீ இந்த வேலைக்குப் பொருத்தமில்லாதவன் என்று கூறியது, மிகவும் குறைவு. அப்படி ஒரு சிலர் அறியாமல் கூறினாலும் நான் அப்படிப்பட்டவன் இல்லை என்று நிரூபித்திருக்கிறேன். ஒருநாள் கூட்டம் கொஞ்சம் அதிகமாக இருந்தது. ஏதோ தவறு செய்துவிட்டேன் (ஞாபகமில்லை) என்பதற்காக ஆனந்த்

என்னைக் கொஞ்சம் அதிகமாகவே திட்டிவிட்டார். சிலர் தவறான வார்த்தைகள் உபயோகிக்கும் போதெல்லாம் நான் தடுத்திருக்கிறேன். ஆனால் ஆனந்த் அப்படி எதுவும் தவறான வார்த்தையை உபயோகிக்கவில்லை. நாகரிகமாகவே கண்டித்தார். அன்றைய சூழ்நிலையில் வேலையில்லாமல் ஒருநாள்கூட என்னால் வாழ முடியாது. வேலையை இழந்தால் சாப்பாடு இல்லை. இருக்க இடமில்லை. கண்டிப்பாகத் தெருவைத் தவிர வேறு இடமில்லை. அப்படியிருந்தும் ரோசம், கோபம் எல்லாம் ஒன்றுகூடி எனக்கிருந்த சிறிது அறிவும் மறைந்துவிட்டது. இரவு பதினொரு மணியளவில் அவர் கண்டித்ததற்காக நான் அணிந்திருந்த கோட்டைக் கழற்றி வீசிவிட்டு நேராக கணேசன் வீட்டுக்கு வந்துவிட்டேன். இன்று அச்சம்பவத்தை எண்ணும் போது ஆனந்த் அவர் பணியையே செய்திருக்கிறார் என்று நினைக்கிறேன். கணேசன் வீட்டுக்கு வந்த பின்புதான் நான் சுயநினைவுக்கு வந்தேன். என் நிலைமையை யோசித்தேன். இந்த வேலையை விட்டால் என் நிலை என்ன? ஒருநாள்கூட என்னால் காலம் தள்ள முடியுமா என்பதனை நான் உணரவில்லை. அடுத்த நாள் காலையில் மேலாளரைப் பார்த்தேன். அவர் ஒரே வார்த்தையில் 'நீ வேலைக்கு வர வேண்டாம். நீ போகலாம்' என்றார். எனக்கு அழுகையே வந்துவிடும்போல் தோன்றியது. எதுவும் பேசவில்லை. ஆனால் போகவுமில்லை. நின்றுகொண்டிருந்தேன். அவர் என்னைக் கண்டுகொள்ளவில்லை. சிறிது நேரம் கழித்துக் கூறினார். நீ நேராக ஆனந்திடம் போய் மன்னிப்புக் கேள். அவர் அதை ஏற்றுக்கொண்டு உன்னை வேலையில் அமர்த்தும்படி சொன்னால் வேலையில் அமர்த்துகிறேன். உன்னை வேலைக்கு வேண்டாம் என்று ஆனந்த் கூறினால் நீ வீட்டுக்குப் போகலாம் என்று கூறினார். நான் நேராக மோகனிடம் சென்றேன். அவர் சிறிது அறிவுரை வழங்கினார். பின்பு ஆனந்திடம் பேசினார். பின்பு ஆனந்திடம் போனேன். அவரும் என்னைக் கண்டுகொள்ளவில்லை. எதுவும் பேசாமல் தம் வேலையில் ஈடுபட்டுக்கொண்டிருந்தார். நான் மன்னிப்புக் கேட்டேன். அது அவர் காதில் விழுந்ததாகத் தெரியவில்லை. சில மணிநேரத்திற்குப் பின்பு பேசினார். சிறு அறிவுரையுடன் இதுவே முதலும் கடைசியுமாக இருக்கட்டும் என்று கூறிப் பணியில் அமர்த்திக்கொண்டார்.

சில மாதங்கள் வேலை பார்த்தவுடன் எனக்கு ஓட்டல் நிர்வாகம் முழுவதுமாகத் தெரிந்துவிட்டதாக என் சிற்றறிவு எண்ணியது. அதனால் இதைவிட அதிக சம்பளத்திற்கு வேலைக்குச் செல்லலாம் என்ற எண்ணம் என் மனதில் உருவாகிக்கொண்டிருந்தது. காரணம் நான் அப்போது வாங்கிய

600 ரூபாய்ச் சம்பளம் சினிமா பார்ப்பதற்கே போதவில்லை. என்னுடைய மற்ற தேவைகளுக்கு என்ன செய்வது? இன்னும் சில மாதங்களாவது அங்கிருந்து கற்றுக்கொண்டிருக்கலாம். ஆனால் என் அவசரப்புத்தி அதற்கு இடம் கொடுக்கவில்லை. ஒரு விடுமுறை நாளொன்றில் கணேசனைப் பார்ப்பதற்காக முகாமிற்கு வந்திருந்தேன். அப்போது கணேசனின் இந்திய நண்பர் ஒருவர் அங்கிருந்தார். அவர் கொடைக்கானலில் ஒரு ஓட்டலில் வேலை செய்பவர். அவரும் விடுமுறையில் கணேசனைப் பார்க்க வந்திருந்தார். அவரிடம் கொடைக்கானல் ஓட்டல்களின் நிலவரம் பற்றி விசாரித்தேன். அவர் கூறியவற்றைப் பார்க்கும்போது நான் இங்கு (மதுரை) வேலை செய்வதைவிட கொடைக்கானல் சென்றால் நல்ல வாய்ப்புக் கிடைக்கும் என்று தோன்றியது. அவரும் கொடைக்கானல் வரும்படி என்னை அழைத்தார். எனக்கு உதவுவதாகவும் உறுதியளித்தார். அதில்லாமல் சினிமா படம்பிடிக்க நிறையபேர் வருவார்கள். அவர்கள் எல்லாம் எங்கள் ஓட்டலில்தான் தங்குவார்கள். உனக்குக்கூட சினிமாவில் நடிக்க வாய்ப்புக் கிடைக்கும் என்றெல்லாம் கூறினார். அந்த நண்பர் கைவிரலில் ஒரு பெரிய தங்க மோதிரம் போட்டிருந்தார். அவரை முன்பும் நான் பார்த்திருக்கிறேன். அதைவிடத் தற்போது நன்றாகவேயிருந்தார். இவற்றை எல்லாம் பார்க்கும்போது எனக்கும் தற்போது பார்க்கும் வேலையைவிட நல்ல வேலை, நிறைய சம்பளம் கிடைக்கும் என்றே தோன்றியது. அவருடன் கொடைக்கானல் புறப்பட்டேன். போய் இறங்கியதுமே அவர் வேலை செய்யும் ஓட்டலுக்குக் கூட்டிச் சென்றார். அன்று இரவு தண்ணியடிக்க வேண்டும். நூறு ரூபாய் குறைகிறது. இருந்தால் கொடு. அப்புறம் பார்க்கலாம் என்று கூறினார். அந்தக் காலகட்டங்களில் முழு ரூபாய் 500 நான் பார்ப்பதே அதிசயம். இதில் கையிலிருந்த சிறிய தொகையிலிருந்து ரூபாய் 100 கொடுத்தேன், அவருடன் பணிபுரியும் சில நண்பர்கள் சேர்ந்து கொள்வார்கள். இரவு அப்படியே முடிந்து போனது. அவர்களுக்கு இரவானால் மது அருந்தவேண்டும். அதற்காக அவர்கள் எதையும் செய்யத் தவற மாட்டார்கள் என்பதனைத் தெரிந்துகொண்டேன். தவறுதலாகக் கொடைக்கானல் வந்துவிட்டேன் என்பதனை உணர்ந்தாலும், இங்கும் என்னதான் நடக்கிறது என்பதைத் தெரிந்துகொள்ளலாம் என்று எண்ணினேன். இன்னுமொன்று, இதைவிட்டால் நான் வேறு எங்கு செல்வது? மறுபடியும் மறுபடியும் நண்பர் கணேசனையா தொந்தரவு செய்வது என்பதும் ஒரு பெரிய காரணம். இங்கு வந்த பின்புதான் தெரிந்தது, கணேசனின் நண்பர் கூறியவை எல்லாம் பொய். கை விரலில் போட்டிருந்த மோதிரம்கூட அவருடையது இல்லை. ஊருக்கு வருவதற்காக அவருடைய நண்பரிடம் வாங்கிப்

போரின் மறுபக்கம்

போட்டுக்கொண்டது. அவர் கூறிய மற்ற விஷயங்கள் அனைத்தும் மிகைப்படுத்திக் கூறியிருக்கிறார் என்பதனையும் முழுமையாகப் புரிந்துகொண்டாலும் அன்று எனக்கு அவரை விட வேறு யார் இருந்தனர்? அடுத்த நாள் அந்த நபர் கூறினார். எங்கள் ஓட்டலில் தற்போது வேலை காலியில்லை. தற்போது சாப்பிடுவது தங்குவதற்காக உன்னை வேறு இடத்தில் வேலைக்குச் சேர்த்து விடுகிறேன். கொஞ்ச நாட்கள் கழித்து உன்னையும் இங்கு கூப்பிட்டுக்கொள்கிறேன் என்று கூறினார். பின்பு ஒரு லாட்ஜில் வேலைக்குச் சேர்த்துவிட்டார். பரவாயில்லை, கொஞ்ச நாள் தானே என்று எண்ணி அந்த லாட்ஜில் ரூம் பாயாக (Room boy) வேலை செய்தேன். இங்கும் எனக்குச் சோதனையான காலம் தான். காலை ஐந்து மணிக்கே எழுப்பி விடுவார்கள். அந்தக் குளிரில் காலை ஐந்து மணிக்கு எழுந்திருப்பதற்கே தனியாகச் சம்பளம் தரவேண்டும். எவ்வளவு சம்பளம் வாங்கினேன் என்பது ஞாபகமில்லை. ஆனால் குறைவான சம்பளம்தான். அங்கு அதிக நாட்கள் வேலை செய்பவர்கள் அப்படி இப்படி என்று எப்படியாவது தாங்கள் பிழைப்பைப் பார்த்துக்கொள்வார்கள். எனக்குத் தெரிந்து சுற்றுலா, வியாபாரம், ஓட்டல்கள் என அனைத்திலும் பெரும்பாலும் பொய், ஏமாற்றுதல்களாலேயே பிழைப்பு நடத்திக் கொண்டிருந்தார்கள். இவர்களிடம் பொய், ஏமாற்று சாதாரணமாக இருந்தது. நாமெல்லாம் தவறான வழியில் பணம் சம்பாதிக்கிறோமே என்ற மன உறுத்தல் யாருக்கும் இருந்ததாகத் தோன்றவில்லை.

நான் கொடைக்கானல் சென்ற நேரம் மழைக்காலம். சீசனில் சென்றிருந்தால் என் கையில் கொஞ்சம் காசு இருந்திருக்கலாம். இன்னும் கொஞ்ச நாட்கள் அங்கு வாழ்ந்திருக்கலாம். எப்போதும் மழை பெய்துகொண்டிருந்தது. குளிர் வேறு என்னை அதிக மாகவே தொந்தரவு செய்தது. காலை ஐந்து மணிக்கு எழுந்து அறைகளில் தங்கியிருப்பவர்களுக்கு டீ, காபி வாங்கிக் கொடுக்க வேண்டும். மற்றும் அவர்கள் கேட்கும் பொருட்களை வாங்கிக் கொடுக்க வேண்டும். யாராவது அறையைக் காலி செய்தால் அந்த அறையைச் சுத்தம் செய்து தயார்செய்ய வேண்டும். இரவு படுப்பதற்குப் பத்து மணியாகிவிடும். வருமானம் அதிக மில்லாத நிலையில், சாப்பாடும் சரியாக இல்லாத நிலையில், குளிர் வேறு அதிமான நிலையில் என்னால் அங்கு அதிக நாட்கள் தாக்குப்பிடிக்க முடியவில்லை. சண்முகநேசனை அழைத்து இங்குள்ள நிலைமைகளை விவரித்தேன். அவர் ஒரே வார்த்தையில் கூறினார். உங்களுக்குப் பிடிக்கவில்லை என்றால் உடனே புறப்பட்டு மதுரை வாருங்கள். அன்றைய

சூழ்நிலையில் சண்முகநேசன் சொன்ன இந்த வார்த்தைகள் இன்னும் என் மன வானில் கல்வெட்டுப்போல் இருக்கிறது.

கொடைக்கானலில் என் பெயரை மாற்றிக் கொண்டேன். மதுரையில் பல சோதனைகளைச் சந்தித்த நான் இந்த மதுரையே வேண்டாம், இந்தப் பக்கம் இனிமேல் எட்டிக் கூடப் பார்க்க வேண்டாம், என்னைப் பிடித்த சனியன் எல்லாம் மதுரையுடன் முடியட்டும், கொடைக்கானலில் புது மனிதனாக வாழலாம் என்று எண்ணினேன். அதனால் எனக்குப் புதிதாக ஒரு பெயர் சூட்டிக்கொண்டேன். இங்கு என் பெயர் அனிசன். நண்பர்களுக்கு (கணேசன், சண்முகநேசன்) முன்பே தெரிவித்திருந்ததால், அவர்கள் போன் பண்ணும்போது அனிசன் என்று அழைத்துத்தான் போன் பண்ணுவார்கள். ஆனால் இந்த வேஷம் அதிக நாட்கள் நீடிக்கவில்லை. மூன்று மாதங்களுடன் முடிந்து போனது.

கொடைக்கானலில் பணிபுரிந்த இடத்தில் நான் வேலை செய்த நாட்களுக்குரிய சம்பளம் முழுவதையும் கேட்டேன். தர மறுத்துவிட்டார்கள். முன்பணமாகக் கொஞ்சம் பணம் வாங்கிக்கொண்டு கொடைக்கானலில் முழு மதுப்பாட்டில் ஒன்றை வாங்கிக்கொண்டு மதுரை உச்சப்பட்டி முகாம் வந்து சேர்ந்தேன். முகாமில் கணேசனைவிட்டால் வேறு வழி? கணேசன் வீட்டில் கொஞ்சம் மது அருந்தினேன். பின்பு முகாமில் கைப்பந்து விளையாடும் மைதானம் சென்றேன். கணேசன் பந்து விளையாடிக்கொண்டிருந்தார். நான் வேடிக்கை பார்த்துக் கொண்டிருந்தேன். அப்போது அருகில் இருந்த அடிகுழாய்க் கிணற்றில் தண்ணீர் எடுப்பதற்காக தவமண்ணன் வந்தார். அவரும் என்னைப் பார்த்துவிட்டார். நானும் அவரைப் பார்த்துவிட்டேன். ஆனால் இருவரும் பேசவில்லை. எனக்கு அவரைப் பார்த்ததும் உடம்பின் உஷ்ணம் ஏறியது. என்னை அறியாமல் ஒரு சோகம், கவலை என்மேல் தொற்றிக் கொண்டது. மேலும் அந்த இடத்திலிருக்கப் பிடிக்கவில்லை. நேராக கணேசன் வீட்டிற்குச் சென்றேன். இருந்த மீதி மதுவையும் குடித்தேன். கைப்பந்து மைதானத்தை நெருங்கும்போதே போதை தலைக்கேறி தடுமாறிக் கீழே விழுந்தேன். நண்பர்கள் என்னைத் தூக்கிக்கொண்டு போய் கணேசன் வீட்டில் படுக்க வைத்தார்கள். தவமண்ணன் போதையில் அவர் வீட்டு முற்றத்தில் படுத்திருப்பதைப் பலதடவை பார்த்திருக்கிறேன். ஆனால் முதல் தடவையாக நான் போதையில் தெருவில் விழுந்தது இதுவேயாகும்.

நான் முகாமில் கணேசனுடன் சில வருடங்கள் வாழ்ந்திருக்கிறேன். அந்த நாட்களில் நாங்கள் இருவரும் இடைவெளியின்றி

பழகியிருக்கிறோம். சந்தோஷம், துக்கம் இரண்டையும் இருவரும் பரிமாறிக்கொள்வோம். இருவரும் ஒரேமாதிரி உடையணிந்து முகாமைச் சுற்றி வருவோம். கணேசன்தவிர வேறு சில நண்பர்களும் இருந்தார்கள். முகாமில் நான் வாழ்ந்த காலங்களில் சில சமயம் வீட்டுக் கோழிகள் காணாமல் போவதுண்டு. பனங்கள் சீசனில் பிளாஸ்டிக் குடத்தில் கள் வாங்கிக்கொண்டு வந்து காலையில் இருந்து மாலை வரை கள் குடித்து மதிமயக்கமுற்று இருந்திருக்கிறேன்.

ஒருநாள் நானும் நண்பரும் விலைமாது ஒருவரின் வீட்டிற்குச் சென்றோம். அந்த விலைமாது எங்களுக்குத் தெரிந்தவர். அவருடைய கணவர் உடல்நலக் குறைவுள்ளவர். நாங்கள் அவர் வீட்டிற்குச் சென்றிருந்த அன்று அவருடைய கணவர் இரவுப் பணிக்காகச் சென்றிருந்தார். அந்தப் பெண் சம்மதத்துடனே நாங்கள் இருவரும் சென்றிருந்தோம். வீட்டிற்கு வெளியில் ஒரு ஆண் கூப்பிடும் சத்தம் கேட்டது. நாங்கள் இருவரும் திகைத்துவிட்டோம். எங்களுக்கு மூச்சு வரவில்லை. உடல் எல்லாம் வேர்த்துவிட்டது. முகாமில் கெட்ட பெயர் எல்லாம் சம்பாதித்தாகிவிட்டது. இது மட்டும்தான் குறை. இதுவும் நாளையில் இருந்து கிடைத்துவிடும் என்று நினைத்துக்கொண்டிருந்தேன். என்ன செய்வது என்றும் தெரியவில்லை. அந்த ஓலைக் குடிசையில் உள்ளே செல்லவும் வெளியேவரவும் ஒரே வழிதான். வாசலில் அவள் கணவன் குரல்தான் என்பதனை அறிந்த அவள் "விளக்குப் பற்ற வைக்க என்னிடம் தீப்பெட்டியில்லை, பக்கத்து வீட்டில் போய் வாங்கிக் கொண்டு வாருங்கள்" என்றாள். ஆனால் அவள் கணவன் போவதாகத் தெரியவில்லை. அவர் வேலைக்குப் போய்விட்டுத் திரும்பி வந்துவிட்டார். இவள் கதவு திறக்கவுமில்லை. அவர் போகவுமில்லை. நாங்கள் இருவரும் உள்ளே இருக்கிறோம். அப்போது நான் கிட்டத்தட்ட பத்தடி உயரமுள்ள சுவரில் எப்படி ஏறினேன் என்பது எனக்குத் தெரியவில்லை. வீட்டிற்கு வெளிப் பக்கமாக விழுந்து எழுந்து ஓடினேன். அவள் கணவர் என்னைத் துரத்திக்கொண்டு வந்தார். அந்த இருட்டில் அவரால் என்னைத் தொடர முடியவில்லை. என்னை அடையாளம் காணவும் முடியவில்லை. அவள் கணவர் என்னைத் துரத்திய நேரம் என்னுடன் வந்த நண்பர் வாசல் வழியாக வெளியே வந்து வீட்டுக்கு வந்துவிட்டார். நான் மிகவும் கஷ்டப்பட்டுப் போனேன். நண்பரை விட்டுவிட்டு நான் மட்டும் தப்பித்து விட்டதாக வருந்தினேன். நேராக அவள் வீட்டருகே சென்றேன். இருட்டில் நின்று கவனித்தேன். அங்கு என் நண்பர் இல்லை என்பதனை உறுதிப்படுத்திக்கொண்டு வீடு திரும்பினேன்.

இந்தச் சம்பவத்தை நான் இங்கு குறிப்பிடுவதற்கு வெட்கப்படவில்லை. ஆனால் இப்போது இந்தச் சம்பவத்தை நினைக்கும்போது நான் இப்படியெல்லாம் நடந்துகொண்டேன் என்பது ஆச்சரியமாகவே இருக்கிறது; அதே சமயத்தில் வருத்தமாகவும் இருக்கிறது.

இச்சம்பவம் ஒரு நல்ல முழுமையான மனிதனால் ஏற்பட்டதல்ல. ஆகவே எழுத வேண்டாம் என்றுதான் நினைத்தேன். தவறான புரிதலை இந்தச் சம்பவம் ஏற்படுத்திவிடக் கூடாது என்பதால் தவிர்க்க நினைத்தேன். பின்னணியில் எனக்கு நண்பரான தில்சன் பின்வருமாறு கூறினார்: சுயசரிதை என்று எழுதினால் வாழ்க்கையில் நடந்த முழுவதையும் எழுத வேண்டும். நீ தவறான செயல் செய்திருந்தாலும் அதன் மூலமாக அடுத்தவர்கள் அந்தத் தவறைச் செய்ய மாட்டார்கள். அதேவேளை அந்தச் சம்பவத்தை எழுதுவதன் மூலமாக அடுத்தவர்கள் பாதிக்கப்படக் கூடாது என்பதனையும் கவனத்தில் கொள். இத்துடன் உன் வாழ்க்கை முடிந்தாலும் பரவாயில்லை. முழுமையும் எழுதினால்தான் சுயசரிதம் முழுமை பெறும். தவறான செயலுக்குச் சாயம் போட்டு மறைக்காதே. இது தவறான செயல் என்பதையும் சுட்டிக்காட்டவும் மறக்காதே என்று கூறினார். அவர் கூறியதில் உண்மை இருக்கிறது.

கணேசனுடன் மதுரை முகாமில் வாழ்ந்த காலங்களில் பெரும்பாலும் முரண்பாடுகள் வந்த தில்லை. சில சமயம் சிறு கருத்து வேறுபாடுகள் வரும்போது நான் அவற்றைச் சுட்டிக்காட்டத் தவறுவதில்லை. ஒரு மனிதன் நல்லவனாகவோ, கெட்டவனாகவோ மாறுவதற்கு அவன் எண்ணங்களும் அதன் வெளிப்பாட்டின் விளைவுகளுமே முழுமையான காரணம். மாற்றம் என்பது தவிர்க்க முடியாத ஒன்று. எந்த ஒரு நிலையையும் மாற்றக் கூடிய சக்தி காலத்திற்கு உண்டு. ஒருவன் மாறுவதற்குச் சமுதாயம், குடும்பம், நண்பர்கள் தூண்டுகோலாக இருந்தாலும் அவனுடைய அடிப்படை (நல்லவை-கெட்டவை) குணங்களை உடனடியாக மாற்ற முடியாது. ஆனால் கண்டிப்பாக மாறும். இப்படிச் சில நல்ல அடிப்படைக் குணங்களை நான் என்னில் உணர்ந்திருக்கிறேன். கொஞ்சம் கூச்ச சுபாவம் இருந்தாலும் அதைவிட எனக்கு அடுத்தவர்களைத் தொந்தரவு செய்வது என்பது இன்றுவரை பிடிக்காத விடயம். முகாமில் வாழ்ந்த நாட்களில் முகாம் முழுவதையும் நன்றாக அறிவேன். அங்குள்ள மக்களின் அறியாமை, அதனால் ஏற்படும் மற்றத் துன்பங்கள் முழுவதும் நன்றாகவே அறிவேன். யாருடைய வீட்டுக்காவது விருந்தாளியாகச் சென்றால், வெகு சீக்கிரத்தில் விடைபெற்றுக் கொள்வேன். ஏனென்றால் அதற்குமேல் அவர்களை நான் தொந்தரவு செய்வதாக உணர்வேன். அவர்கள் ஊறுகாயுடன் பழைய கஞ்சி கொடுத்தால் சந்தோஷமாகச் சாப்பிடுவேன். அதேவேளை அவர்கள் கடன் வாங்கி கறி வாங்கி, சமையல் செய்து கொடுத்தால் மிக மிக வருந்துவேன்.

கொடைக்கானலில் இருந்து மதுரை உச்சப்பட்டி முகாமிற்கு வந்தாயிற்று. இனி என்ன செய்யப் போகிறேன்? தங்குவதற்கு மட்டுமே கணேசனால் உதவ முடியும். நான் சாப்பிடுவதற்கு, செலவுக்கு என்ன செய்யப் போகிறேன்? எதிர்காலம் என்னவாகும்? என்ற கேள்விக் குறியுடன் மிகவும் கலங்கியே இருந்தேன். வாழ்க்கையை வெறுத்து இந்த உலகத்தில் வாழத் தகுதியற்றவனாகவே என்னைக் கருதினேன். என் உடலைப் பார்ப்பதற்கு எனக்கே அசிங்கமாகத் தெரிந்தது. இந்த உடலும் உயிரும் வாழ்வதற்காக நான் வாழ வேண்டுமா என்றெல்லாம் கருதினேன். இதே முகாமில் அண்ணன் இருந்தும் ஒரு அண்ணன் வெளிநாட்டில் இருந்தும் எனக்குமேல் கூடப்பிறந்த பத்து சகோதர சகோதரிகள் இருந்தும் எனக்கு ஏன் இந்த நிலை? அம்மா, சகோதரர்களுடனான உறவைத் துண்டித்து இரண்டு வருடங்கள் இருக்கும். தவமண்ணனுடன் உள்ள உறவும் துண்டிக்கப்பட்டுக் கிட்டத்தட்ட ஒரு வருடம் இருக்கும். இந்த இக்கட்டான சூழ்நிலையிலும் நண்பன் வீட்டின் தாழ்வாரத்தில் ஒதுங்கிய நிலையிலும் என் உறவுகளுடன் தொடர்பை ஏற்படுத்த வில்லை. அவர்களும் நான் என்ன செய்கிறேன் என்று கவலைப்பட்டார்களா என்றும் தெரியவில்லை. ஆனால் யாரும் தொடர்புகொள்ளவில்லை. அப்படி இருந்ததற்கு வாழ்க்கையில் ஏற்பட்ட வெறுப்பு காரணமாக இருந்தது. பத்துப் பேரில் ஒருவர்கூட என்ன செய்கிறாய் என்று கேட்கவில்லை என்பது எனக்கு என் குடும்பத்தின் மேல் வெறுப்பை அதிகரிக்கவே செய்தது. இரண்டு மூன்று சகோதரர்கள் இருந்தால் ஒருவருக்கு ஒருவர் பாசமிருக்கும். ஆனால் பன்னிரண்டு பேர் என்கிறபோது அன்பு, பாசம், எல்லாம் பிரிந்து விடும்போது அந்த அன்பின் தாக்கம் குறைவாகவேயிருக்கும். அதனால்கூட என்னை யாரும் கண்டுகொள்ளாமல் விட்டிருக்கலாம். ஆனால் மற்றவர்களைவிட கடைசிப் பிள்ளை என்ற ஒரு தகுதி எனக்கு அதிகமாக இருந்தும் எவரும் கண்டுகொள்ளவில்லை. இது எனக்கு வருத்தத்தையும் வேதனையையும் அதிகப்படுத்தவே செய்தது. நான் என் குடும்பம், சமுதாயம், எனது ஊர் முழுவதையும் முழுமையாக வெறுக்கும் சூழ்நிலைக்குத் தள்ளப்பட்டேன். இத்துடன் முகாம் சூழ்நிலைகள் அங்குள்ள பழக்கவழக்கங்கள், அங்குள்ள மக்களின் அறியாமை, அத்துடன் சிறைச்சாலை சென்று வந்ததால் ஏற்பட்ட கெட்ட பெயர் என எல்லாம் சேர்ந்து என்னை மிகவும் துன்புறுத்தின. இந்தச் சூழ்நிலையிலிருந்து மாறுபட விரும்பினேன். இலங்கைத் தமிழர்களைப் பார்த்தாலே பிடிக்காத சூழ்நிலை ஏற்பட்டது. யாராவது வெளிநாடு பற்றிப் பேசினாலே எனக்கு உடம்பெல்லாம் எரிய ஆரம்பித்துவிடும். இந்த மனநிலையில்

நான் இருக்கும்போது கணேசன் ஒரு யோசனை கூறினார். "நீ விரும்பினால் சென்னைக்குச் செல். அங்கு தங்குவதற்கு ஏற்பாடு செய்கிறேன்" என்றார். சண்முகநேசனும் நான் சென்னை செல்வதையே விரும்பினார். எனக்கும் ஒரு மாறுபட்ட சூழ்நிலை அன்று தேவைப்படுகிறது என்பதனை உணர்ந்தேன். ஆனாலும் நான் முகாமை விட்டுச் செல்வதில் பெரும் பிரச்சினையிருந்தது.

நான் இந்திய மண்ணில் கால்வைத்த நாளிலேயே எனக்கு அகதி என்ற அந்தஸ்து கொடுக்கப்பட்டாகிவிட்டது. என் உடம்பில் உள்ள மச்சங்கள், பெரிய காயத்தினால் ஏற்பட்ட தளும்புகள் முதல் என் கை ரேகை வரை அரசால் பதிவு செய்யப் பட்டன. பதினைந்து நாட்களுக்கு ஒரு தடவை ஒவ்வொரு நபருக்கும் உதவித் தொகை வழங்கப்படும். அத்துடன் ரேசனில் அரிசி, கோதுமை, சர்க்கரை, மண்ணெண்ணை முதலியவை வழங்கப்படும். நான் முகாமைவிட்டு வெளியேறினால் (சென்னை சென்றால்) இவை அனைத்தும் எனக்குக் கொடுக்கப்பட மாட்டாது. அதுபற்றி எனக்குக் கவலையில்லை. பதினைந்து நாட்களுக்கு ஒருமுறை ஊக்கத்தொகை கொடுக்கப்படும்போது குடும்பத்தில் உள்ள அங்கத்தினர் அனைவரும் இருக்க வேண்டும். குடும்பத்தில் யாராவது இல்லை, வேலைக்குச் சென்று இருக்கிறார் என்றால் அவருடைய உதவித்தொகை மட்டும் பிடித்துக்கொண்டு மற்றவர்களுக்கு உதவித் தொகை வழங்கப்படும். அந்தத் தவறிய நபர் நேரில் வருவாய் அதிகாரியிடம் (Revenue Inspector) சென்றால், அதற்குரிய உதவித் தொகை அவரிடம் வழங்கப்படும். அந்தத் தவறிய நபர் ஒரு தடவை வரவில்லையானால் அவருடைய ஊக்கத் தொகையை RI எடுத்துக்கொள்வார். அந்த நபருடைய பதிவு துண்டிக்கப்பட மாட்டாது. அதுவே இரண்டு மூன்று தடவைகளுக்கு மேல் அந்த நபர் வரவில்லை என்றால் அவருடைய பதிவு துண்டிக்கப்படும். அந்த நபர் எவ்வளவு நாட்களாக முகாமில் இல்லை என்று கியூபிராஞ்ச் போலீசுக்கு RI தெரிவித்துவிடுவார். அந்த நபர் சில மாதங்கள் கழித்து வந்து சரியான காரணத்தை கியூபிராஞ்ச் போலீசில் தெரிவித்தால் அவர் தப்பிப்பார். இல்லையானால் அவருக்குச் சோதனையான காலம்தான். அந்த நபர் ஒருவேளை தங்கியிருந்து வேலை செய்திருந்தால் அவர் சம்பாதித்த காசுக்கு மேல் செலவு செய்யவேண்டும். இந்தப் பிரச்சினைக்காக வெளியே தங்கி வேலைக்குச் செல்பவர்கள் RIயிடம் உதவித் தொகையை நீங்களே எடுத்துக் கொள்ளுங்கள். பதிவைத் துண்டித்து விடாதீர்கள் என்பார்கள். அவர்கள் கூறினாலும், கூறாவிட்டாலும் RI அந்த வராத நபருக்குரிய ஊக்கத் தொகையை எடுத்துக்கொண்டு அதற்கு மேல் பதிவைத் துண்டித்து விடுவார். அவ்வாறு பதிவு துண்டிக்கப்பட்ட நபரைக்

காணவில்லை, தேடிக் கொண்டிருக்கிறோம் என்ற பட்டியலில் சேர்த்துவிடுவார். அந்த நபர் மறுபடியும் முகாம் வந்து சரியான காரணம் கூறி மறுபடியும் பதிவுக்கு விண்ணப்பித்தால் மீண்டும் பதிவு பெறுவதற்குச் சில வருடங்கள் ஆகும். ஆனால் பதிவு நீக்குவதற்குச் சில மாதங்கள் போதுமானது. இது எந்த வகையில் நியாயமாக இருக்கும் என்று தெரியவில்லை. முகாமை விட்டு ஓடிப் போகிறவர்களால் தவறு நடக்காமல் கட்டுப்படுத்துவதற்காக அவ்வாறு பதிவு துண்டிக்கப்படலாம். ஆனால் படிப்பதற்காக அல்லது திருமணம் செய்து வேறு முகாமிற்குச் செல்பவர்கள் என பல்வேறு காரணங்களைக் கொண்டவர்கள் பாதிக்கப்படுவது சரியாகுமா? இவ்வாறு வேறு முகாமிலிருந்து எங்கள் முகாமில் கல்யாணம் செய்தவர்கள் அவர்களுடைய பிள்ளைகள் பள்ளிக்கூடம் செல்லும்வரைகூட பதிவு கிடைக்காமல் இருந்திருக்கிறார்கள். பதிவு நீக்கப்பட்ட நபர் எந்த முகாமிலும் அதிக நாட்கள் வாழ முடியாது. எப்படி யாவது கியூபிராஞ்ச் போலீசில் மாட்டிக்கொள்வார். பதிவு துண்டிக்கப்பட்ட நபர் இலங்கைக்கும் செல்ல முடியாது. இதுமட்டுமல்லாமல் மதுரைக்கு யாராவது முதல்வர் அல்லது பிரதமர், ஜனாதிபதி வந்தால் அன்று முகாமைவிட்டு வெளியே எங்கும் செல்லக் கூடாது. அன்று குடும்ப அட்டையுடன் குடும்பம் முழுவதும் கியூபிராஞ்ச் அதிகாரி முன்பு காண்பிக்க வேண்டும். அகதியாகத் தஞ்சம் புகுந்தவர்கள் அத்தனை பேரும் தீவிரவாதிகளா? அல்லது தீவிரவாதிகளுக்கு உதவுபவர்களா? சில சம்பவங்களுக்கு ஒட்டு மொத்தச் சமுதாயத்தையும் காரண மாக்குவது எவ்வகையில் நியாயம்? தவறு செய்தவர்கள் திருந்து வதற்கு வாய்ப்பளிக்கலாம். தெரிந்து தப்பு செய்பவர்கள் தண்டிக்கப்பட வேண்டியவர்களே. ஆனால் ஒன்றுமறியாதவர்கள் பாதிக்கப்படுவது என்பது அடிப்படை மனித உரிமை மீறலாகாதா? நான் மேற்குறிப்பிட்டுள்ளவை பெரும்பாலும் எங்கள் முகாமில் நடந்தவை. இதில் நேர்மையான கம்யூனிஸ்ட் கொள்கையுடைய RIநடுவரையும் பார்த்திருக்கிறேன். அவர் மிகவும் நேர்மையாகவும் மனிதநேயத்துடனும் நடந்துகொள்வார். தமிழ்நாட்டில் உள்ள மொத்த முகாம்களிலும் அப்படித்தான் நடக்கிறது என்று நான் கூறவில்லை. அதே வேளை எங்கள் முகாமைவிட மிகவும் மோசமான முகாம்களைக் கூட பார்த்திருக்கிறேன். அதாவது காலை வெளியே செல்லும்போதும் மாலை முகாமிற்கு வரும் போதும் கையெழுத்துப் போட்டுவிட்டுத்தான் செல்ல வேண்டும். அப்படிப்பட்ட முகாம்கள் இருந்திருக்கின்றன, இருக்கின்றன. இப்படிப்பட்ட முகாம் சூழ்நிலையில், இந்த மக்களுடன் நானும் வாழ்ந்துகொண்டிருக்கும்போது சென்னை சென்றால்,

கண்டிப்பாக என் பதிவு மூன்று மாதங்களுக்குள் ரத்தாகி விடும்; துண்டிக்கப்பட்டு விடும். அரசு ஆவணத்திலும் என் பெயர் ஆளைக் காணவில்லை என்றிருக்கும். நான் சென்னை சென்றால் மதுரை முகாமுக்கு மட்டுமல்ல, வேறெந்த முகாமுக்கும் பதிவைத் திரும்பப் பெறாமல் செல்ல முடியாது. அப்படிச் சென்றால் அங்கு கியூபிராஞ்ச் போலிசாரின் கண்ணில்பட்டால் அவ்வளவுதான். நான் மிகவும் யோசித்தேன். என் குடும்ப உறவே முழுவதுமாகத் துண்டிக்கப்பட்டுவிட்டது. இந்த முகாம் பதிவு மட்டும் என்ன பெரிதாகிவிடப் போகிறது. இந்தப் பதிவு இருந்தாலும் என் பொருளாதாரத்தை என் எதிர்காலத்தைப் பாதிக்கவே செய்யும். என் திறமையை என் சுதந்திரத்தைப் பாதிக்கவே செய்யும். என் சூழ்நிலை வேறு மிகவும் மோசமாக இருந்தபடியால் பதிவைத் துண்டிப்பது என்றும் சென்னை செல்வதென்றும் முடிவு செய்தேன்.

கணேசனுடைய உறவினர் ஒருவர் சென்னையில் இருந்தார். அவருடன் நான் தங்குவதற்கு கணேசன் ஏற்பாடுகளைச் செய்தார். நண்பர் சண்முகநேசன் பேருந்திற்கு டிக்கெட் எடுத்துக் கொடுத்ததுடன் செலவுக்குப் பணமும் கொடுத்து மதுரை திருவள்ளுவர் பேருந்து நிலையத்திலிருந்து வழியனுப்பி வைத்தார். இந்தக் காட்சி இன்னும் ஆணி அடித்த மாதிரி மனதில் பதிந்திருக்கிறது. திருப்பிக் கொடுக்காமல் கணக்கில்லாமல் அதிகம் நான் காசு வாங்கிய நபர் சண்முக நேசனாகத்தானிருப்பார்.

நான் மதுரையில் கணேசனுடன் இருந்த காலங்களில் ஐம்பது பைசா பீடி வாங்குவதற்குக் காசில்லாமல் அவர் சட்டைப் பைகளில் எல்லாம் தேடுவேன். கிடைக்கவில்லையானால் பாதி பீடி, குறை பீடியாவது கிடைக்காதா என்று தேடித் திரிவேன்.

1998ஆம் ஆண்டு ஆரம்பத்தில் வேலைக்காக அல்ல, உயிர் வாழ்வதற்காகச் சென்னைக்கு வந்தேன். அதற்கு முன்பு பலதடவை சென்னை வந்திருக்கிறேன். சில வருடங்கள் சென்னை நண்பர்களுடன் வாழ்ந்தும் இருக்கிறேன். ஆனால் இப்போது சென்னை வருவது ஒரு கலக்கமான, கலவரமான சூழ்நிலை. கணேசன், சண்முகநேசன் உதவியுடன் வேறு யாருடைய உதவியும் இல்லாமல் சென்னை புறப்படுகிறேன். பேருந்தில் எனக்குத் தூக்கம் வரவில்லை. சென்னையில் எனக்கு என்ன வேலை கிடைக்கும்? எப்படி உயிர் வாழப் போகிறேன்? கணேசனின் உறவினர்கள் எப்படிப்பட்டவர்கள்? என்னைக் கவனித்துக் கொள்வார்களா? பேருந்தில் துக்கமும் அழுகையும் வந்தன. சென்னை சென்று சம்பாதிக்க வேண்டும். ஆடம்பரமாக வாழ

வேண்டும் என்று நான் கனவு காணவில்லை. சென்னையில் உயிர் வாழ்ந்தால் போதும். தங்குவதற்கும் சாப்பிடுவதற்கும் சம்பாதித்தால் போதுமென்றே எண்ணினேன். கணேசன் உறவினர் போஸ் அவர்களை முன்பு இரண்டு தடவைகள் பார்த்திருக்கிறேன். அப்போது அவரைப் பார்த்த சூழ்நிலை வேறு. ஆனால் இன்று அவரிடம் அடைக்கலம் தேடிப் போகிறேன். சென்னை ஏற்கனவே எனக்குக் கொஞ்சம் தெரிந்ததுதான். காலை 6 மணிக்கு அண்ணா சாலையில் உள்ள சிம்சனில் இறங்கினேன். இந்தச் சிங்காரச் சென்னையை, அன்று நான் இருந்த மனநிலையில், தரையைத் தொட்டு முத்தமிடவே நினைத்தேன். பேருந்திலிருந்து இறங்கியதும் என் கால்கள் நடுங்கின. என் உடல் லேசாகச் சிலிர்த்தது. சுற்றும் முற்றும் பார்த்தேன். ஆள் நடமாட்டம் குறைவாகவே இருந்தது. யாருமில்லாத தீவில் நான்மட்டும் இருப்பதாகத் தோன்றியது. என்னுள் ஏதோ ஒரு மாயை; அந்தச் சூழ்நிலையில் என்னைக் கொஞ்சம் திடப்படுத்திக்கொண்டு அப்போதே முடிவு செய்தேன்; என்ன சூழ்நிலையானாலும் என்ன நடந்தாலும் சரி, எப்படியாவது சென்னையில் வாழ வேண்டும். எக்காரணத்தைக் கொண்டும் இனிமேல் மதுரைக்கு ஓடக் கூடாது. அப்படியே சிறிது தூரம் நடந்து LIC எதிரிலுள்ள போஸ் வீட்டை அடைந்தேன். அனைவரும் நன்றாகவே தூங்கிக் கொண்டிருந்தார்கள். அவர்களுடைய தூக்கத்தைக் கலைக்க எனக்கு விருப்பம் இல்லை. அதனால் மெயின் ரோட்டுக்கு வந்து ஒரு தேநீர் குடித்தேன். ஒரு மணிநேரம் கழித்து போஸ் வீட்டிற்குப் போய்ச் சேர்ந்தேன்.

அங்கு போஸ், அவருடைய தம்பி ராஜா, மற்றுமொரு நண்பர் என மூன்று பேர் தங்கியிருந்தார்கள். அந்த அறை கொஞ்சம் சிறியது. மூவர் தங்குவதற்கே கொஞ்சம் கஷ்டமாக இருக்கும். இந்நிலையில் வேலையில்லாத என்னையும் அவர்களுடன் சேர்த்துக்கொண்டது பெரிய விடயம். அவர்கள் சமையல் செய்து சாப்பிட்டார்கள். சில சமயம் இரவுச் சோறு மீதமிருந்தால் காலையில் பழைய சோறு சாப்பிடுவார்கள். அவர்கள் அப்படிப் பழைய சோறு சாப்பிடும் போதெல்லாம் எனக்கு மட்டும் டிபன் வாங்கிக் கொடுத்தார் போஸ். இந்த ஒரு சம்பவமே, அவர் எந்தளவுக்குக் தனது சகோதரனைப் போன்று என்னைக் கவனித்துக்கொண்டார் என்பதற்குப் போதுமானதாகும். அதுமட்டுமல்லாமல் கிட்டத்தட்ட ஒரு மாதம் அவர் வீட்டில் வேலையில்லாமல் இருந்தபோதும் முகம் கோணாமல் இன்முகத்துடன் சாப்பாடு கொடுத்தார். ஒரு தேநீர் வாங்கிக் கொடுத்தாலே சாப்பிடுவதற்கு யோசிக்கும் நான் இங்கு கிட்டத்தட்ட ஒரு மாதம் வேலையில்லாமல்

உட்கார்ந்து சாப்பிட்டேன். அவர்கள் இன்முகத்துடன் எனக்கு உணவளித்தாலும் எனக்கு மிகவும் கஷ்டமாக இருந்தது. அவர்களைத் தொந்தரவு செய்வதாக மிகவும் வேதனைப்பட்டேன். இந்த அவசர உலகில் யார் அதிகம் பழக்கமில்லாதவர்களுக்கு ஒருமாதம் சாப்பாடு தருவார்கள்? விருந்தும் மருந்தும் மூன்று நாளைக்கு என்பார்கள். ஆனால் போஸ் எனக்கு முப்பது நாள் சாப்பாடு கொடுத்தார். போஸ் அவர்கள் என்னைவிட வயதில் மூத்தவர். அவர் மிகவும் இரக்க குணம் உடையவர். அவருக்குக் கோபம் வந்ததை இதுவரை நான் பார்த்ததில்லை. அவருடைய அலுவலகம் அருகில் இருந்தபடியால், மதியம் சாப்பிட அறைக்கு வருவார். அப்போது தூங்கிக்கொண்டிருக்கும் என்னை எழுப்பி சாப்பாடு போட்டுக் கொடுத்துச் சாப்பிடு என்பார். இந்தச் சம்பவத்தால் அப்படியே உருகிப் போனேன்.

தொ. பத்தினாதன்

போஸ் அவர்கள் வீட்டிற்குப் போனதும் கூறினேன். என்ன வேலையானாலும் பரவாயில்லை. வெகு சீக்கிரத்தில் எனக்கு ஒரு வேலை வாங்கிக் கொடுங்கள் என்றேன். அவரும் எனக்காக வேலை தேடிக்கொண்டிருந்தார். இரண்டு மூன்று நாட்கள் கழித்து, மதுரையில் மதுபானக் கடையில் வேலை செய்திருக்கிறேன், அதனால் மதுபானக் கடையில் என்றாலும் பரவாயில்லை, எனக்கு முதலில் வேலை வாங்கிக் கொடுங்கள் என்றேன். ஆனால் அதற்கு அவர் சம்மதிக்கவில்லை. காரணம் மதுபானக் கடையில் வேலை செய்தால் என் எதிர்காலம் நல்லாயிருக்காது என்று அவர் கருதினார். அவர் நினைத்திருந்தால் நான் அவரிடம் வந்து சேர்ந்த மறுநாளே மதுபானக் கடையில் வேலைக்குச் சேர்த்து விட்டிருக்க முடியும். என் எதிர்காலம் கருதி தம் வீட்டில் உட்கார வைத்துச் சாப்பாடு போட்டார்.

நான் மதுரையில் ஓட்டலில் வேலை செய்திருக் கிறேன், அதனால் ஓட்டல் வேலையில் என்றாலும் என்னை வேலைக்குச் சேர்த்து விடுங்கள் என்றேன். அதற்கும் அவர் அவ்வளவு விருப்பம் காட்டவில்லை. அவர் அலுவலகத்தில் அல்லது வேறு ஏதாவது இடத்தில் என்றாலும் ஓரளவு நல்ல வேலையில் சேர்த்துவிட முயற்சித்துக்கொண்டிருந்தார். அவர் பணி முடிந்து வீட்டிற்கு வரும் வருகைக்காகக் காத்துக் கொண்டிருப்பேன். வேலை கிடைத்துவிட்டது, நீ நாளைக்கு வேலைக்குப் போகலாம் என்று கூற மாட்டாரா என ஏங்கிக்கொண்டிருப்பேன். அவர் அறைக்கு வந்து சிறிது நேரம் கழித்துக் கேட்பேன். அப்போது அவர் கூறுவார்: உனக்கு நல்ல வேலை வாங்கித் தருவது என் பொறுப்பு நீ அதைப் பற்றி கவலைப்படாதே. இப்படியே நான்

சென்னை வந்து இருபத்தைந்து நாட்களுக்கு மேல் ஆகிவிட்டது. போஸிடம் உறுதியாகக் கூறினேன். வேலையில்லாமல் உங்களைக் கஷ்டப்படுத்திக் கொண்டிருக்க எனக்குக் கஷ்டமாக இருக்கிறது. அதனால் முதலில் ஏதாவது ஒரு ஓட்டலில் சேர்த்துவிடுங்கள் என்றேன். என் தொந்தரவு தாங்காமல் அண்ணா சாலை, பெரிய பள்ளிவாசல் எதிரில் உள்ள சங்கம் ஓட்டலுக்குக் அழைத்துச் சென்றார். ஏதோ பேசினார். அங்கு ஒரு தேநீரும் வாங்கிக் கொடுத்தார். பின்பு அதற்கு அருகில் உள்ள பூபதி கபே என்ற ஓட்டலுக்குக் கூட்டிச் சென்றார். அவர்கள் மறுநாள் பணிக்கு வரும்படி கூறினார்கள். வேலை கிடைத்துவிட்ட சந்தோஷத்தில் அன்று இரவு நன்றாகத் தூங்கினேன்.

போஸ் காலை பணிக்குச் செல்லும்போது என்னையும் கூட்டிக்கொண்டு போய் பூபதி கபே மேலாளரிடம் கூறி, வேலையில் சேர்த்துவிட்டு பணிக்குச் சென்றார். பூபதி கபே என்பது ஒரு சிறிய உணவகம். அதன் இன்னுமொரு கிளை எழும்பூர் இரயில் நிலையம் எதிரில், அதே பெயரில் இருந்தது. அண்ணா சாலையில் உள்ள உணவகத்தில் காலை மாலை டிபன் மட்டுமே தயாராகும். மதிய உணவு முழுவதும் எழும்பூர் இரயில் நிலையம் எதிரில் உள்ள பூபதி கபேயிலிருந்தே வரும். அவற்றை எடுத்து வர வண்டி வைத்திருந்தார்கள். நான் வேலையில் சேர்ந்த முதல் நாள் மதிய உணவை எடுத்துவருவதற்கு வண்டியில் சென்றேன். இங்கு பணி நேரம், சம்பளம் எவ்வளவு என்பதெல்லாம் எனக்கு ஞாபகமில்லை. இங்கும் வாடிக்கையாளர்களுக்கு உணவுபரிமாற என்னை அனுமதிக்கவில்லை. பரிமாற எனக்குத் தைரியமும் இல்லை. மதுரையில் வேலை பார்த்தபோதுகூட நான் பரிமாறச் சென்றதில்லை. அனுமதிக்கப்படவில்லை. காரணம் அங்கு வரும் வாடிக்கையாளர்கள் பெரும்பாலும் வெளிநாட்டினர். எனக்கு ஆங்கிலம் தெரியாத காரணத்தால் அனுமதிக்கவில்லை. ஆனால் இங்கு அப்படியில்லை என்றாலும் பரிமாறுமளவுக்கு எனக்கு அனுபவமில்லை. வாடிக்கையாளருக்கு உணவு பரிமாறுவது என்பது ஒரு பெரிய விடயம் இல்லையானாலும், நான் அதில் அவ்வளவு ஈடுபாடு காட்டவில்லை. அதனால் பார்சல் கட்டுவது அல்லது வாழை இலையைத் தயார்செய்வது போன்ற சிறு சிறு வேலைகளே எனக்கு ஒதுக்கப்பட்டன. இங்கு ஒரு சந்தோஷமான விடயம் வாடிக்கையாளர்களுக்கு வழங்கப்பட்ட உணவே எங்களுக்கும் வழங்கப்பட்டது.

வேலைக்குச் சேர்ந்த முதல் நாள் இரவு பதினொரு மணிக்கு உணவகம் மூடியபின்பு போஸ் அறையில் வந்து தூங்கினேன். பின்பு யோசித்தேன். இனிமேலும் அவரைக் கஷ்டப்படுத்தக் கூடாது. தொந்தரவு செய்யக் கூடாது. அதனால் அந்த உணவகத்திலேயே

தங்கிவிடுவது என்று முடிவுசெய்தேன். ஆனால் போஸ் சம்மதிக்கவில்லை. அந்த உணவகத்தில் தங்குவதற்கு வசதிகள் இருக்காது. அதனால் நீ இங்கு வந்து தங்கிக்கொள். எங்களுக்கு எந்தச் சிரமமும் இல்லை என்று கூறினார். உணவகத்தில் நிறையப் பேர் வேலை செய்கிறார்கள். அவர்கள் எல்லாம் அங்குதான் தங்குகிறார்கள். அதற்காக வசதிகள் எல்லாம் உணவகத்தால் செய்து கொடுக்கப்பட்டுள்ளன. நானும் அவர்களுடன் தங்கிக் கொள்கிறேன் என்றேன்.

இரண்டாவது நாள் பணி முடிந்ததும் உடன் பணி செய்தவர்கள் எல்லாம் முன்பே கொட்டகைத் திரையரங்கில் இடம் பிடிப்பதுபோல் ஓடிச்சென்று இடம் பிடித்துக்கொண்டார்கள். கடைசியாகச் சென்ற எனக்கு அங்கு உட்கார்வதற்குக்கூட இடமில்லை. யாருக்காவது உதவும் உள்ளம் இருந்தால்கூட அங்கு படுப்பதற்கு உதவி செய்யும் வாய்ப்பேயில்லை. ஒருவர் காலுக்குள் மற்றவர் தலையிருக்கும். கால், கையை நீட்டினால் அடுத்தவர்மேல் படும். யாரும் என்மேல் தொட்டாலே தூக்கம் வராது. எப்படி இங்கு தூக்கம் வரும்? பாய் விரித்துத் தூங்குபவர்கள், துண்டு விரித்துத் தூங்குபவர்கள், பத்திரிகை காகிதங்களை விரித்துத் தூங்குபவர்கள் மத்தியில் எனக்கு இடம் கிடைக்கவில்லை. ஒரு பத்திரிகைக் காகிதமும் கிடைக்கவில்லை. அறையின் மூன்று பக்கங்கள் சுவராலும் ஒரு பக்கம் கம்பி வலையாலும் அமைக்கப்பட்டிருந்தது. ஒரே ஒரு வாசல். அந்தக் கம்பி வலை வழியாகப் பார்த்தால் அண்ணாசாலை தெரியும். அதன் கூரை சிமெண்டு ஷீட்டால் ஆனது. வெயில் காலத்தில் சொல்லவே வேண்டியதில்லை. அதன் தரைப்பகுதி குழிக் குழியாக இருக்கும். குழியில்லாத மற்ற பகுதிகளில் அழுக்குப் படிந்து கறுப்பாக இருக்கும். தரையைக் கழுவியிருக்க மாட்டார்கள். அந்த அறையின் நடுவில் ஒரு மின்விசிறி இருந்தது. கழிவறை தள்ளியிருந்தது. அதை யாரும் முறையாகப் பயன்படுத்தாததால், வாடை வேறு. அங்கிருந்தவர்கள் எல்லோரையும் விட மிகவும் ஆரோக்கியமாக சந்தோஷமாக வாழ்ந்த உயிர்கள் அங்கு வாழ்ந்த கொசுக்கள்தான். தலைகால் தெரியாமல் போர்த்திக் கொண்டு படுத்தாலும் அவை போர்வையையும் மீறிக் கடிக்கும். அல்லது எப்படியாவது போர்வைக்குள் வந்துவிடும். அவ்வளவு அதிகமான கொசுக்களையும், அவ்வளவு பெரிய கொசுக்களையும் 30 ஆண்டுகால வாழ்க்கையில் நான் பார்த்ததே இல்லை. இவ்வளவுக்கும் மத்தியில் புதிதாக அங்கு சென்ற எனக்கு எப்படித் தூக்கம் வரும்? மதுரை மத்திய சிறைச்சாலையில் கூட மூன்று நாட்கள் இருந்திருக்கிறேன். அங்கு கிடைத்த சுத்தமான காற்று, சுகாதாரமான வாழ்க்கைகூட இங்கு இல்லை. விடிய

விடிய கொசு அடித்துக்கொண்டு விழித்திருந்தேன். ஆனால் அங்கிருந்தவர்கள் தூங்கிக்கொண்டிருந்தார்கள். அவர்களால் மட்டும் முடியும்போது என்னால் ஏன் முடியவில்லை என்ற கேள்வி எனக்குள் எழுந்தது. அந்தக் கேள்விக்குப் பதில்காண ஒருமாதம் அந்தச் சூழ்நிலையை அனுபவித்தேன். அங்கிருந்த ஒவ்வொருவரிடமும் சினிமாப் படம் எடுக்கும் அளவுக்குக் ஒவ்வொரு கதையிருந்தது. வீட்டில் சண்டை போட்டுக்கொண்டு ஓடி வந்தவர்கள் இருந்தார்கள்; பிழைப்புத் தேடி ஓடி வந்தவர்கள், வறுமையால் வேலை தேடி வந்தவர்கள். சிறுசிறு தவறுகள் செய்துவிட்டு ஓடிவந்தவர்கள், சிறுவர்களாய் இருந்தபோது படிக்கப் பிடிக்காமல் ஓடி வந்தவர்களும் இருந்தார்கள். வயதானவர்கள் கூட அந்தச் சூழ்நிலையில் இருந்தார்கள். அவர்கள் படும் துன்பங்கள் எல்லாம் இரக்க குணம் கொண்ட எவராலும் பார்க்க முடியாதது. ஓரினச் செயல்களுக்காகச் சிறுவர்கள் துன்பப்பட்டதைக்கூட பார்த்தேன். அப்போது நினைத்தேன், இதுமாதிரி ஓட்டல்களில் உணவகங்களில் உள்ள எல்லோரையும் ஒன்று சேர்த்துச் சங்கம் அமைத்து அவர்களுக்கு எதிராக இழைக்கப்படும் கொடுமைகளுக்காகப் போராட வேண்டும் என்று. ஆனால் நானும் அவர்களைப்போல் இருக்கும்போது எப்படி முடியும்?

நான் மதுரையில் ஓட்டலில் வேலை செய்து கொண்டிருந்த போது இரு கண்காணிப்பாளர்கள் பேசிக் கொண்டிருந்தார்கள். சென்னை பூந்தமல்லி ஹைரோட்டில் சில நட்சத்திர ஓட்டல்கள் இருப்பதாகவும், அதில் ஒரு குறிப்பிட்ட ஓட்டலின் பெயரைக் குறிப்பிட்டு அந்த ஓட்டலுக்குச் சென்றதாகவும், அந்த ஓட்டலைப் பற்றிப் புகழ்ந்து பேசிக்கொண்டிருந்தார்கள். எனக்கு அந்த ஓட்டல் ஞாபகத்திற்கு வந்தது. எப்படியாவது அந்த நட்சத்திர ஓட்டலில் வேலைக்குச் சேர்ந்து விடவேண்டும் என்று தீர்மானித் திருந்தேன். ஆனால் எப்படி என்பது தெரியாது. அங்கு வேலைக்குச் சேரவேண்டுமானால் படிப்பு, தகுதி எல்லாம் வேண்டும் என்றும் தெரியாது. என் படிப்புத் தகுதி அந்த ஓட்டலில் வேலை செய்வதற்குப் போதுமானதா என்றும் தெரியாது. பெரிய நட்சத்திர ஓட்டலில் வேலை செய்த அனுபவம் இல்லை. பத்தாவது பாதிவரை படித்ததற்கான சான்றிதழ்கூட இல்லை. மதுரை ஓட்டலில் வேலை பார்த்ததற்கான அனுபவச் சான்றிதழும் இல்லை. இத்தனை தெரியாது, இத்தனை இல்லை, எப்படி அந்த நட்சத்திர ஓட்டலில் வேலைக்குச் சேர்த்துக் கொள்வார்கள்?

அப்துல்கலாம் கூறியது போன்று கனவு மட்டும் கண்டேன். அதுவும் முடவன் கொம்புத்தேனுக்கு ஆசைப் பட்டது போன்ற

கனவு. இது நடக்குமா? எதுவும் தெரியாது, ஆனால் முயற்சிப்பது என்று மட்டும் முடிவு செய்தேன்.

நான் மதுரை முகாமில் இருந்தபோது சென்னை நண்பர்களுடன் சிலமாதங்கள் தங்கியிருந்தேன். அந்தக் காலகட்டத்தில் முகாமிலிருந்து என் பதிவு நீக்கப்பட்டது. பின்பு மறுபடியும் பதிவு பெறுவதற்காகச் சென்னை சேப்பாக்கம் அகதிகள் மறுவாழ்வுத் துறை அலுவலகத்திற்குச் சென்றிருந்தேன். அப்போது அந்த அரசு அலுவலக வளாகத்தில் மரத்தடியில் உட்கார்ந்து மனு எழுதுபவர்களைப் பார்த்திருக்கிறேன். பூந்தமல்லி ஹைரோட்டில் உள்ள அந்த நட்சத்திர ஓட்டலில் வேலைக்குச் சேர்வதானால் என்ன செய்ய வேண்டும் என்று தெரிந்திருக்கவில்லை. ஆனால் அங்கு வேலையில் சேர சில விதிமுறைகள் இருக்கும் என்று தோன்றியது. இதுபற்றி யாரிடம் விசாரிப்பது என்றும் தெரியவில்லை. வேலைக்கு எப்படி விண்ணப்பிப்பதென்றும் தெரியவில்லை. மதுரை முகாமில் சிறு சிறு மனுக்கள் எழுதிய அனுபவம் உண்டானாலும் அந்த அனுபவம் இதற்குப் போதுமானதில்லை. கொஞ்சமாவது முறையாகச் சென்றால் நல்லது என்று எண்ணிய போது மனு எழுதுவது ஞாபகத்திற்கு வந்தது. ஒருநாள் விடுமுறையில் அண்ணா சாலையில் இருந்து சேப்பாக்கம் நடந்து சென்றேன். அலுவலகங்கள் எல்லாம் அன்று வெறிச்சோடிக் கிடந்தன. எனக்கு மிகவும் கஷ்டமாக இருந்தது. என் முதல் முயற்சியிலேயே முள் குத்திவிட்டதே. அப்படியே மெரினா கடற்கரைக்குச் சென்றேன். அங்கு உட்கார்ந்து அழுவதற்குத் தனி இடம் கிடைக்கவில்லை. போன வேகத்தில் திரும்பி வந்தேன். பிரதான வீதியில் நின்று கடலைத் திரும்பிப் பார்த்தேன். மக்கள் வெள்ளம்போல் காட்சியளித்தார்கள். திருவிழாக் கூட்டம். இவர்கள் எல்லாம் இந்தச் சென்னையில் வாழும்போது என்னால் மட்டும் வாழ முடியாதா?

மற்றொரு நாள் சேப்பாக்கம் போனேன். மனு எழுதுபவர் இருந்தார். அவரிடம் நான் சென்னைக்குப் புதியவன். நட்சத்திர ஓட்டலில் வேலைக்குச் சேர வேண்டும். அதற்கு ஒரு மனு எழுதிக் கொடுங்கள் என்றேன். மனு எழுதுவதற்கான விடயங்களைக் கேட்டுவிட்டு மனுவைத் தமிழிலேயே எழுதிக் கொடுத்தார். அத்துடன் அந்தப் பெரியவர் கூறினார். நீ ஒன்றும் பயப்படாதே, கவலைப்படாதே. நான் எழுதிக் கொடுத்த மனுவால் கண்டிப்பாக உனக்கு வேலை கிடைக்கும். தைரியமாகப் போய் வா என்று அவர் வாழ்த்தி அனுப்பினார். அவர் எழுதிய மனுவுக்கு ஐந்து ரூபாய் கொடுத்து நன்றி தெரிவித்துவிட்டு வந்தேன்.

தாய் மொழி தமிழ், பேசுவது தமிழ், வளர்ந்தது தமிழ், படித்தது தமிழ். ஆனால் அலுவலக மொழி ஆங்கிலமாயிற்றே.

உலகப் பொது மொழி ஆங்கிலம். அதனால் அந்த மனுவை அப்படியே பயன்படுத்த சிறு யோசனையாக இருந்தது. அதனால் தமிழில் எழுதப்பட்ட அந்த மனுவை போஸிடம் கொடுத்து ஆங்கிலத்தில் மொழிபெயர்த்துத் தரும்படி கேட்டுக்கொண்டேன். அவரும் அதனை மொழிபெயர்த்துக் கொடுத்தார். அதைப் பல நகல்கள் எடுத்து இரண்டு மூன்று உறைகளில் போட்டுத் தயாராக வைத்திருந்தேன். அந்த உணவகத்தில் எனக்கு மதியத்திற்கு மேல் பணியிருந்ததால், காலை சீக்கிரமாக எட்டு மணிக்கு மனுவுடன் அந்த உணவகத்திலிருந்து வெளியே வந்தேன். வரும்போது அதன் கண்காணிப்பாளர் பார்வையில் பட்டுவிட்டால் என்ன என்று கேட்பார். நான் வேறு வேலை தேடிக்கொண்டிருக்கிறேன் என்று தெரிந்தால் தற்போது உள்ள வேலையும் போய்விடும். அதனால் சட்டைக்குள் வைத்து மறைத்தவாறு வெளியே எடுத்து வந்தேன்.

ஒரு நாள் காலை எட்டு மணிக்கு அண்ணா சாலையில் உள்ள எல்ஐசி பஸ் நிறுத்தத்திலிருந்து பாரிமுனைக்கு பஸ் ஏறினேன். எங்கு போவது என்று தெரியவில்லை சுற்றிச் சுற்றி வந்தேன். எங்கெங்கெல்லாம் நட்சத்திர ஓட்டல்கள் இருக்கின்றன என்றும் தெரியவில்லை. சென்னையில் சில மாதங்கள் இருந்திருந் தாலும் சில இடங்களைத் தவிர வேறு எதுவும் தெரியாது. பாரிமுனையில் பூந்தமல்லி என்று எழுதியிருந்த பேருந்தில் ஏறி பூந்தமல்லிக்குச் சீட்டு வாங்கிக்கொண்டு பேருந்தின் ஜன்னல் ஓர இருக்கையில் அமர்ந்துகொண்டேன். ஏனென்றால் பேருந்து சென்றுகொண்டிருக்கும்போது ஏதாவது நட்சத்திர ஓட்டல் கண்ணில் பட்டால் அந்தப் பேருந்து நிறுத்தத்தில் இறங்கிவிடலாம் என்ற யோசனையில் அமர்ந்திருந்தேன். உயர்ந்த கட்டடங்களை எல்லாம் உற்று உற்றுப் பார்த்துக்கொண்டே வந்தேன். சிறிது நேரத்தில் ஒரு நட்சத்திர ஓட்டலைக் கண்டேன். ஆனால் அது நான் வேலையில் சேரவேண்டும் என்று நினைத்திருந்த ஓட்டல் இல்லை. இன்னும் சிறிது நேரத்தில் மற்றுமொரு நட்சத்திர ஓட்டல் கண்ணில்பட்டது. ஆஹா இரண்டு ஓட்டல்கள் இருக்கிறது. இதில் ஏதாவது ஒன்றில் நமக்கு வேலை கிடைக்காதா என்று எண்ணிக்கொண்டிருக்கையில் நான் நினைத்திருந்த ஓட்டல் கண்ணில் பட்டது; மகிழ்ச்சியுற்றேன். அந்த ஓட்டலைத் தாண்டி வரும் பேருந்து நிறுத்தத்தில் இறங்கலாம் என்று நினைத்துக் கொண்டிருந்தேனா, அல்லது கனவு கண்டுகொண்டிருந்தேனா தெரியவில்லை. பேருந்து நின்றதும் ஜன்னல் ஓரமாகப் பேருந்தின் நடுவில் உட்கார்ந்திருந்த நான் அவ்வளவு கூட்டத்தையும் தாண்டி இறங்குவதற்குள் பேருந்து புறப்பட்டு விட்டது. நடத்துநரிடம் நான் இறங்க வேண்டும் என்றேன். அவர் என்னை ஒரு முறைப்பு முறைத்துவிட்டு, இவ்வளவு நேரமும் தூங்கிட்டு இருந்தியா?

அடுத்த நிறுத்தத்தில் இறங்கிக்கொள் என்றார். அவர் சற்று தடித்த வார்த்தையில் அதட்டலாகக் கூறியது, பயணிகள் எல்லோரும் என்னைப் பார்த்தது, எனக்கு அவமானப்பட்டதாகத் தோன்றியது. நான் எதுவும் பேசாமல் அடுத்த பேருந்து நிறுத்தத்தில் இறங்கி ஓட்டலுக்குச் சென்றேன். விடுமுறை என்று தெரியாமல் மனு எடுத்துச் சென்றது யார் தவறு, அது என் அறியாமை. மனு எடுத்து வருகிறேன் என்றா விடுமுறை விட்டார்கள். இல்லையே. விளைவு ஏமாற்றம், துன்பம். பேருந்தில் அடுத்த நிறுத்தத்தில் இறங்க வேண்டுமானால் முன்பாகவே எழுந்து வாசலுக்கு வந்திருந்தால் பேருந்து நின்றவுடன் இறங்கியிருக்கலாம். அதனைத் தவறவிட்டதற்கு யார் காரணம்? இதுவும் என் அறியாமையே! இதுவரை நான் வந்த வழிகளில் எல்லாம் என் கால்களில் குத்திய முள்ளுக்கும் கண்கள் சிந்திய கண்ணீருக்கும் நானே காரணம். இனிமேல் உள்ள என் வாழ்க்கைக்கு நானும் எனக்குள்ள அறிவும் தான் காரணமே தவிர வேறு எதுவாகவும் இருக்க முடியாது.

அந்த ஓட்டலின் டைம் ஆபீசில் போய் நின்றதும் அந்தக் காவலாளி யாரையாவது பார்க்க வேண்டுமா என்றார். இல்லை வேலை கேட்டு வந்திருக்கிறேன் என்றேன். அதற்கு அவர் பயோடேட்டா இருக்கா, இருந்தால் கொடு நான் உள்ளே கொடுக்கிறேன் என்றார். எனக்கு உண்மையில் அப்போது பயோடேட்டா என்றால் என்னவென்று தெரியாது. ஆதனால் என்னிடம் இல்லை என்றேன். அப்போ கையில் வைத்திருக்கும் கவர் என்ன என்று கேட்டார். அது வேலையில் சேர்வதற்காக மனு என்றேன். அதைக் கொடு என்றார். கொடுத்தேன். பின்பு சற்று நேரம் பொறுத்திருக்கும்படி கேட்டுக்கொண்டார். பின்பு உள்ளே கூப்பிடுகிறார்கள் நீங்கள் உள்ளே சென்று பாருங்கள் என்றார். உள்ளே அலுவலகத்தில் இருந்த ஒருவர் என்னை அழைத்து, என்னையும் என் கால்களில் அணிந்திருந்த ரப்பர் செருப்பையும் பார்த்தார். அவர் என்ன கேட்டார், என்ன பேசினார், அதற்கு நான் என்ன கூறினேன் என்பவை எல்லாம் ஞாபகமில்லை. கடைசியாக, கிச்சன் ஸ்டிவடிங்கில் *(Kitchen Stewarding)* மட்டும்தான் வேலைக்கு ஆட்கள் தேவை. நீங்கள் விரும்பினால் வேலையில் சேர்ந்துகொள்ளலாம் என்றார். எனக்கு அந்த வேலையை விட்டுவிட மனசில்லை. பூபதி கபேயை விட இது எவ்வளவோ மேலானது என்பதை நான் அறிவேன். ஆனாலும் அந்த வேலைக்காக வரவில்லையே. (நட்சத்திர ஓட்டலில் கிச்சன் ஸ்டிவடிங் என்பது சமையலறையையும், அது சார்ந்த இடங்களையும் சுத்தம் செய்வது, சமைக்கும் பாத்திரங்களைக் கழுவிச் சுத்தம் செய்வது போன்றவை.) நாளைக்கு வருகிறேன் என்று கூறிவிட்டு வந்துவிட்டேன்.

மறுநாள் காலையில் சென்றேன். செல்லும் வழியில் நான் சென்று வந்த ஓட்டலுக்கு முன்பாக இருந்த ஓட்டலில் முயற்சித்துப் பார்க்கலாம் என்று தோன்றவே அங்கு சென்றேன். அங்கு 'ஹவுஸ் கீப்பிங்'கில் வேலை செய்வதற்கு ஆட்கள் தேவைப்படுகிறது. ஆகவே, நீங்கள் நாளைக்கு வாருங்கள் என்றார்கள். மறுநாள் சென்று வெகுநேரம் காத்துக்கொண்டிருந்த பின்பு (HRM உதவியாளர்) ஒருத்தர் இதற்கு முன்பு நீங்கள் எங்கு வேலை பார்த்தீர்கள் என்று கேட்டார். நான் மதுரையில் வேலை பார்த்ததைக் குறிப்பிட்டேன். அவர் அதற்கான அனுபவச் சான்றிதழ் இருக்கிறதா? என்றார். இல்லை என்றேன். அவர் சிறிது நேரம் யோசித்துவிட்டு இன்று பெரிய அதிகாரி வரவில்லை. நீங்கள் நாளைக்கு வாருங்கள் என்றார். (ஹவுஸ் கீப்பிங் என்பது நட்சத்திர ஓட்டலில் அறைகள், கழிவறைகள், வரவேற்பறைகள், உணவகங்கள் போன்றவற்றைச் சுத்தம் செய்வது.) நான் மதுரையிலுள்ள ஓட்டலில் வேலை பார்த்திருக்கிறேன். உண்மைதான். ஆனால் அதற்கான ஆதாரம் என்னிடமில்லையே. மறுநாளும் சென்றேன். கூடவே ஒரு புகைப்படமும் எடுத்துக்கொண்டு சென்றேன்.

பூந்தமல்லி ஹைரோட்டில் உள்ள மூன்றாவது ஓட்டலைப் பார்த்தேன். நான் முயற்சி செய்த ஓட்டல்களில் எல்லாம் 'நாளை வா' 'நாளை வா' என்கிறார்கள். ஆனாலும் அவை நான் விருப்பப்பட்ட வேலையுமில்லை. அதனால் இங்கும் ஒரு தடவை முயற்சித்துப் பார்க்கலாம் என்று தோன்றவே உள்ளே சென்றேன். அதிகாரியின் உதவியாளர் இருந்தார். அவரிடம் மனுவைக் கொடுத்தேன். அவர் அதைப் பார்த்துக்கொண்டிருந்தபோதே நான் கூறினேன்: நான் மதுரையில் வேலை பார்த்திருக்கிறேன். அதற்கான ஆதாரம் என்னிடம் உள்ளது என்று கூறி, நான் வைத்திருந்த புகைப்படத்தைக் காண்பித்தேன். அவர் சிரித்து விட்டார். ஆனாலும் அந்தப் புகைப்படத்தை வாங்கிப் பார்த்தார். எனக்காக அல்ல அந்த புகைப்படத்தில் இருந்த நடிகர் விக்கிரமிற்காக. (மதுரையில் உள்ள ஓட்டலில் நான் வேலை செய்துகொண்டிருந்தபோது ஒரு படப்பிடிப்பிற்காக வந்திருந்த நடிகர் விக்ரம் நான் வேலை செய்த ஓட்டலில்தான் தங்கியிருந்தார். அப்போது அவருடன் எடுத்தது அந்தப் புகைப் படம்.)

நீங்கள் சினிமாவில்தான் இப்படிப்பட்ட காட்சிகளைப் பார்த்திருப்பீர்கள். ஆனால் நானோ நிஜத்திலும் அப்படித்தான் சில சமயங்களில் வாழ்ந்திருக்கிறேன்.

தொழிலாளர் அதிகாரியின் உதவியாளர் தொழிலாளர் அதிகாரியிடம் அனுப்பினார். அவர் சில விடயங்கள் என்னைப் பற்றிக் கேட்டறிந்து கொண்டு "இங்கு ஹவுஸ் கீப்பிங்கில்தான் வேலை செய்ய ஆட்கள் தேவை. அதற்கு முன்பாக Banquetஇல் ஆள் வேண்டுமா என்று அதன் மேலாளரிடம் கேட்கிறேன். அங்கு தேவை என்றால் வேலை செய், இல்லை என்றால் கவுஸ் கீப்பிங்கில் வேலை செய் என்று கூறியதுடன், கவுஸ் கீப்பிங்கில் வேலை செய்தால் கழிவறைகள் எல்லாம் சுத்தம் செய்ய வேண்டியிருக்கும் பரவாயில்லையா. நீ செய்வியா?" என்று வெளிப்படையாகவே கேட்டார். ஆம் நான் செய்வேன் என்றேன். அத்துடன் பேன்குவட் மேலாளரிடம் கூட்டிச் சென்றார். வரவேற்பறையில் ஒரு மூலையில் இருந்த பேன்குவட் அலுவலகத்திற்குள் அனுப்பிவிட்டுச் சென்றுவிட்டார். உள்ளே சென்றேன். அந்தக் குளிரூட்டப்பட்ட அலுவலகத்தில் டிப்டாப்பான ஒருவர் இருந்தார். அவர் என்னைப் பார்த்து ஆங்கிலத்தில் ஏதோ கேட்டார். நான் படித்தது தமிழில். அதனால் எனக்கு ஆங்கிலம் தெரியாது. நீங்கள் வேலைக்கு அமர்த்தினால் வேலை செய்துகொண்டு படிக்கலாம் என்று (பொய்) கூறினேன். (அப்போது தான் வேலை தருவார்கள் என்ற எண்ணம்.) வேறு எங்காவது வேலை செய்திருக்கிறாயா? என்றார். ஆம் மதுரையில் வேலை பார்த்திருக்கிறேன்.

அது விடயமாகத் தமிழில் கேட்டார். நான் கூறினேன். சரி நீ தொழிலாளர் (Personal Dept) அலுவலர் அலுவலகத்திற்குப் போ என்றார். தொழிலாளர் அதிகாரி வெளியே சென்றிருப்பதால் சற்றுநேரம் உட்காரும்படி உதவியாளர் கூறினார். பெரும் கலக்கத்துடன் உட்கார்ந்திருந்தேன். ஒருவேளை வேலை கிடைத்தால் சாப்பாட்டுக்கு என்ன செய்வது? அப்போது எனக்கு அருகில் டிப்டாப்பான ஒருவர் அமர்ந்திருந்தார். அவரைப் பார்க்கவே எனக்குப் பயமாக இருந்தது. அவரிடம் பயந்துகொண்டே கேட்டேன். இங்கு வேலை கிடைத்தால் சாப்பாடு தருவார்களா? ஆம் என்று தலையை மட்டும் ஆட்டினார். அப்பாடா இதுபோதும் என்று ஒரு பெருமூச்சுடன் நினைத்துக்கொண்டேன். மதுரை ஓட்டலில் சாப்பாடு கொடுத்தார்கள். சென்னை ஓட்டல்களின் நிலவரம் எப்படி என்று தெரியாததால் அவரிடம் கேட்டு உறுதிப்படுத்திக் கொண்டேன். பின்பு தொழிலாளர் அதிகாரி அழைத்தார். உனக்கு மாதம் ஆயிரம் ரூபாய் சம்பளம். நாளையில் இருந்து நீ பேன்குவட்டில் வேலை செய்யலாம். நாளை வேலைக்கு வரும்போது காலில் ஷூ அணிந்து வரவேண்டும் என்றார். பெரிய சந்தோஷத்துடன் அவருக்கு நன்றிகூறி விடைபெற்றேன்.

மாவட்ட ஆட்சித் தலைவர் வேலை கிடைத்துவிட்ட மாதிரி சந்தோஷம் இருக்கும்போது, இந்தப் பூபதி கபே வேலை எதற்கு? பணியில் இருந்து விலகிக் கொள்வதாகக் கூறிவிட்டு என்னுடைய போர்வையை எடுத்துக்கொண்டு போஸ் வீட்டிற்கு வந்துவிட்டேன். எனக்கு நட்சத்திர ஓட்டலில் வேலை கிடைத்து விட்டது என்று போஸிடம் கூறினேன். மிக மிக மகிழ்ச்சியுற்றார். அவர்மேல் எனக்குப் பயம் கலந்த மரியாதை இருக்கும். அதனால் அவர் கேட்கும் கேள்விகளுக்கு மட்டும் பதில் சொல்வேன். அவர் தம்பி ராஜாவுடன் எனக்குக் கொஞ்சம் கொஞ்சமாகப் பழக்கம் ஏற்பட்டது. நான் பார்த்தவுடன் கலகலப்பாகப் பேசும் மனிதனாயில்லை. அத்துடன் கூச்ச சுபாவம் வேறு. வேலை யில்லாமல் இருந்த ஆரம்பகாலத்தில் எனக்கு ஆறுதலாக இருந்தவர் இந்த ராஜாதான். அண்ணா சாலையில் புத்தகக் கடை வைத்திருந்தார். அவர் கடையில் மாலை நேரங்களில் சில சமயம் இருப்பேன். அடுத்தவர் கஷ்டத்தை உணர்ந்து தக்க சமயத்தில் உதவக்கூடிய நல்ல உள்ளம் உடையவர் அவர். சென்னையின் ஆரம்ப காலங்களில் நான் மனம்விட்டு, இன்பம் துன்பம் இரண்டையும் பேசக்கூடிய ஒரு நபர் ராஜாதான். நாளடைவில் அவருடைய நல்ல குணத்தாலும், அன்பாலும் நாளுக்கு நாள் நம்பிக்கையும் நட்பும் அதிகரித்துக்கொண்டே சென்றது. நான்

பணிக்குச் செல்வதற்காக அவருடைய பணத்தில் எனக்கு ஷூ வாங்கிக் கொடுத்தார். சென்னைப் பல்கலைக்கழகத்தில் பட்டப்படிப்பிற்காக அப்ளிகேசன் வாங்கிக் கொடுத்தார். (எப்படி சென்னைப் பல்கலைக்கழகத்தில் சேர்ந்தேன் என்பது மிகவும் சுவாரஸ்யமான விஷயம்.) அன்று முதல் இன்றுவரை நான் கேட்கும்போதெல்லாம் எனக்குப் பண உதவி செய்கிறார். இரண்டு நாட்கள் சாப்பிடாமல் இரு என்றால் இருப்பேன். ஆனால் அடுத்தவரிடம் பத்து ரூபாய் கடன் வாங்கு என்றால் என்னால் முடியாது. அது எனக்குப் பெரும் கஷ்டமான காரியம். அதனால் என் நண்பர்களையே நான் கஷ்டப்படுத்துவேன். என் நண்பர்கள் எல்லோரும் என் குணத்தை நன்கு உணர்ந்தவர்கள். ராஜா இதை நன்கு உணர்ந்திருந்தபடியால் அவரிடம் காசு இல்லாதபோது பல தடவை அவருடைய நண்பர்களிடம் காசு வாங்கிக் கொடுத்து எனக்கு உதவியிருக்கிறார். சென்னையின் ஆரம்ப காலத்தில் வேலை – வீடு, வேலை – வீடு என்ற இயந்திரத்தனமான வாழ்க்கையில் எனக்கு பெரும் ஆறுதலும் அன்பும் ராஜாவிடம் இருந்தே கிடைத்தது. சென்னையில் ஆரம்ப காலத்தில் எனக்குச் சோறுபோட்டு இருக்க இருப்பிடம் கொடுத்து, அன்புகாட்டி அரவணைத்து நான் இன்றிருக்கும் நிலைக்கு அடித்தளம் அமைத்துக் கொடுத்தது போஸும் அவர் தம்பி ராஜாவும்தான். அதற்குக் காரணமானவர் கணேசன். இந்த உதவியை மறக்க முடியாது.

நட்சத்திர ஓட்டலில் வாடிக்கையாளர்கள் (Guests) தங்குவதற்கு அறைகள் இருக்கும். தங்குபவர்கள் சாப்பிடுவதற்கு உணவகம் இருக்கும். அதிலும் 24 மணி நேர உணவகம் (Cafee Shop) இருக்கும். மதுபானக் கடையிருக்கும். பார் (Bar) பேன்குவட் (Banquet) என்று ஒரு பிரிவும் இருக்கும். இதில் என்னைப் பேன்குவட்டில் வேலைக்குச் சேர்த்துக் கொண்டார்கள். பேன்குவட் மற்ற பிரிவுகளைக் காட்டிலும் பெரியது. இதில் பெரிய மண்டபம் (Hall) மற்றும் நடுத்தர சிறிய மண்டபங்கள் இருக்கும். மாநாடுகள், கூட்டங்கள், கல்யாண வரவேற்பு நிகழ்ச்சிகள், பிறந்த நாள் கொண்டாட்டங்கள் போன்று அதிக நபர்கள் கூடும் நிகழ்ச்சிகள் எல்லாம் இங்கு நடக்கும். அந்த நிகழ்ச்சிகளுக்கு வருபவர்களுக்கு இருக்கக் கதிரைகள், மேசைகள் ஒழுங்குபடுத்துவது, உணவுகள் மற்றும் பானங்கள் பரிமாறுவது அங்குள்ளவர்களின் வேலை. எனக்கும் இதே வேலைதான். இந்தப் பிரிவுக்கு ஒரு மேலாளர் (Manager), சீனியர் கண்காணிப்பாளர் (Senior Captain), கண்காணிப்பாளர் (Captain), சீனியர் ஸ்டிவர்ட் (Steward என்பது பிரெஞ்சு மொழி வார்த்தை.

இதற்கு ஆங்கிலத்தில் *Waiter* என்று அர்த்தம்) போன்றவர்கள் இருப்பார்கள். இங்கு ஸ்டிவர்டாக என்னையும் சேர்த்துக் கொண்டார்கள்.

முதல் நாள் 02.02.1999 என்று நினைக்கிறேன். காலை 10 மணிக்கு பணிக்குச் சென்றேன். நான் கறுப்பு பேண்டு போட்டிருந்தபடியால் எனக்கு (கோட்) மேலாடை கொடுத்தார்கள். பின்பு பேன்குவட் மேலாளர் அலுவலகத்திற்கு அனுப்பி விட்டார்கள். அங்கு கண்காணிப்பாளர் வந்து கூட்டிச்சென்று ஒரு ஹாலில் நிற்கும்படி கூறிவிட்டுச் சென்றுவிட்டார். கதவைத் திறந்து உள்ளே சென்றேன். எனக்குக் கால் கூசியது. கால் வைக்கும் இடமெல்லாம் பஞ்சு மெத்தையாக கார்பெட் போடப்பட்டிருந்தது. மிகவும் அழகாக வடிவமைக்கப்பட்ட ஹாலில் அதற்கு ஏற்றமாதிரி மின்விளக்குகளால் அலங்கரிக்கப்பட்டிருந்தது. எனக்கு ஆச்சரியமாகவும் அபூர்வமாகவும் இருந்தது. இதற்கு முன்பு இதுபோன்று நான் பார்த்ததில்லை. கான்பரன்ஸ் நடந்துகொண்டிருந்தது. *U* வடிவத்தில் ஒழுங்கு செய்யப்பட்ட மேசைமேல் வெள்ளைத் துணி. மேசை ஓரத்தில் உள்பக்கமாகப் பளபளக்கும் துணியை மடித்து மடித்து ஊசி குத்தப்பட்ட பிரில் அழகாக இருந்தது. கிட்டத்தட்ட நாற்பது ஐம்பது பேர் உட்கார்ந்து ஆங்கிலத்தில் பேசிக் கொண்டிருந்தது என்னை மேலும் பயமுறுத்தியது. யாராவது ஏதாவது என்னிடம் கேட்டுவிட்டால் என் நிலை என்ன என்பதை என்னால் வர்ணிக்க முடியவில்லை. அப்படிப்பட்ட சூழ்நிலையில் ஹாலில் ஒரு மூலையில் பின்னால் கையைக் கட்டிக்கொண்டு நின்றேன். சிறிது நேரத்தில் நான் நினைத்ததுபோல் ஒருவர் என்னிடம் வந்தார். என் இதயத் துடிப்பு அதிகரித்து, அந்தக் குளிரூட்டப்பட்ட ஹாலிலும் எனக்கு வேர்த்துவிட்டது. வந்தவர் ஆங்கிலத்தில் ஏதோ கேட்டார். எனக்கு எதுவும் தெரியவில்லை. ஒருவித நடுக்கத்துடன் தட்டுத் தடுமாறி கரகரத்த குரலில் "நான் இன்றுதான் வேலைக்கு வந்தேன்" என்று தமிழில் கூறினேன். அப்படியா வேறு யாரையாவது கூப்பிடுங்கள் என்று அழகிய தமிழில் அவர் கூறினார். அவர்களுக்கு மதிய உணவு வழங்கப்பட்டது. மாலை தேநீர் வழங்கப்பட்டது. இரவு வேறு ஒரு குழுவுக்கு மதுபானத்துடன் உணவு வழங்கப்பட்டது. எல்லாம் முடிய மறுநாள் காலை இரண்டு மணியாகிவிட்டது. அதன்பின்பு வீட்டுக்கு அனுப்பினார்கள். எப்படி வீட்டுக்குச் செல்வது என்று தெரியாததால் இரவு பணியாளர் ஓய்வு அறையில் படுத்துவிட்டுக் காலை எழுந்து போஸ் வீட்டுக்குச் சென்று மறுபடியும் காலை பத்து மணிக்கு வந்தேன்.

வேலைக்குச் சென்ற சில நாட்களில் போஸ், வேலை எப்படி யிருக்கிறது? கஷ்டமாக இருக்கிறதா? என்றார். ஏனென்றால்

நான் வீட்டிற்கு வருவது குறைவு. எப்பவும் வேலை வேலை என்றே திரிந்ததால் அவர் அப்படிக் கேட்டார். முன்பு வேலை செய்ததைவிடப் பரவாயில்லை என்று கூறினேன். ஆனாலும் அந்த ஓட்டலில் வேலைக்குச் சேர்ந்த ஆரம்ப காலங்களில் மிகவும் கஷ்டப்பட்டேன். இரத்தக் கண்ணீர் வடித்தேன். எனக்கு மட்டும் அம்மா, அப்பா, குடும்பம் என்று இருந்திருந்தால், ஒரு நாளுக்கு மேல் அங்கு வேலை செய்திருக்க மாட்டேன். எனக்கு அன்று இதைவிட்டால் வேறு வழியே இல்லையே.

நான் சென்னை சென்றபோது நண்பர் பாபு சென்னையில் வேலை செய்துகொண்டிருந்தார். அவரும் சென்னை வந்த ஆரம்ப காலம் அது. எனக்காக அவரும் வேலை தேடிக் கொண்டிருந்தார். எனக்கு வேலை கிடைத்துவிட்டது. ஆனால் கொஞ்சம் கஷ்டம்தான் என்று சில நாட்கள் கழித்துப் பாபுவிடம் தெரிவித்தேன். எனக்கு வேலை கிடைத்ததற்காக அவர் சந்தோஷப்பட்டார். பின்பு நாங்கள் சந்தர்ப்பம் கிடைக்கும்போதெல்லாம் சந்தித்துக் கொண்டோம்.

அந்த வேலை கஷ்டமாக இருந்ததற்குக் காரணம் எனக்கு அந்த வேலை பற்றி எதுவும் தெரியாது. அன்று என் படிப்புத் தகுதிக்கும் திறமைக்கும் எனக்கென்ன மேலாளர் வேலையா கொடுக்க முடியும்? என்னிடம் எந்த வகையில் வேலை வாங்க முடியுமோ அந்த வகையில் வேலை வாங்கிக்கொண்டார்கள். 200, 300 கதிரைகளைக் கீழ்த்தளத்திலிருந்து முதல் மாடிக்குத் தூக்க வேண்டும். அல்லது 30, 40 மேசைகளைத் தூக்க வேண்டும். அல்லது 400, 500 உணவு சாப்பிடும் பிளேட்டுகளை எல்லாம் துடைக்க வேண்டும். (பிளேட்டுகளைக் கழுவுவதற்கு kitchen stewarding பிரிவு உள்ளது) அப்போதைய ஆரம்ப நிலையில் இவையெல்லாம் எனக்கு மலைப்பாகவும் பெரும் கஷ்டமாகவும் இருந்தன. துடைப்பது, கதிரை மேசை தூக்குவது இவைதான் ஆரம்பத்தில் என் வேலை. வேலை நேரமும் அதிகம். காலை ஏழு மணிக்குப் பணிக்கு வந்தால் திரும்புவதற்கு இரவு பத்து மணியாகி விடும். மறுநாள் காலை ஏழு மணிக்குப் பணிக்கு வரவேண்டும். காலை பத்து மணிக்குப் பணிக்கு வந்தால் மறுநாள் காலை இரண்டு மூன்று மணியாகிவிடும். இதில்லாமல் எனக்கு முன் அனுபவமில்லை, எல்லாம் புதிது என்பதால் மிகவும் கஷ்டமாக இருந்தது. ஆரம்பம் கஷ்டமாக இருந்தாலும் போகப்போக என் மனதும் உடலும் அந்தச் சூழ்நிலைக்கு மாறிக்கொண்டு விட்டன. அங்கு மனித நேயத்தையோ மனிதாபிமானத்தையோ அன்பு, பாசம், கருணை போன்றவற்றையோ காண முடியாது. அந்த நிர்வாகத்திற்குப் பொருளாதாரம் (பணம்) என்ற குறிக்கோள் தவிர வேறு எதுவும் எட்டவில்லை.

இந்த ஓட்டலில் எங்கள் பிரிவில் கணேசன் என்று ஒரு சீனியர் கண்காணிப்பாளர் இருந்தார். அவர் வேலை என்றால் காலில் சக்கரம் கட்டிக்கொண்டு பம்பரமாக வேலை செய்வார். அவர் வேகத்திற்கு ஈடுகொடுத்து யாரும் வேலை பார்க்க முடியாது. இவர் சென்னையில் உள்ள முக்கியமான ஐந்து நட்சத்திர ஓட்டலில் வேலை பார்த்த முன்னனுபவம் உடையவர். இறங்கி எல்லா வேலையையும் பார்ப்பார். அவர் வேகத்திற்கு ஈடுகொடுத்து வேலை செய்ய வேண்டும் என்று எதிர்பார்ப்பார். ஆரம்பத்தில் எனக்கு அவருடைய அருமை தெரியவில்லை. யானையின் வாயில்பட்ட கரும்புபோல என்னை நினைத்தேன். ஆனால் இன்று நான் வேலை செய்யும் ஓட்டலில் எல்லா வகையிலும் சிறந்தவனாக வேலையில் இருப்பதற்கு அடித்தளம் அமைத்துக் கொடுத்தவர் கணேசன்தான். நான் தற்போது பணிபுரிகிற ஓட்டலில் என் பிரிவின் மேலாளர் you're extremely perfect என்று கூறுமளவுக்கு அஸ்திவாரம் அமைத்துக் கொடுத்தவர் கணேசன் என்பதனைச் சில வருடங்களுக்கு முன்பு தான் உணர்ந்தேன்.

எங்கள் பிரிவின் மேலாளர் தொழிலாளர்களைத் தட்டிக் கொடுத்து அரவணைத்து வேலை செய்யத் தூண்டக் கூடியவர். அந்த காலகட்டத்தில் அவருடைய அன்புக்குப் பாத்திரமானவனாக இருந்திருக்கிறேன். என்னை அவர் முழுமையாகத் திட்டியதாக, கண்டித்ததாக எனக்கு ஞாபகம் இல்லை. எத்தனை மணிக்குப் பணி முடித்துத் தாமதமாக வீட்டிற்கு அனுப்பினாலும் காலை என் பணி நேரத்திற்குப் பத்து நிமிடங்கள் முன்பாகப் பணியில் இருப்பேன். இது மதுரையில் நான் வேலை பார்த்த ஓட்டலில் இருந்து இன்று வரை தொற்றிக்கொண்ட பழக்கம். காலை பணிக்குச் சென்றால் நானே சாவிகள் எல்லாம் எடுத்து எங்கள் பிரிவு அலுவலகம் மற்றும் அன்றையதினம் நிகழ்ச்சிகள் நடக்கும் ஹால் எல்லாம் திறந்துவிடுவேன். பல தடவை எங்கள் மேலாளர் காலையில் தொலைபேசியில் அழைப்பார். நானே எடுத்திருக்கிறேன். அப்போது வேறு யாரும் இல்லையா? என்று கேட்டுவிட்டு இல்லை என்றதும் அவர் தொலைபேசியில் அழைத்ததற்கான விடயங்கள் எல்லாம் என்னிடமே கூறுவார். இப்படிப் பல தடவைகள் நடந்துள்ளமையால் – என் நேரம் தவறாமையை அவர் நேரடியாக அறிந்திருந்தார். அதில்லாமல் அன்றுமுதல் இன்றுவரை முன் அனுமதி பெறாமல் பணிக்குத் தாமதமாகவோ அல்லது பணிக்கு வராமலோ இருப்பதில்லை. மேலாளர்கள் பார்க்கும்போது மட்டும் வேலை செய்வது மற்ற நேரங்களில் வேலை செய்யாமை என்பதும் எனக்குப் பிடிக்காத

தொ. பத்தினாதன்

விடயம். இதுபோன்று கண்காணிப்பாளருக்கோ அல்லது மேலாளருக்கோ அவர்கள் உச்சி குளிர ஐஸ் வைப்பது போன்ற நாடகத் தனமான வேலைகள் எனக்குச் சிறிதும் பிடிக்காதவை. இவைகளால் எல்லாம் எங்கள் பிரிவு மேலாளருக்கு என்மேல் அதிக ஈர்ப்பு ஏற்பட்டது. இன்னும் சொல்லப் போனால் பணிப் பிரிவில் அவரின் செல்லப் பிள்ளையாக வேலை பார்த்தேன் என்றால் அது மிகையாகாது. அத்துடன் என் கடின உழைப்பு எனக்கு இன்னும் கூடுதல் செல்வாக்கை ஏற்படுத்திக் கொடுத்து மேலாளரிடம் கிட்டத்தட்ட மூன்று மாதங்களில் நல்ல பெயர் வாங்கியதுடன் அவர் அன்பையும் பெற்றுக் கொடுத்தது.

ஒருநாள் பணி முடித்து வீட்டிற்கு வந்தேன். மதுரையில் கணேசன் விபத்துக்குள்ளாகிக் கவலைக்கிடமான நிலையில் இருக்கிறாராம். நான் மதுரை புறப்படுகிறேன். நீ வருகிறாயா? என்றார் போஸ். என்னால் நம்ப முடியவில்லை. மேலும் துருவித் துருவி அவரிடம் கேட்டேன். அவருக்கு விபரமெதுவும் தெரியவில்லை. நான் சென்னை வந்து ஒரு மாதம் கழித்து கணேசனும் சென்னை வந்திருந்தார். அப்போது இருவரும் மனம் விட்டுப் பேசியிருக்கிறோம். அப்போதுகூட கணேசன் என்னிடம் ஏதும் ஆபத்து ஏற்படுவதற்கான வாய்ப்பு இருப்பதாக எதுவுமே கூறியதில்லை. கவலைக்கிடமாக ஆஸ்பத்திரியில் இருக்கிறார் என்று நினைக்கும்போது கவலையாக இருந்தது. என்னுடைய துன்பத்தைத் தனது தோளில் சுமந்திருந்த நண்பர் அடைக்கலம், சாப்பாடு, பண உதவி என்று வேண்டும்போது உதவிய நண்பர்; இன்று ஆபத்தான நிலையில் ஆஸ்பத்திரியில். எனக்கு என்ன செய்வதென்று புரியவில்லை. உடனே மதுரைக்குப் புறப்படவும் முடியவில்லை. வேலையில் சேர்ந்து மூன்று மாதங்கள்கூட ஆகவில்லை. எப்படி விடுமுறை எடுக்க முடியும்? அதுவும் என்னால் முடியவில்லை. போஸிடம் கூறினேன். "நீங்கள் முதலில் மதுரை செல்லுங்கள். நான் பின்பு வருகிறேன்". அவர் அவசரமாகப் புறப்பட்டுச் சென்றுவிட்டார்.

மறுநாள் பணிக்குச் சென்றேன். பணியில் முழுமையாக என்னால் கவனம் செலுத்த முடிய வில்லை. என் எண்ணம் முழுவதும் மதுரையிலேயே இருந்தது. என்ன நடந்தது என்ற விபரமும் தெரியவில்லை. கவலை தோய்ந்த முகத்துடன்

சோகமாகவே அன்று முழுவதும் காணப்பட்டேன். மதுரையிலும் சரி, தற்போது நான் தங்கியிருப்பதற்கும் காரணமானவருக்குக் கஷ்டம் என்கின்றபோது, நான் அவர் அருகில் இருப்பது அவசியம் இல்லையா? யோசித்தேன். கிட்டத்தட்ட பணிமுடியும் நேரமாகிவிட்டது. சீனியர் கண்காணிப்பாளர் என்ன சுதாகரன் இன்று முழுவதும் உன் முகம் வாடிப் போய் இருக்கிறது என்றார். "மதுரையில் அண்ணன் விபத்தாகி ஆஸ்பத்திரியில் அனுமதிக்கப் பட்டிருக்கிறாராம். மதுரை செல்ல வேண்டும். ஆனால் இங்கு பணி அதிகமாக இருக்கிறது. அதனால்தான் நான் மதுரை செல்ல உங்களிடம் அனுமதி கேட்கவில்லை" என்றேன். அவர் அப்படியே நம்பிவிட்டார். "நீ என்ன முட்டாள்தனமாக இருக்கிறாய். பணி எப்போதும் இருக்கும். அதற்காக அவசரத்திற்குப் போகாமல் அப்படி என்ன வேலையிருக்கிறது? நீ உடனே புறப்படு" என்று கூறி நான்கு நாட்கள் விடுமுறை கொடுத்து அனுப்பினார். அவருக்குப் பெரும் நன்றிகூறி போஸ் வீட்டிற்கு வந்து சேர்ந்தேன். அங்கு ராஜா இருந்தார். அவரிடம் பணம் வாங்கிக்கொண்டு மதுரை புறப்பட்டேன்.

மதுரை முகாமில் கணேசன், ஜீவாக்கா வீட்டில் சாப்பிட்டுக்கொண்டிருந்தார் என்பதால் நேராக ஜீவாக்கா வீட்டிற்குச் சென்றேன். ஜீவாக்கா ஆஸ்பத்திரியில் இருக்கிறார் என்றார்கள். ஆஸ்பத்திரி, வார்டு எண் போன்ற விவரங்களை வாங்கிக்கொண்டு ஆஸ்பத்திரிக்குச் சென்றேன். ஆஸ்பத்திரியில் கணேசன் என்னைப் பார்த்ததும் கண்கலங்கிவிட்டார். நீ மதுரை யில் இருந்திருந்தால் எனக்கு இந்த நிலைமை வந்திருக்குமா? என்றார். அருகில் உட்கார்ந்துகொண்டு கண்களில் வழிந்த கண்ணீரைத் துடைத்துவிட்டு, தலையை லேசாக வருடி விட்டு "நான் உன்னருகில்தான் இருக்கிறேன். நீ ஒன்றும் கவலைப் படாதே" என்றேன். நான் மதுரையில் இருந்தபோது சில கோஷ்டி களுக்கிடையில் உட்பூசல் இருந்தது. அப்போதெல்லாம் பெரிய அசம்பாவிதம் எதுவும் நடந்ததில்லை. நாமெல்லாம் பெரிய ரவுடிகள் இல்லை. அதற்காகக் கோழையுமில்லை என்பதைப் பலமுறை கணேசனுக்குக் கூறியிருக்கிறேன். அதனுடைய உச்சகட்ட வெளிப்பாடு கணேசனை ஆஸ்பத்திரியில் படுக்க வைத்துவிட்டது. நீலாம்பிகை அம்மாவைப் பற்றி முன்பு கூறியிருந்தேன். என் மூலமாகக் கணேசனையும் அவர்களுக்குத் தெரியும் என்பதால் நான் மதுரை சென்ற அன்று அவரும் அவர் மகளும் ஆஸ்பத்திரிக்கு கணேசனைப் பார்ப்பதற்கு வந்திருந்தார்கள். அவர்களுடன் அன்பைப் பகிர்ந்துகொண்டு விடை பெறும்போது அவருடைய மகள் சென்னையிலுள்ள உங்க ஆளுக்கு நாளைக்குக் கல்யாணம் தெரியுமா? என்றார்.

எந்தவிதமான ஆச்சர்யத்தையும் வலியையும் வெளிப்படுத்தாமல் "தெரியாது!" என்றேன். ஆனால் என் வயிற்றில் நெருப்பை அள்ளிக் கொட்டியதுபோன்று உணர்ந்தேன். அந்த வலியை வார்த்தைகளால் விவரிக்க முடியாது. அனுபவித்தவர்களுக்கு மட்டுமே புரியும். சரி என்று கேட்டுக்கொண்டேன். அவர்கள் விடைபெற்றுக் கொண்டார்கள். எனக்கு இரட்டிப்பு வலி. என்னால் தாங்க முடியவில்லை. நண்பர் ஆஸ்பத்திரியில் கட்டிலில் படுத்திருக்கிறார். முன்பு நான் கண்ட கனவுக்குக் கல்யாணமாம். என்னால் என்ன செய்ய முடியும்? எல்லாம் என் கை மீறிப் போய்விட்டன. என் கட்டுப்பாட்டிற்குள் நானே இல்லாமல் துன்பம் துரத்திக்கொண்டிருந்தது. என்னை மீறியே அனைத்தும் நடக்கின்றன. அந்த நேரம் சண்முகநேசன் வந்தார். அவர் ஒவ்வொரு நாளும் கணேசனை ஆஸ்பத்திரியில் வந்து பார்த்துவிட்டுச் செல்வதாகக் கணேசன் கூறினார். சண்முக நேசனைப் பார்த்ததும் எனக்கு அழுகை வந்தது. கட்டுப்படுத்திக் கொண்டேன். சண்முகநேசனும் கணேசனுக்கு ஏற்பட்ட நிலைக்கு வருத்தப்பட்டார். என் சோகம் சுமை அனைத்தையும் சண்முகநேசனிடம் கொட்டித் தீர்த்தேன்.

ஜீவாக்கா ஒரு தாயாக இருந்து கணேசனைக் கவனித்துக் கொண்டார். அவர் அன்று கணேசனுக்குச் செய்த உதவிக்காக என்றும் நான் அவர்களுக்கு நன்றி கூறக் கடமைப்பட்டுள்ளேன். போஸ் அவரின் அம்மாவை அழைத்துக்கொண்டு வந்து ஆஸ்பத்திரியில் கணேசனைப் பார்ப்பதற்காக விட்டுவிட்டு, சென்னை புறப்பட்டு விட்டார்.

முன்பே சென்னை நண்பர்கள்பற்றிக் குறிப்பிட்டு இருந்தேன். சென்னை நண்பரின் குடும்பத்தினர் எல்லோருடனும் நானும் வி.ஜி.பி. சென்றிருந்தேன். அப்போது எங்களுடன் வீட்டு உரிமையாளரும் அவருடைய மகளும் வந்திருந்தார்கள். நாங்கள் எல்லா இடங்களையும் சுற்றிப் பார்த்தோம். அப்போது நண்பர் எனக்குக் கண்ணாடி ஒன்று வாங்கிக் கொடுத்தார். அதை அணியாமல் சட்டைப் பாக்கெட்டில் வைத்திருந்தேன். கடைசியாகக் கடற்கரைக்குச் சென்றோம். தள்ளி நின்று கடலைப் பார்த்துக்கொண்டிருந்தார்கள். நான் மட்டும் கடல் நீரில் காலை நனைப்பதற்காகக் கடற்கரைக்குச் சென்றேன். அப்போது அந்தப் பெண்ணும் நண்பரின் மனைவியும் என்னைத் தொடர்ந்து வந்தார்கள். நான் கடலைப் பார்த்துக்கொண்டு நின்றிருந்தேன். கடல் அலை சிறிது சிறிதாக என் காலைத் தொட்டுச் சென்றது.

நான் சுகமாய் அனுபவித்துக்கொண்டிருந்தேன். அப்போது அந்தப் பெண் என்மேல் கடல் நீரை அள்ளி வீசினாள். நான் கொஞ்சமும் எதிர்பார்க்கவில்லை. எனக்கு இன்ப அதிர்ச்சியாக இருந்தது. தடுமாற்றத்துடன் அந்தப் பெண்ணை நோக்கினேன். அவள் என்னைப் பார்த்துச் சிரித்தாள். மறுபடியும் தண்ணீரை அள்ளி வீச முயற்சித்தாள். நான் விலகிச் சென்றேன். ஆனால் ஒரு பெரிய அலை வந்து என்னை இழுத்துச் சென்றது. கடலுக்குள் அல்ல காதலுக்குள். ஒரு மின்னல் என்னை மென்மையாக வெட்டிச் சென்றது. அந்தச் சூழ்நிலையில் கடல்மேல் நடக்கச் சொல்லியிருந்தாலும் நடந்திருப்பேன். கடற்கரையை விட்டு வெளியே வந்த பின்புதான் பார்த்தேன். என் பாக்கெட்டில் இருந்த கண்ணாடியைக் காணவில்லை. புதிதாக வாங்கி அணியாமல் பாக்கெட்டில் வைத்திருந்த கண்ணாடி ஒருமணி நேரத்திற்குள்ளாகப் பயன்படாமல் கடலோடு சென்றுவிட்டது. அந்தக் கண்ணாடி போன்று என் காதலும் கரை சேராமல் கடலுடன் கரைந்து போகும் என்று நான் கனவில்கூட நினைக்க வில்லை.

அதன் பிறகு சிறு சிறு சந்தர்ப்பங்களில் அவளுடன் பழகுவதற்கு வாய்ப்பாக அமைந்தன. ஒருநாள் அப்பெண் அவளுடைய நண்பி வீட்டிற்குச் சென்றுவிட்டாள். அது அவர்கள் வீட்டிற்குத் தெரியவில்லை. கொஞ்ச நேரம் அதிகமாகவும் அந்தப் பெண்ணைத் தேடுவதற்கு முன்பாக வீட்டிற்குள் தூங்கிக் கொண்டிருந்த என்னைத் தேடியிருக்கிறார்கள். அவர்கள் வீட்டில் என்னைப் பற்றி நல்ல அபிப்பிராயம் இருந்தும் நான் அவளைக் காதலிப்பதற்கான எல்லா சூழ்நிலைகள் இருந்தும் நண்பர்கள் எல்லாம் என்னைக் காதலிக்கும்படி கூறியும் வெளிப்படையாகக் கிண்டலடித்தும் என் சூழ்நிலை கருதி நான் அவளைக் காதலிக்கிறேன் என்று கூறவில்லை. அவளும் என்னிடம் கூறவில்லை. அவள் ஒருவேளை என்னை நண்பனாகக்கூட நினைத்திருக்கலாம். ஆனால் நான் அவளை உண்மையில் நேசித்தேன். எனினும் அவளிடம் வெளிப்படுத்தவில்லை. சாதி மதம் சம்பிரதாயம் ஜாதகம் என்ற எதுவும் என்னைத் தடுக்க வில்லையானாலும் நான் கூறவில்லை. ஏன்? இன்றுவரை எனக்குத் தெரியவில்லை. ஒருவேளை இன்னும் சில காலங்கள் அங்கு தங்கியிருந்தால் நான் கூறியிருக்கலாம்.

மதுரைக்கு கணேசனைப் பார்க்கச் சென்ற நான் பகல் பொழுதெல்லாம் ஆஸ்பத்திரியில் கழித்தாலும் இரவு எங்கு தங்கினேன் என்று ஞாபகம் இல்லை. அந்தக் காலகட்டங்களில் எல்லாம் எனக்குத் தினக்குறிப்பு எழுதும் பழக்கமில்லை. மதுரை

சென்ற அடுத்தநாள் காலை பிரச்சினையோடு உதித்தது. ஏனெனில் அந்தப் பெண்ணுக்குக் கல்யாணம். காலை சூரியன் உதித்தாலும் எனக்கு மட்டும் அமாவாசை இருட்டாகவேயிருந்தது. அன்று முழுவதும் எதுவும் சாப்பிடவில்லை. சென்னை சென்று அனுப்பிவிடுவதாக நீலாம்பிகை அம்மாவிடம் ரூபாய் 500 கேட்டிருந்தேன். அவர் வீட்டிற்கு வந்து வாங்கிக்கொள்ளும்படி கூறினார். அவர் வீட்டிற்குச் செல்லவில்லை. என்னிடமும் காசில்லை. அந்தச் சூழ்நிலையில் அனுபவித்த வேதனைக்கும் கஷ்டத்திற்கும் அளவேயில்லை. அந்தச் சூழ்நிலையிலிருந்து எங்காவது ஓடிவிடலாமா என்று தோன்றியது. ஓடினாலும் என் உடல் மட்டும் ஓடிச் செல்லுமே தவிர சிந்தனை எங்கு செல்லும்? அப்படியானால் வேதனையில் இருந்து விடுபட தற்கொலைதான் செய்ய வேண்டும். தற்கொலை செய்வதில் என்றுமே எனக்கு விருப்பமில்லை. அது கோழைத்தனமான செயல். தற்கொலை என்பது நம் தைரியத்தின் அதிகபட்சமான செயல்தான். ஆனால் இவ்வுலகில் வாழ்வதற்கு அதைவிட அதிகமான தைரியம் தேவைப்படுகிறது. அன்று பகல் பொழுது எனக்குப் பரிதாபமாகக் கழிந்தது. ஆஸ்பத்திரியில் இருந்த ஜீவாக்கா ஏதோ வாங்கி வரும்படி 500 ரூபாய் கொடுத்தனுப்பினார். அந்தக் காசைக் கொண்டு நேராக மதுபானக் கடைக்குச் சென்றேன். என்னால் முடியும் மட்டும் மது அருந்தினேன். ஆனால் என் சுயநினைவு இழக்கவில்லை. மதுரை இராஜாஜி ஆஸ்பத்திரி வளாகத்தில் கட்டடம் கட்டுவதற்காகக் கொட்டப்பட்டிருந்த மணல் மேட்டில் படுத்துக்கொண்டேன்.

கணேசன் சுகமாகிக்கொண்டிருந்தான். என்னுடைய விடுமுறை முடிந்து மேலும் ஒருநாள் விடுமுறை நீட்டிப்பு செய்தேன். அதுவும் முடிந்துவிட்டது. போஸ் அம்மாவிடமும் ஜீவாக்காவிடமும் கூறிவிட்டுச் சென்னைக்கு வந்து சேர்ந்தேன். ஏனோ என் வாழ்க்கையில் சோதனைக்குப் பஞ்சமில்லை. மறுபடியும் எனக்கு வேதனை, என் வேலையில் பிரச்சனை ஏற்பட்டது.

விடுமுறையில் இருந்து வந்து வழமை போல் வேலைக்குப் போய்க்கொண்டிருந்தேன். கிட்டத்தட்ட மூன்று மாதங்களுக்கு மேல் ஆகி விட்டது. விடுமுறை நாட்களில் ராஜாவுடன் ஏதாவது திரைப்படங்களுக்குச் செல்வேன். அதுவும் இரவுக் காட்சிக்கு. போஸ் தூங்கிய பிறகு நானும் ராஜாவும் அவருக்குத் தெரியாமல் தேவி திரையரங்கிற்குப் படம் பார்க்கச் செல்வோம். என்றாவது ஒருநாள் போஸ் அனுமதியுடன் படம் பார்க்கச் செல்வோம்.

நான் வேலை செய்த ஓட்டல் முதலாளித்துவ ஓட்டல். அந்த முதலாளிக்குப் பணத்தைத் தவிர வேறு எதைப் பற்றியும் கவலையில்லை. அதனால் அங்கு தொழிலாளர்களுக்குக் கிடைக்க வேண்டிய அடிப்படை உரிமைகள்கூட மறுக்கப்பட்டிருந்தது. தொழிலாளர்கள் பெரிதும் பாதிக்கப்பட்டிருந் தார்கள். அங்கு இரகசியமாக தொழிலாளர் சங்கம் அமைத்து, அந்த நிர்வாகத்திற்கு எதிராகப் போராட்டம் நடத்தி உரிமைகளைப் பெற முயற்சிகள் நடந்துகொண்டிருந்தன. அந்தப் போராட்டத்தில் என்னையும் கலந்துகொள்ளும்படி என்னுடைய சீனியர்கள் கேட்டார்கள். முதலில் நான் தயங்கி னேன். மற்ற தொழிலாளர்களுக்கு என்றாலும் படிப்புச் சான்றிதழ் இருக்கிறது. அதனைக்கொண்டு இங்கு இல்லாவிட்டாலும் வேறு எங்காவது அவர்கள் வேலை தேடிக்கொள்வார்கள். ஆனால் என் நிலை? தயங்கினேன். ஆனால் அவர்கள் என்னை விடுவதாக இல்லை. அவர்களுக்கு என் நிலை தெரியாது. எந்தப் பிரச்சினையும் வராது. அப்படிப் பிரச்சினை வருவதாக இருந்தால் நாங்கள் எல்லாம் கலந்துகொள்ள மாட்டோம்? என்றார்கள். என்றாலும் தயக்கத்துடன் ஒத்துக்கொண்டேன். சிறு

பத்திரத்தைக் காண்பித்து கையெழுத்து இடும்படி கேட்டார்கள். நானும் கையெழுத்திட்டேன். அதன் பிறகு ஒரு வாரம் வேலைக்குச் சென்றுகொண்டிருந்தேன். ஒருநாள், காலை ஏழு மணிக்குச் சென்றிருந்தேன். ஒரு கான்பிரன்ஸ் போய்க்கொண்டிருந்தது. அவர்களுக்கு காலை தேநீரும் மதிய உணவும் வழங்க வேண்டும். காலை பத்து மணியிருக்கும், என்னை வந்து கூப்பிட்டார்கள். தொழிலாளர்கள் எல்லோரும் வேலை நிறுத்தப் போராட்டம் நடத்துவதற்காக ஓட்டலை விட்டு வெளியே போய்விட்டார்கள். நீயும் வெளியே வந்துவிடு என்றார்கள். நான் மறுபடியும் தயக்கம் காட்டினேன். அதற்கு உங்கள் Banquet பிரிவில் எல்லோரும் வெளியே இருக்கிறார்கள். நீ மட்டும் உள்ளே வேலை செய்தால் நன்றாக இருக்காது என்றார்கள். சரி, எல்லோரும் வெளியே சென்ற பிறகு நான் மட்டும் உள்ளே இருப்பது முறையல்ல. அதனால் நானும் வெளியே செல்வதற்காக லாக்கரில் (ஓய்வு அறை) உடை மாற்றிக்கொண்டிருந்தேன். அப்போது அங்கு தொழிலாளர் அதிகாரி வந்தார். நீ வெளியே போக வேண்டாம். போய் வேலையைப் பார். பிரச்சினை எல்லாம் முடிந்துவிட்டது என்றார். என்னால் எதுவும் பேச முடியவில்லை. அந்த நாட்களில் எனக்கு மேலாளர்கள், தொழிலாளர் அதிகாரி என்றால் சரியான பயம். காரணம் அவர்கள் எல்லாம் ஆங்கிலத்தில் பேசுவார்கள். எனக்குப் புரியாது. அதனால் அவர்களை அந்தப் பக்கம் பார்த்தால் நான் இந்தப் பக்கமாக ஓடிவிடுவேன். தொழிலாளர் அதிகாரி என்னைப் பார்த்துவிட்டாரே என்று பயந்தேன். அதுமட்டுமல்லாமல் நீ போய் வேலை செய் என்று கூறியது மேலும் பயத்தையே தூண்டியது. என் வேலை பறிபோய் விடுமோ என்ற கலக்கம் இருந்தாலும் சற்று யோசித்தேன். என்னைப்போல் சிலர் உள்ளிருந்து வேலை செய்தால் அது அந்த நிர்வாகத்திற்குச் சாதகமாகப் போய்விடலாம். தொழிலாளர் போராட்டத்திற்குப் பாதகமாகப் போகலாம். எனவே நானும் தொழிலாளர்களுடன் கலந்துகொள்வதே சரியானது என்று முடிவு செய்தேன். தொழிலாளர்கள் அதிகாரி கூறியபோது சரி என்று தலையாட்டினாலும் அவர் சென்றபின்பு என் உடையை மாற்றிக்கொண்டு வெளியே வந்துவிட்டேன். எங்கள் பிரிவில் இறுதியாக வெளியே வந்தது நான்தான்.

தொழிலாளர்கள் எல்லோரும் வெளியே இருக்கிறார்கள். தொழிலாளர் அதிகாரி பேச்சுவார்த்தை நடத்திப் பார்த்தார். உடன்பாடு ஏற்படவில்லை. முடிவாக போலீஸ் வேன் வந்து எங்கள் எல்லோரையும் காவல் நிலையத்திற்கு அழைத்துப் போனார்கள். மாலைவரை அங்கு இருந்தபின்பு விடுதலை செய்து அனுப்பினார்கள். மறுநாள் தொழிலாளர்கள் ஒரு

குறிப்பிட்ட பூங்காவில் கூட்டம் என்று எல்லோரையும் வரும்படி அழைத்தார்கள். அந்தக் கூட்டத்திற்குச் சென்றேன். பின்பு இரண்டு நாட்கள் கழித்து மற்றொரு பூங்காவில் கூட்டம். எல்லோரும் வாருங்கள், எல்லாம் சரியாகிவிடும், நாம் வெற்றி பெறுவது உறுதி என்றார்கள். ஒருநாள் வேலையில்லாமல் சென்னையில் இருக்கவே கஷ்டம், மூன்று நாட்கள் ஆகிவிட்டது. என்னிடம் சுத்தமாகக் காசு இல்லை. நான் அந்த ஓட்டலில் சேர்ந்த நாள் முதல் போஸ் வீட்டில் சாப்பிடுவதில்லை. பெரும்பாலும் ஓட்டலில்தான் சாப்பிட்டுவிடுவேன். அவர்கள் எவ்வளவுதான் வற்புறுத்தினாலும் நான் சாப்பிடாமல் இருந்தால்கூட, இப்பொழுதுதான் சாப்பிட்டேன் என்பேன். அவர்கள் முதலில் எனக்குக் கொடுத்த சாப்பாட்டுக்கே நான் இன்னமும் கைமாறு செய்யவில்லை. மறுபடியும் எப்படி அவர்களைத் தொந்தரவு செய்வது? ஆனால் வாடகையாக ஒரு தொகை கொடுத்து வந்தேன். அதைக்கூட போஸ் வாங்க மறுத்துவிட்டார். நான் அவர் சட்டைப் பையில் வைத்துவிட்டேன். இந்தச் சூழ்நிலையில் இரண்டு நாட்கள் எப்படியோ சென்றன. மூன்றாவது நாள் ஆரம்பித்தது மிகவும் கஷ்டமாக இருந்தது. அன்று பாபு என்னைப் பார்க்க வந்திருந்தார். அவரையும் அந்த மூன்றாவது நாள் தொழிலாளர் கூட்டத்திற்கு அழைத்துச் சென்றேன். அவர் அந்தக் கூட்டத்தைக் கவனித்துவிட்டு, சுதா, எனக்கு இது சரிவரும் என்று தெரியவில்லை என்றார். சகோதரி கல்யாணத்திற்காக மதுரை வரும்படி முன்பே சண்முகநேசன் கூறியிருந்தார். நானும் சீனியர் கண்காணிப்பாளர் கணேசனிடம் அனுமதி கேட்டிருந்தேன். அந்தக் கல்யாண நாள் நெருங்கிக்கொண்டு இருந்ததால் அந்தக் கூட்டத்தில் இருந்த கண்காணிப்பாளர் கணேசனிடம் நான் மதுரை செல்கிறேன் என்று கூறிவிட்டுப் பாபுவுடன் அவர் அறைக்குச் சென்றேன்.

பாபு அந்த நாட்களில் தாமே சமைத்து சாப்பிட்டுக் கொண்டிருந்தார். அவரும் நானும் போகும் வழியில் காய்கறிகள் சிலவற்றை வாங்கினோம். எனக்குச் சமையல் செய்யத் தெரியாது. ஆயினும் அவருக்கு உதவினேன். சமையல் முடிந்ததும் சமைத்த உணவை எடுத்து வந்து தரையில் உட்கார்ந்து இரண்டு தட்டுகளில் சாப்பாடு பரிமாறி, ஒரு தட்டை என்னிடம் கொடுத்துச் சாப்பிடு என்றார். நான் அப்படியே உருகிப் போனேன். என் கண்கள் லேசாகக் கலங்கிவிட்டன. வெளிக்காட்டிக் கொள்ளவில்லை. நான் சோறு சாப்பிட்டு மூன்று நாட்கள் கழித்து பாபு சம்பாத்தியத்தில் அவர் சமைத்த சாப்பாட்டை, அவர் கையால் பரிமாற, சாப்பிட்டேன். தொண்டை அடைத்து விக்கல் வந்தது. பாபு தண்ணீர் கொடுத்தார். பச்சைத் தண்ணீரைத் தவிர வேறு

எதையும் மூன்று நாட்களாக சாப்பிடவில்லையாதலால் என் வயிறு சுருங்கிவிட்டது. மிகவும் கஷ்டப்பட்டுச் சாப்பிட்டேன். ஆனாலும் மூன்று நாட்கள் கழித்து சோறுபோட்ட நண்பர் எனக்குத் தெய்வத்தின் கருணையாகவே தெரிந்தார். அந்தக் காட்சி என் கண்முன்னே அப்படியே நிற்கிறது. அவர் கொடுத்த சாதத்தின் சத்து என் உடம்பில் உரமாக இருக்கிறது. இப்பவும் சில நேரங்களில் காசு இல்லாதபோது மூன்று ரூபாய் பிஸ்கட் வாங்கிச் சாப்பிடுவேன். அதுவுமில்லையானால் தண்ணீர் குடித்துவிட்டுப் படுத்துத் தூங்கிவிடுவேன். ஆனால் பசியின் அருமையை அன்றுதான் கண்டேன். அந்தச் சூழ்நிலையில் சாப்பாடு கொடுத்தவரை நன்றியோடு நினைக்கிறேன்.

சண்முகநேசனின் சகோதரி திருமணத்திற்குச் சில நாட்கள் முன்பாகவே நானும் பாபுவும் மதுரை சென்றோம். பாபு அவர் செலவிலேயே என்னை மதுரைக்கு அழைத்துச் சென்றார். அப்போது கணேசன் மதுரையில் திருநகர் பகுதியில் இருந்தார். அங்கு என்னை விட்டுவிட்டு பாபு அவருடைய வீட்டுக்குச் சென்றார். நான் சண்முகநேசனைப் போய்ப் பார்த்தேன். அவர் கல்யாண வேலைகளில் பரபரப்பாக இருந்தார். இரவெல்லாம் எனக்குத் தூக்கம் வரவில்லை. என்னிடம் பத்து பைசா கிடையாது. கணேசன் தம்மிடம் இருந்த பணத்தை ஆஸ்பத்திரிக்குச் செலவு செய்துவிட்டார். இருந்தாலும் அவர்தான் எனக்குச் சாப்பாடு போட்டுக்கொண்டிருக்கிறார். சண்முகநேசன் எனக்குச் செய்த உதவிகளுக்காக அவர் சகோதரிக்கு ஏதாவது கல்யாணப் பரிசு வாங்கிக் கொடுக்க வேண்டும் என்பது என் விருப்பமாக இருந்தது. ஆனால் என்ன செய்வது, எப்படிச் செய்வது? என்னிடம் என் கைகால்கள் தவிர வேறு எந்தப் பொருளும் இல்லை. மிகவும் ஆழ்ந்த யோசனையில் இருந்தேன். சண்முகநேசன் திருமண வேலைகளில் தீவிரமாக இருந்த நிலையிலும் என்னை மறக்கவில்லை. என் நிலைமைகளை நான் கூறாமலேயே அவர் நன்றாக உணர்ந்திருந்தார். அதனால் நான் கேட்காமலேயே என் செலவுக்குக் காசு கொடுத்தார். எனக்கு வாங்க விருப்பமில்லை யானாலும் வேறு வழியில்லை. அன்று அந்தப் பணம் பெரும் தொகையாக இருந்தது. அவருடைய தாராள மனமும் உதவும் குணமும் ஆபத்திற்கு, கஷ்டத்திற்கு உதவும் அன்பும் இன்றல்ல, என்றைக்கோ அவரிடம் கண்டிருக்கிறேன். பின்பு கல்யாண வேலைகள், அலங்கார வேலைகளுக்காக நான், பாபு, கணேசன் எல்லோரும் உதவினோம். நண்பரின் சகோதரி கல்யாணம் சிறப்பாக நடந்தது. சண்முகநேசன் எனக்குக் கொடுத்த காசிலேயே அவர் சகோதரிக்குப் பரிசுப் பொருள் வாங்கிக் கொடுத்தேன். அவர் கொடுத்த காசுக்கு எனக்குக் கணக்குத் தெரியவில்லை.

ஆனால் இன்றளவும் அந்தப் பணத்தை நான் அவருக்குத் திருப்பிக் கொடுக்கவுமில்லை; அவர் கேட்கவுமில்லை. இப்போது அவரிடம் அதுபற்றிக் கூறினால், எனக்கு ஞாபகமில்லை என்பதுடன் உங்களுக்கு என்ன பைத்தியமா என்பார். ஆனால் அவர் செய்த உதவிகள் எவ்வளவு பெரிய உதவிகள். நண்பரிடம் பணம் பெற்று அவர் சகோதரிக்குப் பரிசுப் பொருள் வாங்கிக் கொடுத்த விடயம் பற்றிப் பல தடவைகள் யோசித்திருக்கிறேன். இது முறையானதுதானா? இது போலியான கவுரவத்தைத் தேடிக் கொள்வதாகாதா? என்னிடம் இல்லை என்றால் இல்லை என்றிருக்க வேண்டியதுதானே. அதனால் யாருக்கும் கஷ்டமில்லையே. இப்படியாக ஒரு பக்கம் சிந்தித்தாலும், மற்றொரு பக்கம் இவ்வாறு பேசியிருக்கிறேன். என் நண்பர் என் நிலையை அறிந்து தக்க சமயத்தில் எனக்கு உதவினார். இதில் என்ன தவறு இருக்க முடியும். அதை நான் அவருக்குத் திருப்பிக் கொடுப்பேன்; கொடுக்காமல்கூட போவேன்; அது எனக்கும் என் நண்பருக்குமுள்ள விடயம். நண்பர் கொடுத்த பணத்தை நல்லதுக்காகப் பயன்படுத்தினால் இதில் என்ன தவறு இருக்க முடியும்.

கணேசன் உதவியுடன் மறுபடியும் சென்னை வந்து சேர்ந்தேன். சண்முகநேசன் வெளிநாடு செல்வதற்காகச் சென்னை வந்திருந்தார். வெளிநாடு செல்லும் விடயமாக அவர் சென்னை வரும்போதெல்லாம் என்னையும் பாபுவையும் பார்க்கத் தவறிய தில்லை. கடைசியாக வெளிநாடு செல்ல வந்தபோது என்னிடம் ஐம்பது டாலர் கொடுத்து நீங்களும் பாபுவும் புது உடைகள் வாங்கிக்கொள்ளுங்கள் என்றார். நான் மறுத்தேன். எனக்கு இது அவசியமில்லை. இது முக்கியமான தேவையுமில்லை. எனக்கு அவசியமிருந்த போதெல்லாம் நான் உங்களிடம் உதவி பெற்றிருக்கிறேன். அதற்கே நான் கைமாறு செய்யாத நிலையில் தேவையில்லாமல் நான் இதை வாங்குவது முறையல்ல என்று மறுத்துவிட்டேன். ஆனால் உண்மையான நண்பர்களுக்கு உதவுவது அவர்கள் திருப்பி உதவுவார்கள் என்பதற்காக அல்ல என்று அவர் கூறினார். நான் மறுக்கவும் பாபுவிடம் கொடுத்து விட்டார். பாபுவும் புது உடைகள் எனக்கு வாங்கிக் கொடுத்தார். இது நடந்தது 1999ஆம் ஆண்டு என்று நினைக்கிறேன். அவர் வாங்கிக் கொடுத்த புது உடைகள் இன்றும் என்னிடம் உள்ளன. அப்போதுதான் நான் அவரை கடைசியாகப் பார்த்தது. இன்றும் லண்டனிலிருந்து தொலைபேசியில் பேசினாலும் உள்ளூர்த் தொலைபேசியில் பேசுவதுபோல் பேசிக்கொண்டிருப்பார். என்னிடம் பேசுவதால் அவருக்குச் செலவு அதிகமாகுமே என்று, எனக்குக் கஷ்டமாக இருக்கும்.

நான் மதுரையில் இருந்து சென்னை வந்ததும் வேலை நிறுத்தப் போராட்டம் காரணமாக மறுபடியும் மதுரை சென்ற அந்தக் காலகட்டம் என் வாழ்க்கையில் இருண்ட காலம். மிகமிகச் சொல்லொணாத் துயரம் அடைந்தது இந்தக் காலகட்டத்தில் தான். என் குடும்பம், உறவுகள், என் நாடு முழுவதையும் மறந்தேன். அந்தத் துன்பகரமான சூழ்நிலையை எப்படிக் கடந்து வந்தேனோ அல்லது காலத்தின் கட்டாயத்தால் தள்ளப் பட்டேனோ தெரியவில்லை. மதுரையில் என் நண்பர்கள் இல்லையானால் என் நிலைமை என்ன என்பதைக் கற்பனை செய்துகூடப் பார்க்க முடியவில்லை.

சண்முகநேசன், சகோதரி கல்யாணத்திற்கு மதுரை சென்றிருந்தபோது கணேசன் ஒரு செய்தியைக் கூறினார். எனக்கு மேல் ஒரு சகோதரி, அதற்கு மேல் ஒரு அண்ணன். அவர் இலங்கையில் இருந்து இந்தியா வந்திருப்பதாகவும், தன்னை வந்து பார்த்ததாகவும் அவர் தற்போது இராமநாதபுரம் மாவட்டம் மண்டபம் முகாமில் வசிப்பதாகவும் கூறினார். நான் மதுரை சென்று, அடுத்த நாள் மண்டபம் முகாமிற்குச் சென்றேன். மண்டபம் முகாமுக்கு உள்ளே வெளியாட்கள் செல்வது அவ்வளவு சுலபமான காரியமில்லை. பிரதான வாசலில் துப்பாக்கி ஏந்திய காவலர்கள் இருப்பார்கள். அங்கு புதிதாக யாராவது சென்றால் எப்படியாவது தெரிந்துகொள்வார்கள். சரியான ஆதாரம் காட்டவில்லையானால், பிரச்சினையாகி விடும். நான் ஏற்கனவே அங்கு சில தடவை சென்றிருக்கிறேன். அதில்லாமல் எங்கள் உறவினர் ஒருவர் அங்கிருக்கிறார். அவருடைய நற்பெயரையும் செல்வாக்கையும் பயன்படுத்தி உள்ளே சென்றுவிட்டேன். (அது அகதிகள் முகாமா அல்லது சிறப்பு அகதிகள் சிறைச்சாலையா? என்ற சந்தேகம் பல தடவைகள் எனக்கு எழுந்ததுண்டு.) முகாமிற்கு உள்ளே சென்ற நான் நேராக அந்த உறவினர் வீட்டிற்குச் சென்றேன். அவரிடம் நலம் விசாரித்துவிட்டு அண்ணன் இருக்கும் இடமும் தெரிந்து கொண்டு அண்ணனைத் தேடிச் சென்றேன். அவர் அங்கு இல்லை. பக்கத்தில் கேட்டேன். அவர் கடைக்குச் சென்றிருப்பதாகக் கூறினார்கள். கடைத் தெருவுக்கு வந்தேன். எதிரில் அவர் வந்து கொண்டிருந்தார். எனக்கு நன்றாக அவரை அடையாளம் தெரிந்தது. அவரும் என்னை அடையாளம் தெரிந்துகொண்டார். கிட்டத்தட்ட 9 வருடங்கள் கழித்து அவரைப் பார்க்கிறேன். அவர் என்னை நோக்கி நடந்து வந்துகொண்டிருக்கிறார். நான் அவரை நோக்கி நடந்துகொண்டிருக்கிறேன். ஓடிப்போய் அவரைக் கட்டிப் பிடித்து அழ வேண்டும்போல் தோன்றியது. கட்டிப் பிடித்துக் கொண்டேன். அழவில்லை. அங்கு முதலில் அவர் என்னைப்

பார்த்ததும் கேட்ட கேள்வி என்னடா வயதான கிழவன் மாதிரியிருக்கிறாய் என்பதுதான். இருக்காதா பின்னே! மனக் கலக்கம், முன்னால் எதிர்காலக் கேள்விக்குறி, தற்போது எதற்கும் வழியில்லை. நிம்மதியாகத் தூங்க வழியில்லை. எப்படியிருப்பேன் என்று நானாக நினைத்துக்கொண்டேன். அம்மாவுக்கு உன்னைப் பார்க்க ஆசையாக இருக்கிறதாம். அதனால் உன்னை உடனே ஊருக்கு வரச் சொன்னார். நீ (இலங்கைக்கு) போறியா என்றார்.

அவ்வளவு கஷ்டப்பட்டும் சாப்பாட்டுக்கே வழியில்லாமல் தெருவில் திரிந்தும் எனக்கு இலங்கைக்குப் போக விருப்பமில்லை. மாறாக வெறுப்புத்தான் தோன்றியது. ஊருக்குப் போக மறுத்தேன். ஏன்? என்றார். எனக்குத் தெரியாது என்றேன். உண்மையில் அன்று எனக்குத் தெரியவில்லை. இங்கிருந்து இவ்வளவு கஷ்டப்படுவதற்கு ஊருக்குக் கள்ளத்தோணி வழியாக ஓடிப் போயிருக்கலாம். அது எவ்வளவோ பரவாயில்லை. அவரும் பொருளாதார ரீதியாக மிகவும் கஷ்டப்படுகிறார் என்பதனை அறிந்துகொண்டேன். அதனால் சென்னை வரும்படி அழைத்தேன். அவர் உனக்கு வேலையில்லை. வீடுமில்லை. எப்படி உன்னுடன் வரமுடியும் என்றார். ஆனால் எனக்கு நம்பிக்கை யிருக்கிறது. மறுபடியும் சென்னை சென்றால் எனக்கு வேலை கிடைக்கும் என்றேன். வெகுநேரம் இருவரும் மரத்தடி நிழலில் பேசிக் கொண்டிருந்துவிட்டு அவர் விலாசம், பக்கத்துவீட்டு போன் நம்பர் வாங்கிக்கொண்டு மதுரை வந்து சேர்ந்தேன். மதுரையில் கணேசனிடம் கூறினேன். இதுவரை நான் எடுத்த முடிவுகள் என்னுடைய செயல்கள் எல்லாம் சரியாக அமையவில்லை. மாறாகத் துன்பமே ஏற்பட்டது; ஏற்பட்டுக்கொண்டிருக்கிறது. இனிமேல் அண்ணனின் கட்டளைப்படி அவர் சொல்படி நடக்கலாம் என்றிருக்கிறேன். ஆனால் அதற்குரிய காலமும் சூழ்நிலையும் அமையவில்லை. பின்பு சென்னை வந்தபின்பு ஒன்றிரண்டு கடிதங்களுடன் அவர் உறவும் நின்று போனது. பின்பு அவர் எங்கிருக்கிறார் என்பதே சில வருடங்கள்வரை தெரியவில்லை.

மதுரையிலிருந்து மிகவும் கலவரமான மனநிலையில் சென்னை நோக்கிப் பயணமாகிக் கொண்டிருந்தேன். காரணம் சென்னை சென்றதும் போஸை தொந்தரவு செய்யும் சூழ்நிலை மற்றும் வேலை என்பதும் பெரும் கேள்விக்குறியாக இருக்கிறது. ஒருவேளை நான் வேலை செய்த ஓட்டலில் வேலையில்லை என்ற சூழ்நிலையானால் மறுபடியும் வேலை தேட வேண்டும். மறுபடியும் வேலைதேடும் அளவுக்கு என்னிடம் சக்தியுமில்லை, பணமுமில்லை. ஆனாலும் ஏதோ ஒரு குருட்டு நம்பிக்கையில் சென்னை வந்திறங்கி போஸிடம் சென்றேன். நான் வேலை செய்த ஓட்டலில் இருந்து எனக்குக் கடிதம் வந்திருப்பதாக எடுத்துக் கொடுத்தார். அது ஆங்கிலத்தில் எழுதப்பட்டிருந்தது. போஸின் நண்பர் முருகேசிடம் காண்பித்தேன். அவர் வாங்கிப் பார்த்துவிட்டுக் கூறினார். இது டெர்மினேஷன் கடிதம். உங்களை வேலையில் இருந்து நீக்கிவிட்டார்கள் என்றார். எனக்குப் பேரிடியாக இருந்தது. வேலையில் சேர்ந்து மூன்று மாதங்களிலேயே டெர்மினேஷன் கடிதமா? இதை வைத்துக்கூட வேறு ஓட்டல்களில் வேலையில் சேர முடியாதே. அந்தக் கடிதத்தை எடுத்துக்கொண்டு என்னுடன் பணிபுரிந்த நபர் ஒருவரைப் பார்க்கச் சென்றேன். அவர் என்னைப் பார்த்ததும் இவ்வளவு நாளும் எங்கே போயிருந்தாய். உன்னை நமது பிரிவு மேலாளர் உடனே கூட்டி வரச் சொன்னார். நீ உடனே அவரைப் போய்ப்பார். உனக்கு வேலை கிடைக்கும் என்று கூறினார். அப்பாடா, கொஞ்சம் நிம்மதியாக இருந்தது. நம்பிக்கையும் வந்தது. அப்படியே ஓட்டலுக்குச் சென்றேன். என்னைக் காவலர்கள்

(Security) உள்ளே அனுமதிக்கவில்லை. மேலாளருடன் தொடர்பு கொள்ளவும் முடியவில்லை. வெளியே வந்து மேலாளருடன் தொலைபேசியில் தொடர்புகொண்டு நான் ஊருக்குச் சென்ற விடயத்தையும் முன்பே கண்காணிப்பாளர் கணேசனிடம் அனுமதி கேட்டிருந்த விடயத்தையும் தெரிவித்தேன். அத்துடன் அவரை நேராகப் பார்ப்பதற்கு அனுமதிக்கப்படாததையும் தெரிவித்தேன். அவர் மறுபடியும் ஓட்டலுக்கு வரும்படி அழைத்தார். நேராக ஓட்டலுக்குள் சென்றேன். மேலாளர், பொதுமேலாளரிடம் கூட்டிச் சென்றார். பொதுமேலாளர் என்னிடம் நீ தொழிலாளர் சங்கத்தில் இருக்கிறாயா என்று கேட்டார். நான் இல்லை என்று பொய் கூறினேன். சரி என்று அனுப்பிவிட்டார். அவர் அலுவலகத்திற்கு வெளியே காத்திருந்தேன். மேலாளர் வந்தார். நீ நாளைக்குப் பணிக்கு வரலாம். தற்போது நீ போய் தொழிலாளர் அதிகாரியைப் (Personal Manager) பார் என்றார். தொழிலாளர் அதிகாரியை போய்ப் பார்ப்பதற்கு எனக்குப் பயமாக இருந்தது. அவரிடம் சென்றால் அவர் என்னைக் கடித்துக் குதறிவிடுவார் என்று கருதினேன். இருந்தாலும் பயந்தபடியே அவரிடம் சென்றேன். நான் நினைத்த மாதிரியே நடந்தது. அத்துடன் சில புத்திமதிகளையும் கூறினார். நான் மதுரை சென்றிருந்தேன் என்பதனை அவர் நம்பத் தயாராக இல்லை. அவர் சொல்லைக் கேட்கவில்லை என்ற கோபம் வேறு. அவர் கோபத்தைக் காண்பிப்பதற்காக, மற்றும் பொது மேலாளர் எனது பிரிவு மேலாளர் ஆகியோர் பணியில் சேர்க்கும்படி கூறியும், இரண்டு மூன்று நாட்கள் அலைக்கழித்த பின்பு எனது பிரிவு மேலாளரின் கண்டிப்புக்குப் பின்புதான் என்னைப் பணிக்கு அனுமதித்தார்.

இதுவரையும் என் வாழ்க்கையில் பார்த்தால் கிட்டத்தட்ட பத்து வருடங்கள் நான் என்ன செய்திருக்கிறேன்? என்ன சம்பாதித்து இருக்கிறேன்? எப்படி இந்தப் பத்து வருடங்களைக் கழித்திருக்கிறேன்? யாருக்காவது என்னால் பிரயோசனம் உண்டா? அல்லது என் வாழ்க்கைதான் நன்றாக உள்ளதா? நன்றாக உற்று நோக்கினால் 1990ஆம் ஆண்டு முதல் 2000 ஆண்டுவரை நான் இந்த உலகத்தில் உயிர் வாழ்ந்தது தவிர வேறு ஒன்றுமில்லை.

கெரால்ட் ரசல் என்பவர் கூறுகிறார்: "நீங்கள் எதை இழந்தீர்கள் என்பதல்ல, உங்களிடம் என்ன மிச்சமிருக்கிறது என்பதுதான் முக்கியம்." இன்று என்னிடம் என்ன இருக்கிறது. சில புத்தகங்கள். அதைவிட மிக மிகக் குறைந்த அறிவும், விலைமதிப்பற்ற நண்பர்களும்தான். ஆனால் நாளை? நான் இழந்த பத்து வருடங்களைத் திரும்பப் பெற முடியுமா?

அதையே நினைத்துக்கொண்டிருந்தால் என் எதிர்காலமும் கேள்விக்குறியாகி விடும். ஜேம்ஸ் ஆலன் கூறுகிறார், "ஒரு மனிதன் தான் விரும்புவதை அடைவதில்லை. அவன் என்னவாக இருக்கிறானோ அதையே அடைகிறான். நமது விதியைத் தீர்மானிக்கும் சக்தி நமக்குள்ளேயே இருக்கிறது." அந்த அறிஞர் கூற்றுப்படி நோக்கினால் என் பத்து வருடகால வாழ்க்கையில் நான் வெற்றிடமாகவே இருந்திருக்கிறேன். அந்த வெற்றிடத்தில் முளைத்த களைகள் (துன்பங்கள்) அவற்றுடன் உருண்டு புரண்டு உழன்று இருக்கிறேன். நான் துன்பம் இழைப்பவனாக என் எண்ணங்கள் தீயவையாக இருந்ததால் நானும் துன்பங்களையே அடைந்தேன், அனுபவித்தேன். ஏனென்றால் என் விதியைத் தீர்மானிக்கும் சக்தி எனக்குள் இருந்தும் எனக்கு அது தெரிய வில்லை.

மீண்டும் பணியில் சேர்ந்தேன். என்னுடன் பணிபுரிந்த பழைய தொழிலாளர்கள் இருவர்தவிர மற்றவர்கள் அனைவரும் புதியவர்கள். எங்கள் பிரிவு மேலாளருக்கு அடுத்தபடியாக ஒரு மேலாளர் இருந்தார். கேப்டன். எல்லாம் புதியவர்கள். பணிகள் எல்லாம் சீராக இல்லை. பழைய நிலையில்லை. இப்படியே ஒருவாரம் ஓடியது. பிரிவு மேலாளர் கூப்பிட்டுக் கேட்டார்: "பணிகள் எல்லாம் எப்படிச் செல்கிறது." நான் கூறினேன்: முன்பு கேப்டன் கணேசன் மேற்பார்வையில் இருந்ததுபோல் ஓர் அளவுகூட ஒழுங்காக இல்லை. அவரும் கணேசனை உதாரணம் காட்டிப் பேசினார். கணேசனிடம் கற்றுக்கொண்டவற்றை எல்லாம் நீதான் செய்ய வேண்டும். நீதான் சீனியர் (மற்ற பழைய தொழிலாளர்களையும் சேர்த்து) அதனால் நீதான் பொறுப்புடன் செயல்பட வேண்டும் என்று கூறி உற்சாகமூட்டியதுடன் சில அதிகாரங்களையும் வாய் வழியாக அளித்தார். அது எனக்குப் பெரும் உற்சாகமாக அமைந்தது. கணேசனிடம் கற்றுக் கொண்ட வேகமாகப் பணி செய்வது, தொழில் நேர்த்தி, சுத்தமாக வேலை செய்வது ஆகியவை என்னாலும் முடியும் என்று நிரூபிப்பதற்கு இதனை ஒரு வாய்ப்பாகக் கருதினேன். அவற்றை முழுமையாக நிரூபித்தும் காண்பித்தேன். என் பிரிவு மேலாளருக்கு என்னை மிகவும் பிடித்துப் போனது. ஏற்கனவே என்னைப் பற்றியும் எனது கடின உழைப்பு பற்றியும் அறிந்தபடியால்தான் வேலை நிறுத்தப் பிரச்சினை ஆரம்பமான பின்பும் வேலையில் சேர்த்துக் கொண்டார். வேலையில் என்னைச் சேர்த்துக் கொண்டதற்கான காரணத்தையும் நிரூபித்தேன். மறுபடியும் என்னை

வேலையில் சேர்த்ததில் தவறில்லை என்பதையும் உணர்த்தினேன். பழைய தொழிலாளர்கள் எல்லாம் வெளியே போனது எனது வேலைத் திறமையை நிரூபிப்பதற்கு ஒரு வாய்ப்பாக அமைந்தது. அவர்கள் எல்லாம் இங்கிருந்திருந்தால் நான் அங்கு பிரகாசமாக ஆவதற்கு எப்படியும் இரண்டு வருடங்களாவது ஆகியிருக்கும். ஆனால் கிட்டத்தட்ட ஆறு மாதங்களில் தொழிலாளர்கள் பிரச்சினை ஆரம்பமான பின்பு எங்கள் பிரிவு ஓர் அளவாவது பழைய நிலைக்கு வருவதற்கு அன்றைய சூழ்நிலையில் நான் முக்கிய காரணமாக இருந்தேன் என்றால் அது மிகையாகாது. அதன்பின்பு சில மாதங்கள் கழித்து சீனியர் கேப்டன் கணேசன் வந்து சேர்ந்தார். அவர் வந்தது எங்களுக்கு உற்சாகமாக இருந்தது. அதன் பின்பு எங்கள் பிரிவில் எவ்வளவு வேலையிருந்தாலும் செய்வதற்குத் தயாராக நல்ல தொழிலாளர்கள் இருந்தார்கள். நாங்கள் எல்லாம் ஒரு குழுவாக ஒத்த கருத்துடன் செயல்படக் கூடிய நல்ல சூழ்நிலை ஏற்பட்டது. ஆனால், மேலாளரிடம் கிடைத்த நல்ல பெயரையும், செல்வாக்கையும் தவறாகப் பயன்படுத்தினேன் என்பதையும் நான் மறுக்கவில்லை.

நான் மேலே குறிப்பிட்ட நல்ல தொழிலாளர்கள் குழுவில் செந்தில் என்றொரு நபர் இருந்தார். இவர் என் வாழ்க்கையில் நிரம்ப மாற்றத்தை ஏற்படுத்தினார்.

அந்தக் காலகட்டங்களில் செந்திலுடன் கொஞ்சம் கொஞ்சமாகப் பழக்கம் ஏற்பட்டது. அவரும் நானும் கிட்டத் தட்ட ஒரே மாதிரி உடல் அமைப்புடன் காணப்பட்டோம். அதனால் என்னையும் அவரையும் அண்ணன் தம்பி என்றே எல்லோரும் குறிப்பிட்டார்கள். அவர்கள் அப்படிக் கூப்பிடுவதற்குச் சாதகமாக இருவருக்கும் ஒரே இன்ஷியல் 'T'. இது தற்செயலாக அமைந்திருந்தது. ஆரம்பத்தில் அவர் குணம், அவருடைய சிறு சிறு செயல்களில் காட்டும் வேகம், முழுமை எல்லாம் என்னை அவர்பால் இழுத்துச் சென்றது. ஒருதடவை இரவுப் பணியில் வேலை செய்துகொண்டிருக்கும்போது ஹவுஸ் கீப்பிங்கில் இருந்து வந்து சுத்தம் செய்தார்கள். அது எங்கள் பணிக்கு இடைஞ்சலாக இருந்தது. அதனால் ஹவுஸ் கீப்பிங் கண்காணிப்பாளரிடம் பேசினேன். அது வாக்குவாதத்தைத் தாண்டிய நிலையில் என்னுடன் பணி செய்துகொண்டிருந்த செந்தில் குறுக்கிட்டு கண்காணிப்பாளரைக் கடுமையாக எச்சரிக்கை செய்தார். அமைதியான செந்தில் அதிகம் பேசாதவர், தேவையில்லாத வேலைகளைச் செய்யாதவர். அவர் ஏதாவது செய்தால் அதில் கண்டிப்பாக அர்த்தமிருக்கும். அவர் வேலையில் மூழ்கிப் போயிருப்பார். செந்தில் அன்று நடந்துகொண்ட விதம் எனக்கு ஆச்சர்யத்தையே ஏற்படுத்தியது.

தொ. பத்தினாதன்

மற்றொரு தடவை செந்திலிடம் ஒரு பொருள் கொடுத்தேன். அதை அவர் எனக்குத் தெரியாமல் மற்றொரு நபருக்குக் கொடுத்து விட்டார். அந்தப் பொருளை அவர் உபயோகப் படுத்தவில்லை என்பது எனக்குத் தெரிந்ததும் அதைச் செந்திலிடம் கேட்டேன். நான் உனக்குக் கொடுத்தை ஏன் அடுத்தவருக்குக் கொடுத்தாய் என்றேன். அதற்கு எங்கள் எல்லோருக்கும் சீனியராக நீ இருக்கலாம். உனக்கு அடுத்து அவரும் எனக்கு சீனியர்தான். உனக்கு வேண்டாம் என்கிறபோது அது அவரிடம் சேருவதே நல்லது என்றார். ஒருதடவை செந்தில் விடுமுறையில் ஊருக்குச் சென்று திரும்பிப் பணிக்கு வந்திருந்தார். நாங்கள் எல்லோரும் எங்கள் பொருட்களைப் பாதுகாக்கும் ஸ்டோருக்குள் அமர்ந்திருந்தோம். அப்போது அவர் ஊரில் இருந்து எடுத்து வந்த பலகாரங்களை எங்கள் எல்லோருக்கும் கொடுத்தார். நான் கடையில் இருந்து வாங்கி வந்தாயா என்று கேட்டேன். “இல்லை என் அம்மா கொடுத்தாங்க” என்றார். நான் அப்படியே இறுகிப் போனேன். நான் என் அம்மாவைப் பிரிந்து பல வருடங்கள் ஆகிவிட்டன. கடிதம் போட்டும் சில வருடங்கள் ஆகிவிட்டது. நான் எங்கிருக்கிறேன் என்று அவருக்குத் தெரியாது. அவர் எங்கிருக்கிறார் என்று எனக்குத் தெரியாது. அப்படிபட்ட சூழ்நிலையில் “அம்மா கொடுத்தாங்க” என்று குறிப்பிடும்போது “எனக்கும் இப்படி ஒரு அம்மா இருக்கக் கூடாதா,” என்று ஏங்கினேன். அப்போதே அவரிடம் கூறினேன். என்னிடம் மட்டும் இனிமேல் அம்மா கொடுத்தாங்க என்று எதுவும் கூறாதே என்று கேட்டுக்கொண்டேன். மதுரையில் நான் இருக்கும்போதே கடிதத் தொடர்புகள் எல்லாம் நின்று போயின. எல்லாவற்றையும் வெறுத்துத் திரிந்த நான் அவர் மூலமாகத்தான் முதன் முதலில் அம்மாவை நினைத்து ஏங்கினேன். ஆனாலும் என் பிடிவாதம் வைராக்கியம் கல் நெஞ்சம் இவை எல்லாம் அம்மாவுடன் தொடர்புகொள்ள அனுமதிக்கவில்லை.

மேலாளர் என்மேல் அளவு கடந்த அன்பு காட்டினார். அவருடைய செல்வாக்கு என்னைத் தவறான செயல்களும் செய்யத் தூண்டின. நான் எப்படிப்பட்ட சூழ்நிலைகளை எல்லாம் கடந்து வந்தேன் என்பதை மறந்தேன். என் வயதும் வேகமும் ஆட்டம் போடுவதை நிறுத்தவில்லை. மறுபடியும் ஒரு ரவுண்டு ஆட்டம் போட்டேன் என்று கூறினால் மிகையாகாது. எல்லோருக்கும் தெரிந்தும் என்னைப் பணியில் வைத்திருந்தார்கள் என்றால் அதற்குக் காரணம் என்னுடைய கடும் உழைப்பு தவிர வேறு ஒன்றுமில்லை. அப்போது அராஜகமான வேலைகள் எல்லாம் செய்தேன் என்பதை இப்போதுதான் முழுமையாக உணர்கிறேன். பக்கத்து பிரிவில் உள்ள தொழிலாளர்கள், கண்காணிப்பாளர்களில் சிலர்கூட என்னைப் பார்த்துப் பயந்தார்கள். ஒரு தடவை பக்கத்துப் பிரிவில் ஒரு பிளேட்டு வாங்கி வரும்படி சக தொழிலாளி ஒருவரை அனுப்பினேன். அவர்கள் கொடுக்கவில்லை. நேராக நான் சென்றேன். ஒரு பிளேட்டை எடுத்து அவர்கள் கண் முன்னாடியே தரையில் போட்டு உடைத்தேன். இது என்னுடைய அதிகபட்ச அராஜகம்.

பணமும் செல்வாக்கும் வரும்போது மனிதர்களும் தானாக மாறுகிறார்கள் என்பதை உணர்ந்ததுடன், பணம் தேவைக்கு அதிகமாகக் கிடைக்கும்போது, அந்தச் சூழ்நிலை உருவாகும் போதே, முன்பு நடந்த சம்பவங்களை மனதில் கொண்டு நண்பர் தில்சனிடம் (T. செந்தில் என்ற நபரை இந்த இடத்திலிருந்து தில்சன் என்றே குறிப்பிடுகிறேன். தில் என்றால் உயிர் என்ற பொருளும் தைரியம் என்ற பொருளும்

இருக்கிறது. அதனால் தில்சன் என்ற பெயர் அவருக்கு மிகவும் பொருத்தமானது) குறிப்பிட்டேன். பணம் தேவைக்கு அதிகம் வர, பயமாக இருக்கிறது. ஏனென்றால் என் குணம் மாறிவிடுமோ என்று யோசிக்கிறேன் என்றேன். அவர் ஒரு வார்த்தையில் "அறிவில்லாதவனுக்குத்தான் அப்படி வரும்" என்றார்.

என் அராஜகப் போக்கு, சில தொழிலாளர்களையும் வருத்தங் கொள்ளச் செய்திருக்கும். அதற்காக இப்போது வருந்துகிறேன். அப்போதெல்லாம் எனக்கு மது அருந்தும் பழக்கம் நிறையவே இருந்தது. இலவசமாக வெளிநாட்டு மது கிடைத்தால் சொல்லவே தேவையில்லை. பெரும்பாலும் இரவு தாமதமாகவே பணி முடியும். அப்போதெல்லாம் இரவில் போதையில் சட்டையைக் கழட்டி விட்டு வேலை செய்திருக்கிறேன். நாம் பணிபுரியும் இடமும் புனிதமானதே என்று இப்போது நினைக்கும்போது என்னுடைய அன்றைய செயல்களுக்காக வருத்தப்படாமல் இருக்க முடியவில்லை. பணி முடித்து வெளியே வந்து இரவில் பூந்தமல்லி ஹைரோட்டில் போதையில் வாகனங்களை எல்லாம் மறித்திருக்கிறேன். அப்போதெல்லாம் எந்த வகையிலும் என்னைக் கட்டுப்படுத்துவதற்கு ஆள் இல்லை. எனக்கும் சுயக்கட்டுப்பாடு இல்லை. நான் வேலை செய்த இடத்தில் அவர்களுக்கு என் ஒழுக்கத்தைவிட என்னுடைய கடுமையான உழைப்பு மட்டுமே தேவைப்பட்டது. என் செல்வாக்கை என் அராஜகத்தை மறைமுகமாகக் கட்டுப்படுத்தியவர் தில்சன்தான். ஒரு நிகழ்ச்சி நடக்கவிருந்தால் அதற்கு முன்புள்ள வேலைகள் நிகழ்ச்சி முடிந்த பின்புள்ள வேலைகள் எல்லாம் நான் நன்றாகச் செய்வேன். ஆனால் நிகழ்ச்சி நடந்து கொண்டிருக்கும்போது வாடிக்கையாளர் ஏதாவது கேட்டால் நான் தில்சனையோ அல்லது மற்றவர்களையோதான் தேட வேண்டும். அவர்கள்தான் கெஸ்ட்டிடம் பேசுவார்கள். காரணம் எனக்கு ஆங்கிலம் தெரியாது. வாடிக்கையாளர்கள் பெரும்பாலும் ஆங்கிலத்தில்தான் பேசுவார்கள். ஆங்கிலம் தெரியாதது அன்று என்னிடம் இருந்த மாபெரும் குறைபாடு. பல வாய்ப்புகளை இழந்திருக்கிறேன். ஆனால் தில்சனிடம் கடுமையான உழைப்புடன் மற்றத் தகுதிகள் எல்லாம் இருந்தன. அதுமட்டுமல்லாமல் அவர் கேட்டரிங் படித்தவர். அதனால் அவர் பணியில் சேர்ந்த குறுகிய காலத்திற்குள்ளே என்னை தாண்டிச் சென்று எனக்குமேல் போய்விட்டார். தில்சன் ஒருநாளும் என்னை நேரடியாகக் கண்டித்தது இல்லை. நான் சீனியர் என்பதால் அவர் எனக்குக் கொடுக்க வேண்டிய மரியாதையையும் கொடுக்கத் தவறவில்லை. எனக்குக் கெட்ட பெயர் ஏற்படுத்தியும் அவர் எனக்கு மேல் செல்லவில்லை.

முன்பு எதற்கெடுத்தாலும் என்னைக் கூப்பிட்டார்கள். தற்போது தில்சனையே கூப்பிட ஆரம்பித்தார்கள். இது எனக்குத் தலைக்கனத்தையும் அராஜகத்தையும் குறைப்பதற்கு மாபெரும் காரணமாக இருந்தது. ஆனால் எனக்கு அவர்மேல் பொறாமை வரவில்லை. அன்று தில்சன் தவிர வேறு யாராவது அப்படி ஆகியிருந்தால் எனக்குப் பொறாமை ஏற்பட்டிருக்கலாம். ஆனால் இவர் மேல் எனக்கு அப்படி எந்தத் தீய எண்ணமும் தோன்ற வில்லை. அவருக்கு நல்ல பெயர், செல்வாக்கு ஏற்பட்டது கண்டு எனக்கு மகிழ்ச்சியே. அதை அவரிடமே கூறினேன்.

எங்கள் மேலாளருக்கு மேல் ஒருவர் பணியில் இருந்தார் அவர் என்னையும் என் கடின உழைப்பையும் நன்கறிவார். அப்படி யிருந்தும் என்னை ஒரு தடவை கடுமையாகக் கண்டித்ததுடன் நீ கழிவறை கழுவுவதற்குத்தான் லாயக்கு என்றார். இந்த வார்த்தை அன்று என்னைப் பெரிதும் புண்படுத்தியது. இவ்வளவு கடுமையாக வேலை செய்கிறேன். அப்படியிருந்தும் என்னை இப்படித் திட்டி விட்டாரே என்று என் மனம் வேதனையுற்றது. அவர் அன்று அப்படிக் குறிப்பிட்டதன் அர்த்தம், "என்னதான் மாடு மாதிரி வேலை செய்தாலும், இந்த வேலை எல்லாம் சந்தையில் மூட்டை தூக்குபவர்கள்கூட ஒருவாரம் இங்கிருந்தால் செய்வார்கள். அதைத்தான் நீயும் செய்துகொண்டிருக்கிறாய். இது பெரிய விடயமில்லை. கடும் உழைப்புடன் வாடிக்கையாளர்களையும் கையாளத் தெரிந்திருக்க வேண்டும். அவர்களிடத்தில் முகம் கொடுத்துப் பிரச்சினைகளைச் சமாளிக்கத் தெரிய வேண்டும். அதுதான் திறமை" என்று அவர் குறிப்பிட்டதைச் சில வருடங்கள் கழித்துதான் நான் உணர்ந்தேன்.

தில்சனின் செயல்கள் அவர் பழகும் விதம் அவர் நடந்து கொள்ளும் விதம் அவருடைய அமைதி ஆகியவை அவர்மேல் ஓர் ஈர்ப்பை ஏற்படுத்தியதுடன், அவர்மேல் எனக்குக் கொஞ்சம் கொஞ்சமாக நம்பிக்கையையும் ஏற்படுத்தியது. அதனால் சிற்சில விடயங்கள் மட்டும் அவரிடம் மனம்விட்டுப் பேசுவேன். என் பிரிவு மேலாளரிடம் நல்ல பெயர் இருந்த நேரம் "நான் ஒரு இலங்கைத் தமிழன்" என்று அவரிடம் கூறினேன். அவர் ஆச்சரியப்பட்டார். "அதுதான் நீ பேசும் தமிழ் வித்தியாசமாக இருக்கிறது" என்றார். அவரிடம் கூறுவதற்கு முன்பு அங்கு சில கல்யாண வரவேற்பு நிகழ்ச்சிகளை இலங்கைத் தமிழர்கள் நடத்தினார்கள். அப்போதெல்லாம் என்னை நினைத்து வருந்தி யிருக்கிறேன். அவர்கள் பேசும் தமிழைக் கேட்பதற்காகவே அவர்களிடம் பேசுவேன். (நான் அப்போது பேசிய தமிழ் ஒரு சில வார்த்தைகள் தவிர மற்றவை எல்லாம் மதுரைத் தமிழ்.)

அதனால் நானும் இலங்கைத் தமிழன் என்று கூறமுடியவில்லை. அப்படிக் கூறினால் ஒருவேளை ஓட்டல் நிர்வாகத்திற்கு நான் இலங்கைத் தமிழன் என்று தெரிந்தால் என்னை வேலையில் இருந்து நீக்கி விடுவார்களோ என்றும் கருதினேன். என் பிரிவு மேலாளருக்கு நம்பிக்கை வந்த பின்புதான் தெரிவித்தேன். நான் பணிக்குச் சேரும்போது தொழிலாளர் அதிகாரியிடம் நான் இலங்கைத் தமிழன் என்று கூறியிருந்தால் என்னை வேலையில் சேர்த்திருப்பாரா? கண்டிப்பாக வேலையில் சேர்த்திருக்க மாட்டார். தமிழ்நாட்டில் அகதி முகாம்கள் இருக்கும் இடங்களின் அருகில் உள்ள கிராமத்தவர்கள் தவிர மற்றவர்களுக்குப் பெரும்பாலும் இலங்கைத் தமிழர்கள் பற்றித் தெரியாது. அவர்கள் பற்றி அறிந்திருப்பவை செய்தித் தாள்களில் படித்தவை மட்டும். ஓர் இலங்கைத் தமிழனை, ஓர் அகதியை ஒரு நல்ல தனியார் நிறுவனத்தில் பணியில் அமர்த்தினால் அந்த நிறுவனத்திற்கு அந்த நபர் மூலம் ஏதாவது பிரச்சினையோ சட்டம் சம்பந்தமான சிக்கல்களோ வரும் என்றே கருதுவார்கள். அப்படி ஏதாவது சிக்கல் வரலாம் என்று கருதும்பட்சத்தில் ஏன் ஓர் இலங்கைத் தமிழனை அமர்த்த வேண்டும். அதைவிட இங்கு ஒரு காலியிடத்திற்கு 100 பேர் வரிசையில் நிற்கும்போது எதற்காக ஒரு பிரச்சினையுள்ள நபரைப் பணியில் அமர்த்த வேண்டும். அந்த நிறுவனத்திற்கு அதனால் என்ன லாபம்? அப்படி என்ன அவசியம்? அதில்லாமல் பத்திரிகையில் வரும் தவறானவர்களின் செயல்கள் எல்லாம் இலங்கைத் தமிழர்கள், அகதிகள் எல்லாரும் தப்பானவர்கள் என்ற எண்ணத்தையே ஏற்படுத்துகின்றன. மனிதர்கள் ஒரே மாதிரி, அச்சில் வார்க்கப்படுவதில்லை. எல்லா இடத்திலும் எல்லாத் தரப்பு மக்களும் இருப்பார்கள். ஒரு சிலருக்காக எல்லோரையும் அவ்வாறு கருதுவது நியாயமாகாது. ஒரு இலங்கைத் தமிழ் அகதியை பொது நிறுவனத்திலோ தனியார் நிறுவனத்திலோ வேலைக்கு அமர்த்தலாமா கூடாதா என்பது வெளிப்படையாக யாருக்கும் தெரியாது. அதனால் படிப்பும் தகுதியும் இருந்தாலும்கூட இலங்கைத் தமிழன் அகதி என்றதும் நிராகரிக்கப்படவே அதிகமான வாய்ப்பு இருக்கிறது. அதனால் பணியில் சேரும்போதும் மதுரை என்றே குறிப்பிட்டேன். என்னிடம் எந்த ஊர் என்று கேட்பவர்களிடம் எல்லாம் மதுரை என்றே குறிப்பிட்டேன். பின்பு என் பணியில் என் நிலையைத் தக்கவைத்த பின்பே என் பிரிவு மேலாளரிடம் மட்டும் கூறினேன். பின்பு அதுவே ஓட்டல் முழுவதும் கிட்டத்தட்டப் பரவியது. அதனால் எனக்கு எந்தப் பாதிப்பும் ஏற்படவில்லை. ஆனாலும் பதவியுயர்வு, இடமாற்றம் என்று வரும்போது கண்டிப்பாகப் பாதிப்பு ஏற்படலாம்.

31.12.1999 அன்று காலை பணிக்குச் சென்றேன். விடிந்தால் 2000ஆம் ஆண்டு பிறக்கும். ஓட்டலில் மிகவும் பிரம்மாண்டமான நிகழ்ச்சிகளுக்கு ஏற்பாடாகியிருந்தது. அன்று கடுமையான வேலையிருந்தது. கிட்டத்தட்ட முதலாம் திகதி காலை இரண்டு மணிக்குமேல் எல்லாக் கூத்துகளும் ஓய்ந்தன. அதன் பின்பு தான் எங்களுக்கு அதிகமான வேலையிருந்தது. எல்லாம் ஒழுங்குபடுத்திப் பழைய நிலைக்குக் கொண்டுவர வேண்டும். தில்சன் பணியிலிருந்தார். எனக்கு ஊர், வீடு, உறவுகள் ஞாபகம் வந்துவிட்டது. வருடம் பிறந்தால் நான் என்ன செய்வேன். ஊரில் எல்லோரும் சந்தோஷமாகக் கொண்டாடுவார்களா? எல்லோரும் புத்தாடை அணிந்திருப்பார்களா? இங்குள்ள பழைய சட்டையைக்கூட போடுவதற்கு நேரமில்லை என்று யோசித்த நான் வெறுப்பின் எல்லைக்கே சென்றுவிட்டேன். நிறைய மது அருந்தினேன். என் சக தொழிலாளர்கள் எல்லாம் வேலை செய்துகொண்டிருந்தார்கள். நான் தனிமையில் பொழுது விடியும்வரை மது அருந்தினேன். ஆனால் என் சுய அறிவை இழக்கவில்லை. என் உடல் தளர்ந்துவிட்டது. தில்சன் வந்து கூப்பிட்டார். வா வீட்டுக்குப் போகலாம் என்றார். படிக்கட்டுகளில் ஏறிவரும்போது என் கால்கள் தடுமாறின. அப்போது தில்சன் தாங்கிப் பிடித்துக்கொண்டார். டைம் ஆபீசில் ஏதோ பேசினேன். என்ன பேசினேன் என்பது எனக்கு ஞாபகமில்லை. தில்சன் கைத்தாங்கலாகவே வெளியே அழைத்து வந்தார். இந்த நிலையில் நான் வீடு போய்ச் சேர மாட்டேன் என்று அவர் உணர்ந்திருக்கலாம். அதனால் அவரின் வீட்டுக்கு என்னை அழைத்துச் சென்றார். அவர் வீட்டிற்குச் செல்வதற்கு ரயில் மேல்பாலம் ஒன்றைக் கடக்க வேண்டும். அந்த பாலத்தில் என்னால் நடக்க முடியவில்லை. தில்சன் மேல் வாந்தி எடுத்துவிட்டேன். அந்த நிலையிலும் அவரிடம் "என்னால் உனக்குத் தொந்தரவானால் கூட பரவாயில்லை. ஆனால், உன் நண்பர்களுக்குத் தொந்தரவு வரக் கூடாது. என்னை விட்டுவிடு. நான் இங்கேயே படுத்துத் தூங்கிவிட்டு மாலை எழுந்து வீட்டுக்குப் போகிறேன்" என்றேன். அவர் சம்மதிக்கவில்லை. என்னை விடவும் இல்லை. என்னை அவருடைய வீட்டுக்குக் கொண்டுபோய்ச் சேர்த்தார். அதன் பின்பு எனக்கு எதுவும் தெரியாது. மாலை எழுந்து போஸ் வீட்டுக்குச் சென்றேன். முதன் முதலாகச் சுய நினைவு அற்ற நிலையில் தில்சன் என்னை அவர் அறைக்குத் தூக்கிச் சென்றார். அவர் ஏன் என்மேல் அவ்வளவு அக்கறை காட்ட வேண்டும். ஓட்டலிலேயே என்னை விட்டுவிட்டுச் சென்றிருக்கலாம் அல்லது அந்த பாலத்திலேயே என்னை விட்டுச் சென்றிருக்கலாம். அவருடன் பழகிய ஆரம்ப

காலத்திலேயே என்மேல் ஏன் இந்த அளவிற்கு அக்கறை காட்ட வேண்டும்.

இந்த இடத்தில் அவரைப் பற்றிச் சிறிது குறிப்பிடுவது சிறந்தது என்று கருதுகிறேன். ஆனால் எதை எழுதுவது? எப்படி எழுதுவது? என்று பல மணி நேரம் கடுமையான சிந்தனைக்குப் பின்பே எழுத ஆரம்பித்தேன். நான் பேனாவாக இருக்கிறேன். அவர் பேனாவுக்குள் இருக்கும் மையாக இருக்கிறார். (உண்மையில் இந்தப் புத்தகம் எழுதுவதற்கு உதவிய பேனா மை முழுவதும் அவருடையதே.)

தில்சன் அதிகமாகப் பேசமாட்டார். ஆனால் பேசினால் அதில் அர்த்தமிருக்கும். உண்மையிருக்கும். பெரும்பாலும் அவர் பேசுவதில் உண்மை ஒளிந் திருக்கும். நேரடியாகப் பேசமாட்டார். அவருடைய சிந்தனை சில விடயங்களில் ஊடுருவிச் சென்று உண்மையை வெகு சீக்கிரத்தில் கண்டுகொள்ளும். எந்தச் சூழ்நிலையிலும் நேர்மை நெறி தவறாதவர். அடுத்தவர்களை இலகுவாக இனம்கண்டு கொள்வார். ஆனால் அடுத்தவர்கள் அவரைப் புரிந்துகொள்வது இலகுவானதல்ல. எனக்கும் அவருக்கும் பல விடயங்களில் ஒத்த கருத்திருக்கும். ஆனால் சில விடயங்களில் அவரை என்னால் புரிந்துகொள்ள முடியாத நிலையிலும் இருப்பார். அவரிடம் நானே நேராகக் கேட்டிருக்கிறேன். எப்படிச் சிந்திக்கிறாய்? உன் சிந்தனை இவ்வளவு துல்லியமாகவும், தூய்மையாகவும் உண்மையாகவும் இருக்கிறதே. சில இக்கட்டான சூழ்நிலையிலும் நல்ல முடிவுகளை உன்னால் மட்டும் எப்படி எடுக்க முடிகிறது என்றேன். அதெல்லாம் இயற்கை என்று ஒரே சொல்லில் பதிலளித்தார். அவருடைய அம்மாவிடம் ஒரு தடவை தொலைபேசியில் பேசிக்கொண்டிருக்கும்போது கூறினேன். உங்கள் மகனை நீதி நெறி போதித்து நல்லவராக வளர்த்து விட்டீர்கள். அதனால்தான் அவர் சென்னையில் சில பிரச்சினைகளைச் சந்திக்க வேண்டியிருக்கிறது என்று குறிப்பிட்டேன். மதுரையில் இருந்து சென்னை வரை கிட்டத்தட்ட பத்து வருடங்கள் நான் எவருக்கும் கட்டுப்பட்டதில்லை. எவர் சொல்லும் கேட்டதில்லை. எனக்குச் சரி என்று படுவதைச் செய்வேன். நமக்குச் சரி என்று படுவதெல்லாம் சரியல்ல. எது எல்லோருக்கும் சரியானதோ,

தொ. பத்தினாதன்

அதுதான் சரியானது என்று எனக்கு எப்படிப் புரியவைத்தார் என்று தெரியவில்லை. அவர் ஒவ்வொரு விடயமாக எனக்குச் சொல்லிச் சொல்லிப் புரிய வைக்கவில்லை. என் கண் முன்னே நேர்மையான மனிதனாக வாழ்ந்து காட்டினார். அதன்மூலமே எனக்கு உண்மையைப் புரிய வைத்தார். வெளிப்படையாகப் பார்த்தால் எனக்கும் அவருக்கும் நட்பைத் தவிர வேறு எதுவும் தெரியாது. ஆனால் உண்மையாக உற்று நோக்கினால் கண்ணுக்குத் தெரியாத ஏதோ ஒரு உண்மையான உணர்வு இருப்பது தெரியும். எனக்குத் தெரியாமலே அவர் என்னை மனிதனாக மாற்றியது ஆச்சரியமாகவே இருக்கிறது. (சில மாதங்களுக்கு முன்பு மதுரை முகாமில் உள்ள ஒருவரைச் சென்னையில் பார்த்தேன். நானாக அவரிடம் சென்று சில பொதுவான விடயங்கள் பற்றியும் முகாம் நிலவரம் பற்றியும் பேசினேன். அவர் உங்கள் நண்பர்கள் எல்லாம் நல்லவர்கள் என்று நினைக்கிறேன். அதனால் உங்களில் நிறைய மாறுதல்கள் தெரிகின்றன என்றார். எனக்கு மிகவும் சந்தோஷமாக இருந்தது. என்னால் என் நண்பர்களுக்கு எந்தக் களங்கமும் ஏற்படாமல் மாறாக நல்ல பெயர் கிடைத்ததை நினைத்து மகிழ்ந்தேன்.)

போஸின் வீட்டிற்கு வந்து ஒரு வருடத்திற்கும் மேலாகி விட்டது. நான் சென்னை வரும்போது நினைத்தேன், போஸ் தற்காலிகமாகத் தங்குவதற்கு இடம் கொடுத்தால் போதும்; பின்பு என் வழியை நான் தேடிக்கொள்வேன் என்று. ஆனால் ஒரு வருடத்தையும் தாண்டிவிட்டது. அதனால் வேறு இடத்தில் தங்குவதற்கு இடம் பார்த்துக்கொண்டிருந்தேன். நீ இங்கு இருக்கக் கூடாது. சென்னைக்கு அருகில் உள்ள ஏதேனும் முகாமிற்குச் சென்றுவிட வேண்டும் என சிந்தாதிரிபேட்டை காவல் நிலையத்தில் கூறிவிட்டார்கள். இந்தக் காரணத்தாலும் நான் போஸை விட்டுச் செல்ல வேண்டிய கட்டாயம் ஏற்பட்டது. ஆனால் போஸ் என்னைப் போகும்படிக் கூறவில்லை. மாறாக நான் வெளியே எங்கும் போய்க் கெட்டுவிடக் கூடாது என்ற நல்லெண்ணம் அவரிடம் இருந்ததை அறிவேன். ஆனால் அவரை இதற்கு மேலும் நான் தொந்தரவு செய்யக் கூடாது என்பதில் உறுதியாக இருந்தேன். இந்தக் காலகட்டத்தில் தில்சன், அவர் நண்பர்கள் எல்லாரும் சேர்ந்து ஒரு வாடகை வீடு எடுத்திருந்தார்கள். அவரிடம் "உங்களுடன் தங்குவதற்கு எனக்கு விருப்பம். உங்களுக்கு விருப்பமிருந்தால் நானும் வருகிறேன்" என்றேன். அத்துடன் உன்னுடைய நண்பர்கள் அனைவரிடமும் என்னைப் பற்றிக் கூறு. அவர்கள் அனைவரும் சம்மதம் தெரிவித்தால் மட்டுமே நான் உங்களுடன் வந்து தங்க முடியும் என்றும் தெரிவித்தேன். சில நாட்கள் கழித்து தில்சன் "நீ

எங்கள் வீட்டில் வந்து தங்கிக்கொள்ளலாம்" என்றார். முன்பணம் எதுவும் என்னால் தர முடியாது என்பதையும் அவரிடம் முன்பே கூறியிருந்தேன். அதற்கு அவர் பரவாயில்லை என்றார். இந்த விடயத்தை போஸிடம் தெரிவித்தேன். "நீ இங்கு இருப்பதால் எங்களுக்கு எந்தப் பிரச்சினையுமில்லை. மாறாக நீ போவதானால் நான் உன் சுதந்திரத்தில் தலையிடமாட்டேன். நீயே முடிவு செய்து கொள்" என்றார். "என் முடிவில் மாற்றமில்லை" என்றேன். சில புத்திமதிகளுடன், சந்தோஷமாகப் போய் வா என்று வழியனுப்பி வைத்தார்.

2000ஆம் ஆண்டு ஆரம்பத்தில் என்னிடமிருந்த குறைந்தபட்ச உடைகளைப் பிளாஸ்டிக் பையில் போட்டுக்கொண்டு தில்சன் தங்கியிருந்த வீட்டிற்கு வந்து சேர்ந்தேன். நண்பர் தில்சன் அவர் நண்பர்கள் எல்லோரையும் எனக்கு அறிமுகப்படுத்தி வைத்தார். எல்லோரும் நல்லவர்கள். ஒவ்வொரு வகையில் சிறப்பு அம்சமுடையவர்கள். எல்லோரும் படித்தவர்கள். இவர்கள் எல்லாம் நண்பர்களாக அமைந்தது, ஆண்டவனின் ஆசீர்வாதம் கிடைத்தது போன்றிருந்தது. என்னை உறவு முறையில் பங்காளி என்று ஒரு நண்பர் கூப்பிடுவார். அந்த நேரத்தில் எனக்குப் பெரும் மகிழ்ச்சியையே அது ஏற்படுத்தும். ஏன் என்றால் உறவு சொல்லிக் கூப்பிட அப்போது எனக்கு யார் இருந்தார்கள்? மிகவும் இரக்க குணம் உடைய ஒரு நண்பர் இருந்தார். இவரிடம் நான் இரண்டு நாட்கள் பேசவில்லை என்பதற்காக அழுதே விட்டார். அவ்வளவு அன்புள்ளம் கொண்டவர். அவர் பல சமயங்கள் என் சோகத்தைச் சுமந்திருக்கிறார். சும்மா சும்மா சண்டை போட்டுக்கொள்வோம். கட்டிப் பிடித்து உருண்டு புரண்டு சண்டை போட்டிருக்கிறோம். ஒரு தடவை கொஞ்சம் அதிகமாகிவிட்டது. எங்கள் இருவருக்கும் எந்த மனத்தாங்கலும் ஏற்படவில்லை. வீட்டுக்கார முதலாளி அம்மா எங்கள் இருவரை யும் கடுமையாகத் திட்டிவிட்டார்கள். நாங்கள் இருவரும் வாய் திறக்கவில்லை. இருவருக்கும் உள்ளத்தளவில் இடைவெளி கிடையாது. இந்த இரு நண்பர்களும் வெளிநாடு சென்ற பிறகுகூட விடுமுறையில் என்னை வந்து பார்க்கவோ அன்பளிப்புகள் வாங்கி வரவோ தவறுவதில்லை. எந்த அன்பளிப்பும் எனக்கு வாங்க விருப்பமில்லையானாலும், இவர்கள் அன்பைத் தட்டிக் கழிக்க முடிவதில்லை.

மற்றொரு நண்பரும் இருந்தார். முரட்டுத்தனமாக அன்பு செலுத்துவார். எதுவானாலும் வெளிப்படையாகப் பேசுவார். அவரிடம் எனக்கு மிகவும் பிடித்த விடயம் அவருடைய வெளிப்படையான பேச்சு. மறக்க முடியாத நபர். தில்சனுடன் ஒரே கல்லூரியில், ஒரே வகுப்பில் படித்தவர்.

அவர்களுடன் தங்கியிருந்த ஆரம்ப நாட்களில் எனக்கு அதிகமான தாழ்வு மனப்பான்மை ஏற்பட்டது. எப்போதும் தில்சனுடன் மட்டும் நெருக்கமாகப் பழகுவேன். காரணம் மற்றவர்கள் எல்லோரும் படித்தவர்கள். வசதியான குடும்பத்தி லிருந்து வந்தவர்கள். இவை எதுவும் எனக்கு இல்லை. அவர்களுடன் என்னை ஒப்பிட்டால் நான் ஒரு படிக்காத தற்குறி! படிக்காத ஒருவருக்கு எந்தளவு அறிவும் செயல்பாடும் இருக்குமோ அந்தளவுக்குத்தான் என் செயல்பாடுகள் இருந்தன. அதன் பின்பு இவர்கள் மூலமாக நான் பழக்கவழக்கங்கள் பண்பாடு எல்லாம் கற்றுக்கொண்டேன். அதாவது பூவோடு சேர்ந்த நார் மாதிரி; நாராக இருந்த நானும் அவர்களுடன் சேர்ந்து சிறிது சிறிதாக மணம்வீச ஆரம்பித்தேன். ஆனால் இங்குதான் மிகவும் வருத்தப்படும் சூழ்நிலையும் ஏற்பட்டது. மறந்து போய்க்கொண்டிருந்த என் கடந்த காலங்களை மீண்டும் மீண்டும் நினைக்க வைத்தது இவர்கள்தான். இவர்கள் எல்லோரும் அம்மா அப்பா என்று உறவுகள், குடும்பம் பற்றிப் பேசுவார்கள். விடுமுறை வந்தால் ஊருக்குப் போய்விடுவார்கள். இவை எதுவும் எனக்கு இல்லையே. இந்த விடயங்கள் என்னை உள்ளத்தளவில் நோகடித்தன. என் குடும்பம் பற்றிய ஏக்கத்தை ஏற்படுத்தின. வெளியே சிரித்துக்கொண்டிருப்பேன். ஆனால் உள்ளுக்குள் சிறுபிள்ளையாக ஏங்கி ஏங்கி அழுதுகொண்டிருப்பேன்.

இங்கு வாழ்ந்த காலங்களில்தான் முதலாவதாகக் கல்வியின் அருமையை அறிந்தேன். அதன் முக்கியத்துவத்தை உணர்ந்தேன். ஆனால் அதற்குரிய வாய்ப்பு எனக்குக் கிடைக்கவில்லை. அதிகமான வேலை, தூக்கம் தவிர வேறு நேரம் கிடைக்குமாயின் நண்பர்களுடன் திரைப்படம் பார்ப்பது அல்லது அரட்டை அடிப்பது இப்படித்தான் காலம் சென்றுகொண்டிருந்தது. இவற்றைத் தவிர்க்கவே நான் விரும்பினேன். காரணம் கஞ்சத்தனமல்ல. காசு இருந்தால்தானே கஞ்சத்தனம் செய்வதற்கு. நண்பர்கள் ஒரு தடவை செலவு செய்தால் மறுதடவை நான் செலவு செய்ய வேண்டும். அன்று அந்தளவுக்கு என் பொருளாதார நிலை இல்லை. ஆகவே இதுபோன்ற அரட்டைகளைத் தவிர்ப்பது நல்லது என்பதை ஆரம்பத்திலேயே உணர்ந்தேன்; தவிர்க்கவும் செய்தேன். ஆனால் என் நண்பர்கள் என்னை விடவில்லை. சில சமயங்களில் இரவுச் சாப்பாட்டுக்குக் காசு இல்லையானால் சீக்கிரமே படுத்துத் தூங்கிவிடுவேன். நண்பர்கள் எல்லாம் ஓட்டலுக்குச் சென்று சாப்பிட்டுவிட்டு வரும்போது எனக்குச் சாப்பாடு வாங்கிக்கொண்டு வந்து என்னை எழுப்பிச் சாப்பிடச் சொல்வார்கள். அவர்களுடைய அன்பிலும் அக்கறையிலும் உருகிப் போவேன். அவ்வளவு பாசத்தோடு நண்பர்கள் வட்டத்திற் குள் என்னையும் சேர்த்துக்கொண்டார்கள். அப்படி அவர்கள்

எனக்குச் சாப்பாடு வாங்கிக் கொடுக்கும்போதெல்லாம் நான் வருத்தப்படவே செய்வேன். அவர்களுக்கு என்னால் செலவு ஏற்படுகிறதே, இதெயெல்லாம் திருப்பிச் செலுத்த முடியாதே, நன்றிக் கடன் நாளுக்கு நாள் ஏறிக்கொண்டு போகிறதே, அந்தச் சுமையைக் குறைக்க முடியவில்லையே என்று வருத்தப்படுவேன். எனக்கும் அவர்களுக்கும் எத்தனை வருட நட்பு இருந்தது? சென்னையில் ஆரம்ப காலம், அவர்களுக்கும் பொருளாதாரக் கஷ்டங்கள் இருந்தது. அவற்றை மீறி எனக்கு உதவ வேண்டுமா? என்று யோசித்ததுண்டு. பொருளாதாரத்தையும் தாண்டி அவர்களிடத்தில் பண்பாடு, நண்பர்களுக்குள் உதவும் பண்பு, கட்டுப்பாடு, நற்குணங்கள் எல்லாமே மேலோங்கியிருந்தன. இவர்களுடன் வாழ்ந்த காலம் எனது பொற்காலம் என்று குறிப்பிட்டாலும் மிகையாகாது. நான் மேல் குறிப்பிடுவது அவர்களுடன் வாழ்ந்த இரண்டு ஆண்டுகள் பற்றி. பின்பு வேறு சில நண்பர்கள் அறைத் தோழர்களாக வந்தார்கள். ஒரு நாளில் பிரிந்து செல்லும் சூழ்நிலையும் ஏற்பட்டது. காலத்தின் கட்டாயத்தில் கடத்தப்பட்டோம். ஆனால் நான் மேற்குறிப்பிட்ட நட்புக் குழுக்குள் இன்றும்கூட மாறாத உறவு நிலை இருப்பதை நினைத்து நினைத்து மகிழ்கிறேன். நானும் அவர்களுடன் இருப்பது எனக்கு இன்னும் கூடுதல் மகிழ்ச்சியே. அங்கிருந்தபோது பக்கத்து வீட்டுக்காரர்களின் அன்பையும் உதவியையும் மறக்கவே முடியாது.

நான் ஓட்டலில் வேலை செய்த ஆரம்பகாலத்தில் கிட்டத்தட்ட ஓராண்டிற்குப் பிறகு எனது பிரிவு மேலாளரிடம் "நான் இலங்கைத் தமிழன்" என்று குறிப்பிட்டேன். நான் மதுரை முகாமை விட்டு சென்னைக்கு வந்த சில மாதங்களில் என் பதிவு ரத்தாகிவிட்டது. முகாமில் பதிவு ரத்தாகி விட்டதற்கான கடிதத்தை மதுரையில் இருந்த கணேசன் அவருடைய செல்வாக்கைப் பயன்படுத்தி எனக்கு அனுப்பி வைத்தார். அகதிகளுக்கான குடும்ப அட்டையின் நகல் என்னிடமிருந்தது. முகாமிலும் பதிவு இல்லை. காவல் நிலையத்திலும் பதிவு இல்லை. இது தவறானது என்பதை உணர்ந்தேன். பின்பு ஒரு காலத்தில் நான் இலங்கைக்குப் போக வேண்டிய நிலை ஏற்பட்டால், போக முடியாத சூழ்நிலை வரும். அதில்லாமல் வேறு எந்தக் காரியமும் செய்ய முடியாமல் போகும் என்பதையும் உணர்ந்தேன். முகாமில் பதிவு ரத்தாகி அதிக நாட்கள் ஆனாலும் திரும்பி பதிவு எடுப்பது என்பது சிரமமான காரியம் என்பதையும் அறிந்தேன். ஓட்டலில் வேலை செய்வதால் அடையாள அட்டை கொடுத்திருந்தார்கள். அதனால் இரவில் பணி முடித்து வரும்போது போலீசில் மாட்டினால் அடையாள அட்டையைக் காண்பித்தால்

விட்டு விடுவார்கள். ஆனால் அது நிரந்தரமானது இல்லை. நான் எந்தப் போராளிக் குழுவைச் சேர்ந்தவனும் இல்லை. எந்தச் சட்டத்திற்குப் புறம்பான காரியமும் செய்யவில்லை. நான் ஏன் பயப்பட வேண்டும். அதனால் பூந்தமல்லி நெடுஞ்சாலையில் உள்ள கீழ்ப்பாக்கம் காவல்நிலையத்திற்குச் சென்றேன். கூடவே முகாமிலிருந்து பதிவு நீக்கியதற்கான அட்டையையும் எடுத்துச் சென்று விவரம்கூறி எனக்குக் காவல் நிலையத்தில் பதிவு தருமாறு கேட்டுக்கொண்டேன். அதற்கு அவர்கள் நீ எங்கு வேலை செய்கிறாயோ அங்கிருந்து ஒரு கடிதம் வாங்கிக்கொண்டு வாருங்கள். காவல் நிலையத்தில் உங்களைப் பதிவு செய்துகொள்கிறேன் என்றார்கள். எனது பிரிவு மேலாளரிடம் கூறினேன். பிரிவு மேலாளர் என் முன்னாலேயே காவல் நிலைய ஆய்வாளரிடம் போனில் பேசிவிட்டுத் தொழிலாளர் அதிகாரியிடமும் நான் இங்குதான் வேலை செய்கிறேன் என்று கடிதம் கொடுக்கும்படி கூறினார். அவர் தனக்கு மேலுள்ள அதிகாரியிடம் அனுமதி கேட்டார். பின்பு எனது பிரிவு மேலாளர் அவருக்கு மேலுள்ள அதிகாரியிடம் சென்று, பொதுமேலாளரிடம் சென்று, பின்பு தொழிலாளர் அதிகாரியின் மூலமாகக் கடிதம் வாங்க ஏற்பாடு செய்தார். அந்தக் கடிதத்தை வாங்கிக்கொண்டு வெளியே வந்தேன். அப்போது நண்பர் தில்சன் என்னுடன் இருந்தார். அவரிடம் கூறினேன். நான் காவல்நிலையம் செல்லப் போகிறேன். நான் தனியாகவும் போகத் தயாராக இருக்கிறேன். உன்னைக் கட்டாயப்படுத்தவில்லை. நீ விரும்பினால் வரலாம் என்றேன். நான் உடன் வருகிறேன் என்றார். இருவரும் கீழ்ப்பாக்கம் காவல்நிலையம் சென்றோம். ஆய்வாளர் சில விவரங்களைக் கேட்டுவிட்டு ஒரு படிவம் கொடுத்து அதை நிரப்பிக்கொண்டு வரும்படி கேட்டார். அதையும் நிரப்பிக் கொடுத்தேன். அதைப் படித்துப் பார்த்துவிட்டுக் கூறினார், நீங்கள் தங்கியிருப்பது அண்ணாசாலையில், அதனால் நீங்கள் சிந்தாதிரிப்பேட்டை காவல்நிலையத்தில் பதிவு செய்துகொள்ளுங்கள். நீங்கள் எங்கு தங்கியிருக்கிறீர்களோ, அந்த ஏரியா காவல்நிலையத்தில்தான் பதிய வேண்டும். நீங்கள் தற்போது வசிக்கும் இடம் சிந்தாதிரிப் பேட்டை காவல் நிலைய எல்லைக்குள் வருகிறது என்று விவரமாகக் கூறி அனுப்பிவிட்டார். சரி, என்று நானும் தில்சனும் சிந்தாதிரிப்பேட்டை காவல்நிலையம் சென்றோம். அவர்கள், நீங்கள் தங்கியிருப்பது திருவல்லிக்கேணி காவல்நிலைய எல்லைக்குள் இருக்கிறது. நீங்கள் அங்கு செல்லுங்கள் என்றார்கள். அங்கும் சென்றோம். அவர்கள் மறுபடியும் சிந்தாதிரிப்பேட்டை காவல்நிலையத்திற்கே அனுப்பிவிட்டார்கள். எனக்குப் பொறுமை

இழக்கும் சூழ்நிலை ஏற்பட்டது. ஆனால் தில்சன் பொறுமையாக என்னுடனிருந்தார். சிந்தாதிரிப்பேட்டை உதவி ஆய்வாளரிடம் விவரம் கூறினேன். பின்பு ஆய்வாளரிடம் கூட்டிச் சென்றார். அவர், நீங்கள் வேலை செய்யுமிடத்தில் உள்ள கடிதம் கீழ்ப்பாக்கம் காவல் நிலையத்திற்குக் கொடுக்கப்பட்டது. அதை மாற்றிச் சிந்தாதிரிப்பேட்டை காவல் நிலையத்திற்கு, வாங்கி வாருங்கள் பதிவுசெய்து கொள்கிறேன் என்றார். எனக்கு அப்போது தமிழ் சினிமாதான் ஞாபகத்திற்கு வந்தது. மிகவும் கவலையுற்றிருந்தேன். பின்பு நானும் தில்சனும் வீடு வந்து சேர்ந்தோம். மாலை நேரமாகிவிட்டது. வீட்டுக்கு வந்ததும் நான் உடை மாற்றினேன். வயிறு கொஞ்சம் பிரச்சினையாக இருந்தது. கழிவறைக்குச் சென்றேன். நண்பர்கள் பேசிக்கொண்டிருந்தார்கள். தில்சனுக்கு திடீர் என்று என் ஞாபகம். என்னைக் காணவில்லை என்றதும் யோசனையாகிவிட்டது. ஏனென்றால் ஆரம்பம் முதல் என் அலைச்சலை அவர் அறிந்திருந்தார். அதனால் எங்கேயும் போய்விட்டோனோ அல்லது ஏதாவது விபரீதம் ஏற்பட்டதோ என்று என்ன நினைத்தாரோ தெரியவில்லை, என்னைத் தேட ஆரம்பித்தார். நான் கழிவறைக்குள் இருந்து குரல் கொடுத்தேன்.

பின்பு, தில்சன் என் அருகில் இருந்து அரவணைத்து ஆறுதல் கூறினார்.

இரண்டு மாதங்களுக்கு மேலாக என்னை அலையவிட்டு முடிவாக, 1997ஆம் ஆண்டுக்குப் பின்பு (வெளி முகாம் பதிவு) எந்த அகதியையும் காவல் நிலையத்தில் பதிவதில்லை என ஆணையொன்று அரசால் பிறப்பிக்கப்பட்டுள்ளது. ஆகவே நீங்கள் முகாமிற்கே திரும்பிச் செல்லுங்கள் என்று கூறினார்கள். எனக்கு மறுபடியும் முகாமிற்குச் செல்ல விருப்பமில்லை. முகாமில் பதினைந்து நாளுக்கு ஒரு தடவை என்னைக் கியூபிராஞ்ச் போலீசில் காண்பிக்க வேண்டும். வேறு விஐபிக்கள் யாராவது நான் இருக்கும் மாவட்டத்திற்குள் வருவார்களாயிருந்தால், அந்த விஐபி வந்து போகும்வரை மூன்று நாட்கள் கூலி வேலைக்குச் சில நாட்கள் போக வேண்டாம் என்று வாய் வழி உத்தரவுகள் வரும். அவையெல்லாம் எனக்கு ஒத்துவராதவை. இவை நியாயமானவையுமல்ல. நிறுவனத்தில் வேலை செய்வதால் நினைத்தபோதெல்லாம் விடுமுறை எடுக்க முடியாது. ஒன்று முகாம் பதிவை இழக்க வேண்டும்; அல்லது வேலையை இழக்க வேண்டும். நல்ல வேலையை இழப்பதைவிட முகாம் பதிவை இழப்பது எவ்வளவோ மேல் என்ற எண்ணம் தோன்றியது. எனினும் கமிஷனர் அலுவலகம் சென்று மனு ஒன்றையும் கொடுத்தேன். அவர்கள், அந்த மனுவிலேயே எழுதிக் கொடுத்துச் சிந்தாதிரி பேட்டை காவல் நிலையத்தில் காண்பித்துப் பதிவு செய்துகொள்ளும்படிக் கூறினார்கள். மறுபடியும் சென்றேன். அதற்கும் மறுத்துவிட்டார்கள். அத்துடன் நான் நிற்கவில்லை. அகதிகள் மறுவாழ்வுத் துறைக்குச் சென்றேன். கியூபிராஞ்ச் தலைமை அலுவலகம் சென்றேன். எனக்கு எந்த உதவித்தொகையும் வேண்டாம். நான் முகாமிற்குத் திரும்பிச் செல்லத் தயாராக இல்லை. எனக்கு எங்காவது ஒரு பதிவு

வேண்டும்; இதற்கு வழி சொல்லுங்கள் என்றேன். எங்களால் அரசு ஆணையை மீறி எதுவும் செய்ய முடியாது. நீங்கள் கலைஞர் செல்லுக்கு (செல்போன் அல்ல) மனு எழுதிப்போட்டுப் பாருங்கள் என்று விலாசமும் கொடுத்தார்கள். (அப்போது கருணாநிதி ஆட்சியில் இருந்தார்.) அதேபோன்று விபரமாகக் கருணாநிதி செல்லுக்கு மனு எழுதி 06.03.2000 தேதியிட்டு அனுப்பினேன். 07.06.2000 தேதியிட்ட கடிதம் எனக்குக் கிடைத்தது. அதில் "தனிப்பதிவு சான்றிதழ் கேட்டும் வெளிமுகாம் அகதியாகத் தங்க அனுமதி கோரியும் சமர்ப்பிக்கப்பட்ட உமது விண்ணப்பம் பரிசீலிக்கப்பட்டது. இலங்கை அகதிகளை முகாமிற்கு வெளியே தங்க அனுமதிக்க இயலாது. அவர்கள் முகாமிற்கு அருகில் மட்டுமே பணிபுரிந்து தினமும் முகாமிற்குத் திரும்ப வேண்டும். எனவே தாங்கள் பணியிடம் அருகில் உள்ள முகாமில் வசிக்க வேண்டும் என அறிவுறுத்தப்படுகிறீர்கள்." கடிதத்தின் கீழ் அரசு துணைச் செயலாளருக்காக என்று கையெழுத்திருந்தது. இந்தக் கடிதம் பொதுத் (மறுவாழ்வு 1) துறை, தலைமைச் செயலகம், சென்னை – 9இல் இருந்து அனுப்புநர், இக்பானி தாலிவால் இ.ஆ.ப. துணைச் செயலாளரால் அனுப்பி வைக்கப்பட்டது. இந்த அரசு நடவடிக்கையை நான் விமர்சிப்பதாகவோ எதிர்ப்பதாகவோ யாரும் கருதவேண்டாம். இதனால் இலங்கை அகதி என்ன ஆவான்? அவன் எதிர்காலம் என்னாகும் என்பதை மட்டும் கவனிக்க. இலங்கை அகதியை முகாமிற்கு வெளியே தங்க அனுமதிக்க இயலாது. எனக்குத் தெரிந்து தமிழ்நாட்டில் எந்த முகாமும் நகரத்திற்குள் இல்லை. தமிழ்நாட்டில் தற்போது உள்ள 102 முகாம்களும் நகரத்திற்கு வெளியேதானிருக்கின்றன. எனக்கு முகாமில் பதிவு இருந்தாலும் நகரத்தில் உள்ள ஒரு தனியார் நிறுவனத்தில் என் படிப்புக்கும் தகுதிக்கும் ஏற்ற வேலை கிடைத்தாலும் நகரத்தில் தங்கி வேலை செய்ய எனக்கு அனுமதியில்லை. முகாம் சூழ்நிலையில் அங்கிருந்துகொண்டு நான் 50, 60 கிலோ மீற்றர் தூரத்தில் ஒரு நல்ல தனியார் நிறுவனத்தில் பணிபுரிய முடியுமா? வேலைக்குச் செல்பவர்களுக்கு நன்கு புரியும். 50, 60 கிலோ மீற்றர் தொலைவில் இருந்து வேலைக்கு வருவது எவ்வளவு சிரமமென்று. எனவே எனக்குப் படிப்பும் தகுதியும் இருந்தாலும் என்னை வெளியே தங்க அனுமதிக்காததால் நான் நல்ல வேலையில் சேர முடியாது.

நான் வேலை செய்யும் ஓட்டலில் பெரும்பாலும் தங்குபவர்கள் கம்பெனி ஆட்களே. வேலை விடயமாக வெளியூர் செல்லும் சூழ்நிலை ஏற்படாதா? அல்லது சொந்த வியாபாரம் செய்தால்கூட வெளியூர் செல்லும் சூழ்நிலை ஏற்படாதா? அனுமதி வாங்கிச் செல்லுங்கள் என்றால் அனுமதி பெறுவதற்குள் என் வியாபாரம்

கைமாறிப் போய்விடும். முகாம்களுக்கு அருகில் கூலிவேலைதான் கிடைக்கும். (தற்போது பார்த்தால் நிறைய முகாம்களில் நல்ல கொத்தனார்கள் இருக்கிறார்கள். பெயின்டர்கள் இருக்கிறார்கள். ஆனால் ஒரு கண்காணிப்பாளர், ஒரு மேலாளர் இல்லை) கூலி வேலைகூட ஒரே இடத்தில் தொடர்ந்து கிடைக்காது. சரி, முகாமிற்கு அருகில் ஒரு பெரிய நிறுவனம் இருக்கிறது. அதில் என் திறமைக்கு, கல்வியறிவுக்கு என்று வேலை கிடைக்கிறது. அந்த நிறுவனம் என் திறமையை மதிப்பிட்டு என்னை அவர்கள் கிளை நிறுவனம் இருக்கும் தூரத்து மாநிலத்திற்கு அனுப்புகிறது. நான் வேலை பார்க்கும் நிறுவனம் எனக்குப் பதவி உயர்வு கொடுத்து வெளிமாநிலக் கிளைக்கு என்னை அனுப்பினாலும் என் போன்ற அகதிகள் போக முடியாது. காரணம், தினமும் முகாமிற்குத் திரும்ப வேண்டும். ஆக எனக்கான நல்ல வாய்ப்பு நழுவிப் போகிறது. உதவித் தொகை வழங்கப்படுவது உண்மையே. அது இன்றைய பொருளாதார சூழ்நிலைக்கும் விலைவாசி உயர்விற்கும் சிறுஉதவியே தவிர முழுமையாகாது. குழந்தைக்குக் கல்வி, மருத்துவச் செலவுகள் போன்ற அடிப்படைத் தேவைக்கே அவை போதுமானதாக இல்லை. 90ஆம் ஆண்டு கட்டிக் கொடுத்த ஓலை வீடு இன்றுவரை இருக்குமா?

அரசு மறைமுகமாக என்னைக் கூலி வேலை செய்யவே அனுமதிக்கிறது, வலியுறுத்துகிறது. (கல்லூரி வரை படித்த பல இளைஞர்கள்கூட பெயின்ட் அடிக்கச் செல்வது வேதனையான விடயமாக இல்லையா?) அதிலும் சுதந்திரமாக வேலைசெய்ய என்னை அனுமதிக்கவில்லை. இதனால் என் பொருளாதாரம் பாதிக்கப்படுகிறது. பொருளாதாரம் பாதிக்கப்படும் போது கல்வி, சுகாதாரம் போன்றவையும் பாதிக்கப்படுகிறது. என் சுகாதாரம் பாதிக்கப்படும்போது ஆயுட்காலம் வரை என்னால் வாழ முடியாது. நோய்வாய்ப்பட்ட போதுகூட மருத்துவச் செலவுக்கு என்னால் செலவு செய்ய முடியாத நிலை (அப்படி இறந்தவர்களைக் கூட நான் பார்த்திருக்கிறேன்). ஆக இலங்கை அகதிகள் இந்தியாவில், தமிழ்நாட்டில் உயிர் வாழ மட்டுமே அனுமதிக்கப்பட்டுள்ளீர்கள் என்றுகூட அரசால் கூற முடியாது. வேலை செய்யாத மனிதன் கொஞ்சம் கொஞ்சமாகக் கொல்லும் விஷத்தை உண்டதுக்குச் சமமானவன். அவன் ஆயுட்காலம் முடியும் முன் இறப்பான்; தமிழ்நாட்டில் வாழும் இலங்கை அகதிகள் நிலையும் அதுவே.

ஏன் இவ்வாறு அரசு செய்கிறது? என்று யோசித்தால், முன்பு நடந்த வருந்தும்படியான கசப்பான சம்பவங்கள் என்றால் அது உண்மையே. எந்தத் துன்பமானாலும் அதை மாற்றும், ஆற்றும் சக்தி காலத்திற்கு உண்டு. இன்று கிட்டத்தட்ட

பதினைந்து ஆண்டுகளுக்குமேல் ஆகியும் இதே நிலை தொடர்வது நியாயமாகுமா? தவறு செய்பவர்கள் தண்டிக்கப்படட்டும். ஆனால் அதற்காக அவன் சார்ந்த ஒட்டுமொத்த சமுதாயத்தையும் தண்டிப்பதோ அடிமைப்படுத்துவதோ எந்த வகையில் நியாய மாகும்? இங்கும் சில பகுதிகளில் சட்டத்தை மீறும் செயல் அதிகமாக நடக்கிறது. அதற்காக அந்தப் பகுதி மக்களை வெளியே செல்ல வேண்டாம் என்றோ அல்லது அதிகமான கட்டுப்பாடோ விதிக்க முடியுமா? இலங்கைத் தமிழர் அன்னியராக இருக்க முடியாது. பரிணாம வளர்ச்சியை நோக்கினால் இந்தியாவில் இருந்தே தமிழர்கள் இலங்கையில் குடியேறியிருப்பார்கள். அதுமட்டுமல்லாமல் ஆண்டாண்டு உறவு என்பது பிரிக்க முடியாத ஒன்றாக உள்ளது. மொழியால் இனத்தால் கலாச்சாரத்தால் பின்னப்பட்ட ஒரே இனத்தைச் சேர்ந்த மக்களை தமிழ்நாட்டில் கொஞ்சம் கொஞ்சமாகக் கொல்வது நியாயமாகுமா? ஒரு இலங்கை அகதி சட்டத்திற்குப் புறம்பான ஒரு காரியம் செய்வானாக இருந்தால் அரசு இந்தியத் தண்டனைச் சட்டப்படி தண்டனை வழங்கப்படுகிறது; இது நியாயமானதே. அப்படி வழங்கப்படுமாயின் அவனுக்கும் பிறருக்கிருக்கும் அத்தனை உரிமைகளும் உண்டு என்றுதானே பொருள்படும். இல்லையானால் அடிமைத்தனம் அல்லது ஒருதலைபட்சமான செயலாகி விடாதா? தண்டனையில் மட்டும் முழுமை. வாழ்வதில் மட்டும் முழுமை இல்லை என்பது எந்த வகையில் நியாயமாகும்? நான் தவறு செய்யும்போது இந்தியத் தண்டனைச் சட்டத்தால் முழுமையாகத் தண்டிக்கப்பட்டால் எனக்கு இங்கு வாழ முழு உரிமையும் உண்டுதானே! அதனை மறுக்க முடியுமா?

அகதிகள் சட்டம்

சட்டம் K.H.O. - அமெரிக்கக் கடல் ஓரத்தில் வாழ்கின்ற அகதிகளுக்கும் இந்தச் சட்டம் பொருந்தும். அந்த Free Zone பகுதியில் அகதிகள் சுதந்திரமாக வாழ்கிறார்கள். ஐரோப்பியக் கண்டத்தில் வளர்ச்சியடைந்த நாடுகளில் அகதிகள் சுதந்திரமாக வாழ்கிறார்கள். அவர்களுக்கு அந்தந்த அரசுகள் உதவுகின்றன. நல்ல வசதியும் செய்து கொடுத்துள்ளன. அவற்றைப் போன்று இங்கும் வேண்டும் என்று நான் கேட்பதாகக் கருதவேண்டாம். அவற்றைப் போன்று இங்கு செய்ய முடியாது என்பதையும் அறிவேன். இங்குள்ள சூழ்நிலையையும் நன்கு அறிவேன். வளர்ச்சியடைந்த நாடுகளைப் போன்று இங்கு அகதிகளை நடத்த முடியாது என்பதையும் நான் மறுக்கவில்லை. இந்தியாவில் இலங்கை அகதிகள் 61 ஆயிரம் பேர் (இது எழுதும்போது.) மட்டுமல்ல,

வேறு சில நாட்டு அகதிகளும் அதிகமாக இருக்கிறார்கள். அதனால்தான் ஐ.நா.சபையில் அகதிகளுக்கான கொள்கைகளில் இந்தியா கையெழுத்திடவில்லை என்பதையும் நான் கேள்விப்பட்டிருக்கிறேன். இந்தியா அதில் கையெழுத்திடாத காரணத்தினால் அகதிகள் விடயத்தில் மத்திய அரசின் முடிவே முடிவானது என்பதையும் நான் அறிவேன். இந்தியாவின் பொது அமைதிக்கு அகதிகளால் குந்தகம் ஏற்படுமானால் அந்த அகதிகளைக் கட்டுப்படுத்துவதற்கும் அகதிகளுக்கான சட்டத்தில் இடமுண்டு என்பதையும் நான் அறிவேன். ஆனால் ஐ.நா. சபையால் இயற்றப்பட்ட மனித உரிமைகள், வாழும் உரிமை, வேலை செய்யும் உரிமை, தனிப்பட்ட சுதந்திர உரிமை, பேச்சு மற்றும் கருத்துகளை வெளியிடும் உரிமை, சொத்துரிமை, கல்வி உரிமை, சமய உரிமை, சங்கங்கள் அமைத்துச் செயல்படும் உரிமை, குடும்பத்தில் ஈடுபடும் உரிமை – அரசியல் உரிமை தவிர்த்த – அனைத்து உரிமைகளையும் மறுக்க முடியுமா?

International Refugees Lawவின்படி பார்த்தாலும் அகதிகளின் உரிமைகள், கடமைகள் பின்வருமாறு உள்ளன:

1. உலக வாழ்க்கை அடிப்படையானது. அகதிக்கும் அதுவே.
2. அதிகளுக்கு அடிப்படை உரிமைகள் இன்றியமையாதன.
3. அகதிகளின் கடமைகள் காலத்திற்கும், இருக்கிற நாட்டிற்கும் தகுந்த மாதிரி அமைகிறது.
4. ஒவ்வொரு அகதிக்கும் எதிர்காலத்திற்கான அடிப்படை உரிமைகள் உண்டு.

அதிகளுக்கான மேற்கூறப்பட்ட அடிப்படை உரிமைகள் வரையறுக்கப்பட்டிருந்தாலும், யதார்த்தத்தில் அவர்களது நிலைமை வேறு.

1. ஒரு அகதியின் அடிப்படை உரிமைகள் பறிக்கப்படுகின்றன.
2. அகதிகளை அகதிகளாகவே வைத்துக்கொள்ள முயற்சிக்கிறார்கள்.
3. குறுகிய வட்டத்திற்குள் வாழ்கிறார்கள். (NGO, அரசு, அகதிகளின் தலைவர் மூன்று தரப்புமே ஒரு குறிப்பிட்ட ஏரியாவிற்குள் வாழ ஒத்துக்கொள்கிறார்கள்.)
4. கல்வி, தங்கும் வசதி, வேலைசெய்ய ஓர் இடத்திலிருந்து மற்றொரு இடத்திற்குச் செல்ல அனுமதி மறுப்பு.

மேற்குறிப்பிட்டவற்றையே அகதிகளின் மேல் செலுத்தி இத்தனை ஆண்டுகள் அரசு வெற்றியும் பெற்றுள்ளது என்று கூறினால் தவறில்லை. இவை ஒரு மனிதனை எந்தளவு வாழ அனுமதிக்கும். கல்வி, வேலைவாய்ப்பு, பொருளாதாரம் போன்றவை தடைபட்டு மனிதன் வாழ்ந்து என்ன பயன்?

Detention என்ற அகதிகளுக்கான சட்டம் சில விடயங்களைக் கூறுகின்றது. இந்தச் சட்டத்தின் விதி *(1) (b)*இன்படி ஒரு அகதி உதவியற்ற சராசரி ஜீவனாக ஒரு கணக்கெடுப்பிற்கு மட்டுமே உள்ள மனிதனாக இருக்கிறார். இது எவ்வளவு பரிதாபகரமான செயல். அகதிகள் என்பவர்கள் என்ன ஜடப் பொருட்களா? ஆனால் 1951ஆம் ஆண்டு உருவாக்கப்பட்ட அகதிகளுக்கான சட்டம் முக்கியமானது. அதில் *Reading II* சிவில் சட்டம் சமூகப் பொருளாதாரம் பற்றிக் கூறுகிறது. அதில் அகதிகள் வேலை செய்ய அனுமதியளிக்கப்பட்டுள்ளது. அத்துடன் *Reading IIc* உடல் சம்பந்தமாகப் பேசுகிறது. அத்துடன் *Reading IIg, IIf, IIh,* போன்றவை அகதிப் பெண்கள், குழந்தைகளுக்கு உள்ள அடிப்படை உரிமைகள், தேவைகள் பற்றிக் கூறுகிறது.

Reading IIA அகதிகளின் எதிர்காலம் பற்றிப் பேசுகிறது.

அகதிகளின் கடமைகள் சில உள்ளன.

அகதியும் தனி மனிதனும் ஒன்றுதான். ஆனால் இரண்டு தரப்பிற்கும் சில பொதுவான கடமைகள் உள்ளன. ஆயினும் இந்தக் கடமைகள் வேறுபடுகின்றன.

அகதியின் கடமை பற்றி 1951ஆம் ஆண்டு சட்டப் பிரிவு II இல் சொல்லப்பட்டுள்ளன. அவை:

- அகதி எந்த நாட்டில் வாழ்கிறானோ அந்த நாட்டின் சட்டத்திற்குக் கட்டுப்பட்டு நடக்க வேண்டும்.
- பொதுமக்களின் இறையாண்மைக்குக் குந்தகம் ஏற்படாமல் நடந்துகொள்ள வேண்டும்.

அகதி என்றால் என்ன? என்று நோக்கினால் ஒருவன் தன்னுடைய அடிப்படை உரிமைகள் இழந்ததன் காரணமாக அகதியாக மாறுகிறான். எங்கு அவனுக்கு உரிமைகள் கிடைக்கும் என்று கருதுகிறானோ அங்கு செல்கிறான். இழந்த உரிமைகள் மறுபடியும் கிடைக்கும் என்ற எதிர்பார்ப்புடன் வருகிறான். அவனுடைய அடிப்படை உரிமைகளை அனுமதிப்பது மனித உரிமைப்படி நியாயமானதே. அவன் அடைக்கலம்தேடி வந்த

நாட்டின் சட்டத்திற்குக் கட்டுப்பட்டு நடப்பவனாக இருந்தால் அந்த அகதிக்கும் அந்த நாட்டு மக்களுக்கும் எந்த வேறுபாடும் இல்லை.

எப்படித்தான் சுற்றிச் சுற்றிப் பார்த்தாலும், சட்டத்தின்படி அகதிகளைக் கட்டுப்படுத்துவதற்கு எந்தளவு அதிகாரம் உண்டோ அந்தளவுக்கு மனித உரிமைகள் அடிப்படையில் சுதந்திரமாக வாழ்வதற்கும் உரிமை உண்டு.

தலைமைச் செயலகத்திலிருந்து எனக்குக் கடிதம் வந்ததுடன் சிந்தாதிரிபேட்டை காவல்நிலையத்திற்கும் அவர்கள் ஒரு கடிதம் அனுப்பி உரிய நடவடிக்கை எடுக்கும்படி கேட்டுள்ளார்கள். சிந்தாதிரிபேட்டை காவல்நிலையத்தில் என்னைக் கூப்பிட்டார்கள். சென்றேன். காவல் நிலைய ஆய்வாளர் ஒரு காவலரை என்னுடன் அனுப்பி எஸ்.பி. அலுவலகத்திலிருந்து அரசு ஆணைக்கான நகல் ஒன்று வாங்கி வருமாறு அனுப்பினார். அவ்வாறு வாங்கி வந்து கொடுத்ததும் ஆய்வாளர் ஆங்கிலம் படிக்கத் தெரியுமா? என்று கேட்டார். இல்லை என்றேன். அத்துடன் என்னை அவர் அருகில் உட்கார வைத்து, அரசு ஆணையைப் படித்து தமிழில் மொழிபெயர்த்துக் கூறினார். அதில் முக்கியமாக 1997ஆம் ஆண்டுக்குப் பின்பு அகதிகள் எவருக்கும் முகாமை விட்டு வெளியே தங்க அனுமதியில்லை என்று குறிப்பிடப்பட்டிருந்தது. பின்பு நீங்கள் இங்கு தங்க வேண்டாம். உங்களுக்கு விருப்பமான முகாமில் பதிவு செய்து கொள்ளுங்கள் என்று கூறி அனுப்பி வைத்தார். அப்போது சிந்தாதிரிப்பேட்டை காவல்நிலைய ஆய்வாளராக இருந்தவர் சில மாதங்கள் தாமதமானாலும் முறையான நடவடிக்கை எடுத்தார். சட்டத்தின்படியே செயல்படுத்தினார். கடைசியாக, நீங்கள் இங்கு தங்க வேண்டாம். முகாமிற்குத் திரும்பிச் செல்லுங்கள் என்று அறிவுறுத்துவதற்கு முன்பாகவே நான் போஸ் வீட்டிலிருந்து எனது நண்பர்களுடன் எழும்பூர் சென்றுவிட்டேன். அத்துடன் பதிவு விடயமாக எனது முயற்சிகள் அனைத்தையும் மூட்டை கட்டி வைத்துவிட்டேன். ஆனால் எந்த முகாமிற்கும் செல்லக் கூடாது என்பதில் உறுதியாக இருந்தேன்.

எழும்பூர் அறையில் நண்பர்களுடன் கிட்டத்தட்ட இரண்டு ஆண்டுகளுக்கும் மேலாக வாழ்ந்தேன். அவர்களுடன் சேர்ந்த நாள் முதல் எனக்குப் பொற்காலம் ஆரம்பித்துவிட்டாலும் இடையில் என்னைப் பெரும் சுனாமி தாக்கியது. ஆனால் நண்பர்கள் என்னை மூழ்கிப் போக விடவில்லை. எதிர்காலம் என்பது அகதிகளுக்கு இல்லை என்று இருந்தாலும், தற்போது வாழ்ந்தால் போதும் என்ற எண்ணமே எனக்கிருந்தது. ஒரு வருடத்துக்கு மேல் ஆகிவிட்டதால் மதுரைக்குப்போய் கணேசனைப் பார்க்கச் சென்றேன். இரவு முகாம் சென்றால் காலை முகாமைவிட்டு வெளியேறி விடுவேன். அங்கு கியூபிராஞ்ச் போலீஸ் கண்ணில் பட்டால் அவ்வளவுதான். அதனால் முகாமில் தங்குவதில்லை. நண்பர்கள் அறையை விட்டால் வேறு இடமில்லை. நண்பர்கள் திருவிழா நாட்களில் ஊருக்குச் சென்றுவிடுவார்கள். நான் மட்டும் பெரும்பாலும் எங்கும் செல்வதில்லை. நான் போஸ் வீட்டில் தங்கியிருப்பது கணேசனுக்குத் தெரியும். அதன் மூலமாக நான் சென்னையில் இருக்கிறேன் என்று மதுரையில் உள்ள தவமண்ணனுக்கும் தெரியும். போஸின் அறையை நான் காலி செய்த விடயம் கணேசனுக்கும் தெரியாது. அண்ணனுக்கும் தெரியாது. நான் எங்கிருக்கிறேன்? என்ன வேலை செய்கிறேன்? என்பதெல்லாம் எவருக்குமே தெரியாது. நண்பர்கள், அறை என்று முடங்கிக் கிடந்தேன். எனக்குச் சலிப்பு ஏற்பட்டுவிட்டது. எங்காவது போக வேண்டும்போல் இருந்தது. ஆனால் எங்கு செல்வது? ஒரு தீபாவளிக்கு போஸின் தம்பி ராஜா கூப்பிட்டார். நான் தீபாவளிக்காக ஊருக்குப் போகிறேன். நீயும் வா போகலாம் என்றார். எனக்கும் அது தேவைப்பட்டது. அவருடன் ஊருக்குச்

சென்றேன். மிகவும் சந்தோஷமாக வயல்காடு வழியாகச் சுற்றி வந்தேன். அங்குள்ள கண்மாயில் அமுக்குத் தீரக் குளித்தேன். அவர்கள் குலதெய்வ சாமியைக் கும்பிட்டேன். சந்தோஷமாக நான்குநாட்கள் கழித்துவிட்டுச் சென்னை வந்தேன். அன்றைய சூழ்நிலையில் அது எனக்கு மிகவும் தேவையான ஒன்றாக இருந்தது.

அதன் பின்பு வேறொரு நண்பரின் சகோதரி கல்யாணத்திற் காகத் திருச்சி சென்றிருந்தேன். கல்யாணத்திற்கு முதல்நாளே சென்றிருந்ததால் நண்பர் வீட்டில் தங்கினேன். அவர்கள் கத்தோலிக்கக் கிறிஸ்தவர்கள். மிகவும் அன்பான குடும்பம். நண்பருடைய அப்பா மிகவும் கண்டிப்பானவர். ஆனால் அவர் பிள்ளைகளுக்கு அந்தந்தக் காலகட்டங்களில் செய்ய வேண்டிய கடமைகளில் இருந்துத் தவறியதில்லை. ஒரு குடும்பம் எவ்வாறு இருக்க வேண்டும் என்பதற்கும் ஒரு வீட்டின் தலைவன் எப்படியிருக்க வேண்டும் என்பதற்கும் மிகவும் முன்னுதாரணமான குடும்பம். அவர்கள் குடும்பத்திற்குள் உண்மையான பாசமாக நட்பாகப் பழகிக்கொள்வதும் நடந்து கொள்வதும் ஞாயிற்றுக்கிழமைகளில் கடமை தவறாமல் கோவிலுக்குச் செல்வதும் எனக்கு மிகவும் பிடித்திருந்தது. நண்பருடைய அப்பாமேல் ஒரு சிறு அச்சம் எனக்கிருந்தது. ஆனால் அவரிடம் பேசிய பின்பு அது மறைந்து போனது. குடும்பம் என்ற அமைப்பு, உறவுகள் போன்ற வட்டத்திற்கு வெளியே வெகுதூரம் நான் சென்றுவிட்டிருந்ததை அங்கு சென்றபின்புதான் உணர்ந்தேன். நானும் அவர்கள் குடும்பத்தில் ஒருவராக இருந்திருக்கக் கூடாதா, அவர்கள் குடும்பத்தில் பிறந்திருக்கக் கூடாதா? என்றுகூட என் சிறு புத்தி அப்போது எண்ணியது. ஆனால் நடந்தவற்றை மாற்ற முடியுமா?

அடுத்த நாள் கல்யாணத்திற்குச் சென்றோம். கல்யாணத் தில் அன்றைய பொழுது கழிந்தது. இரவு நண்பர் தில்சன் கூப்பிட்டார். அன்றிரவு அவர் வீட்டில் தங்கிவிட்டு மறுநாள் காலை சென்னை புறப்படலாம் என்றார். சரி என்று அவருடன் வீட்டிற்குச் சென்றேன். காலை உணவுக்குப் பின் கிளம்பலாம் என்றார்கள். புறப்படும்போது நண்பர் என்னை வழியனுப்ப வந்தார். நண்பர் முன்னேசெல்ல நான் அவருக்குப் பின்னால் சென்றுகொண்டிருந்தேன். நண்பர், வீட்டு வாசலைக் கடந்து படிக்கட்டைத் தாண்டிவிட்டார். நான் படிக்கட்டில் இறங்கிக்கொண்டிருந்தேன். அப்போது தில்சனின் அம்மா கூப்பிட்டார்கள். அவர் வீட்டின் உள்ளே சுப்ரபாதம் மெதுவாக ஒலித்துக்கொண்டிருந்தது. தில்சன் அம்மா

சாமி அறைக்குச் சென்று திருநீறு எடுத்து வந்தார். அவரைத் தொடர்ந்து தில்சனுடைய அப்பா வந்தார். அம்மா என் நெற்றியில் திருநீறு பூசிவிட்டு ஓம் நமச்சிவாய சொல்லும்படி கேட்டுக்கொண்டார்கள். (இப்போதுகூட போனில் அவர்களிடம் பேசினால் முடிக்கும்போது என்னையும் ஓம் நமச்சிவாய சொல்லு என்பார்.) நானும் கூறினேன். வாழ்க வளமுடன் என்று வாழ்த்தி வழியனுப்பி விட்டார்கள். இப்படி ஒரு அன்பை நான் நேரில் அனுபவித்ததை, இப்போது நினைத்தாலும் என் உள்ளம் சில்லிடுகிறது. அது போன்ற அற்புதமான நிகழ்ச்சி இன்னும் ஒருமுறை ஏற்படக்கூடாதா என்று பலதடவை நினைத்திருக்கிறேன். அன்றுதான் முதன் முதலாக நான் அவர்களைப் பார்த்து பேசினேன். அவர்கள் திருநீறு கொடுத்து நீ உன் நெற்றியில் பூசிக்கொள் என்றுகூடக் கூறியிருக்கலாம். ஆனால் அவர்களே என் நெற்றியில் திருநீறு பூசிவிட்டார்கள். அதற்காகவே இத்தனை வருடங்கள் காத்துக்கொண்டிருந்தது போன்று தலைவணங்கி ஏற்றுக்கொண்டேன். நானே என்னை ஒரு மனிதப் பிறவியாக எண்ணாத நேரத்தில் அவர்கள் சொந்தப் பிள்ளையாக நினைத்து திருநீறிட்டு ஆசீர்வதித்து வழியனுப்பி வைத்ததை எப்படி என்னால் மறக்க முடியும்? இதைப்போன்ற ஒரு தாயை அல்லவா நான் தேடிக்கொண்டிருந்தேன். இதற்கு முன்பு யாரும் இதுபோன்று என்னைத் திருநீறிட்டு வழியனுப்பியதில்லை. இனிமேலும் யாரும் பாசமாக, அன்பாக தெய்வீகத் தன்மையுடன் எனக்குத் திருநீறு பூசிவிடப் போவதுமில்லை.

ஓட்டலில் பணிசெய்து கொண்டிருந்தேன். எதிர்பாராத விதமாக எங்கள் பிரிவு மேலாளர் மாரடைப்பால் இறந்துவிட்டார். அவருக்குக் கீழ் பதவியிலிருந்தவர் மேலாளர் பதவிக்கு வந்தார். அவர் என்னைப் பேன்குவட்டில் இருந்து வேறுபிரிவுக்கு மாற்றிவிட்டார். காரணம் முன்பு நடந்த சில சம்பவங்கள். காபி ஷாப்பில் கிட்டத்தட்ட ஒரு வருடம் பணிபுரிந்துகொண்டிருந்தேன். அப்போது ஒரு சம்பவம் நிகழ்ந்தது.

நண்பர்களுடன் வேறு அறையில் தங்கி இருந்தாலும், போஸை மாதம் ஒரு தடவை போய்ப் பார்ப்பது வழக்கம். அவ்வாறு அவரைப் பார்க்கச் சென்றபோது மதுரையில் இருந்து கணேசனும் வந்திருந்தார். இருவரும் சந்தித்துப் பேசிக் கொண்டிருந்தோம். அப்போது அவர் என்னிடம் ஒரு செய்தி சொன்னார். உனது சென்னை நண்பர் ஒருவரை மதுரை சிறையில் பார்த்தேன். வேறொரு நபரைப் பார்க்கச் சென்றபோது அவரைப் பார்க்க நேர்ந்தது. ஏன் அவர் அங்கு வந்தார்? என்பது எனக்குத் தெரியாது என்றார். எனக்கு ஆச்சரியமாக இருந்தது. எப்படியாவது அவரைச் சிறையில் சென்று பார்த்துவிட வேண்டும்போல் தோன்றியது. ஏனென்றால் துன்பத்திலிருப்பவருக்கு அது கொஞ்சம் ஆறுதலாகவும், அத்துடன் அவர்கள் செய்த சில உதவிகளுக்கு நன்றியாகவும் இருக்கும் என்று தோன்றவே ஓட்டலில் விடுப்பு எடுத்துக்கொண்டு மதுரை சென்றேன். மதுரை அகதி முகாமில் நான் இல்லாதபோதும் மதுரை உச்சப்பட்டி முகாமில் நான் இருப்பதாகப் பொய்கூறி அனுமதி வாங்கிச் சென்று அவரைப் பார்த்தேன். அவருக்குக் காசு கொஞ்சம் தேவைப்பட்டிருக்கும். ஆகவே வீடு ஒன்று விற்பது சம்பந்தமாக உதவும்படி கேட்டுக் கொண்டார். துன்பத்தில் ஒருவருக்கு உதவுவதுதானே

மனித நேயம். அதனால் சரியென்று ஒத்துக்கொண்டேன். என் பணிக்கு மத்தியிலும் அவர் கூறியவற்றை நடைமுறைப்படுத்த முயற்சித்துக் கொண்டிருந்தேன். அப்போது எனக்கு மிகவும் கசப்பான சம்பவம் ஒன்று ஏற்பட்டது. தேவையில்லாமல் அந்தச் சம்பவத்தில் நான் சிக்கிக்கொண்டேன். அதிலிருந்து எப்படி மீள்வது என்று தெரியாமல் திணறிக்கொண்டிருந்த நேரத்தில் தில்சன் அதிலிருந்து நான் மீள்வதற்கான வழிகளையும் கூறினார். அந்த நேரத்தில் அவர் செய்த உதவி மிகவும் முக்கியமானது. வலியச் சென்று சிக்கலில் மாட்டிக்கொண்ட கதையாகிவிட்டது.

சிறைச்சாலை நண்பரின் உறவினைத் துண்டித்துவிட்டு நிம்மதியாக ஒரு மாதம் பணிக்குச் சென்றுகொண்டிருந்தேன். ஒருநாள் காலை பத்து மணியளவில் ஒரு தொலைபேசி அழைப்பு வந்தது. எவற்றை எல்லாம் தேவையில்லை என்று நினைத்தேனோ அங்கிருந்து அழைப்பு வந்தது. எதைப் பற்றியும் யோசிக்கவில்லை. வேலையில் இருந்து விடுபட்டுக்கொள்வதாகக் கடிதம் எழுதிக் கொடுத்துவிட்டு வீட்டுக்கு வந்துவிட்டேன். அதன் பின்பும் துன்பம் என்னைத் தொடர்ந்தது. வேலை இல்லையானால் எப்படிச் சாப்பிடுவது? எங்கு தங்குவது. வேலையில்லாமல் சென்னையில் வாழ முடியுமா? மறுபடியும் வேலைதேடி அலைந்தேன். கிட்டத்தட்ட ஒரு மாதம் ஆகிவிட்டது. வேலை கிடைக்கவில்லை. கடைசியில் அறையில் இருந்த நண்பரின் பரிந்துரையின் பேரில் அவர் பணிபுரியும் ஓட்டலில் வேலைக்குச் சேர்த்துவிட்டார். ஆறுமாத காலம் அங்கு கழிந்தது. இதைவிட வேறு நல்ல ஓட்டலில் வேலைக்குச் சேரலாம் என்ற எண்ணம் தோன்றவே சில குறிப்பிட்ட ஓட்டல்களுக்கு மனு செய்தேன்.

சென்னையில் பிரபலமான பழமையான நான்கு நட்சத்திர ஓட்டலில் இருந்து நேர்முகத் தேர்வுக்கான அழைப்பு வந்திருந்தது. கூடவே என்னைச் சிபாரிசின் பேரில் பணியில் சேர்த்துவிட்ட நண்பருக்கும் அழைப்பு வந்திருந்தது. இருவரும் நேர்முகத் தேர்வுக்குச் சென்றிருந்தோம். ஓட்டலில் இருந்து படிவம் கொடுத்து நிரப்பிக் கொடுக்கும்படி கேட்டுக்கொண்டார்கள். இங்கு நான் எவ்வளவு பெரிய பொய் கூறியுள்ளேன் என்பதனைக் கீழே படித்துத் தெரிந்துகொள்ளுங்கள்.

பெயர்:   தொ.சுதாகரன் (சுதாகரன் என்பது என்னுடைய செல்லப் பெயர். இது இந்தியாவில் உள்ள அகதி அட்டையில் மட்டுமே உள்ளது. ஆனால் இலங்கையில் எந்தப் பதிவேட்டிலும் இந்தப் பெயர் இல்லை.)

அப்பா பெயர்: தொம்மை

பிரஜா உரிமை
(Nationality): இந்தியன் (பொய்)

நிரந்தர
விலாசம்: பொய்யான விலாசம்

தற்காலிக
விலாசம்: உண்மையானது. நான் நண்பர்களுடன் தங்கி இருந்த விலாசம்.

அம்மா பெயர்: தன ஜெயம். (குடும்ப விவரம் கேட்கும்போது மதுரையில் இருந்த நீலாம்பிகை அம்மா ஞாபகம் வந்தது. ஆனால் அவர்கள் பெயர் அப்போது ஞாபகத்திற்கு வரவில்லை. அதனால் கற்பனையான ஒரு பெயர். இதுவும் பொய்.)

குடும்ப
அங்கத்தினர்கள்: மூத்த சகோதரன் பெயர் பிரேம்குமார். இளைய சகோதரி பெயர் சுபாசினி, (இந்த இரு நபர்கள் நீலாம்பிகை அம்மாவின் பிள்ளைகள். அப்போது எனக்கு ஞாபகத்திற்கு வந்தது.)

கல்வித் தகுதி: +2 (பொய்.)

அப்பா பெயர் தொம்மை என்பது தவிர மற்ற அனைத்துப் பொய்யான தகவல்களையும் படிவத்தில் நிரப்பித் தொழிலாளர் அதிகாரியிடம் கொடுத்தேன். அவர் அந்தப் படிவத்தில் உள்ள வற்றைப் பார்த்தாரோ இல்லையோ என் வெளித்தோற்றத்தைப் பார்த்துவிட்டு, உணவு மதுபான அதிகாரியிடம் (F.B. Manager) அனுப்பிவிட்டார். அவர் ஒரு சில கேள்விகள் கேட்டுவிட்டு அவருக்குத் திருப்தியில்லையானாலும் தொழிலாளர் அதிகாரி யிடம் அனுப்பிவிட்டார் என்பதனால், அவரும் பொது மேலாள ரிடம் அனுப்பினார். (தொழிலாளர் அதிகாரிக்கு அப்போது அங்கு அதிகச் செல்வாக்கிருந்தது.)

அதிர்ஷ்டவசமாகப் பொது மேலாளர் கேட்ட கேள்விகளுக்குப் பதில் கூறினேன். ஆகவே வேலைக்குத் தேர்வாகிவிட்டேன். பணியில் சேரும்போது மருத்துவர் அறிக்கை, புகைப்படம், அத்துடன் மூலச்சான்றிதழ், அதனுடைய நகல் ஆகியவற்றை எடுத்து வரும்படிக் கேட்டுக்கொண்டார்கள். ஆகஸ்ட் 27, 2001 பணியில் சேரும்படி கூறினார்கள். அவர்கள் குறிப்பிட்ட தேதியில்

மருத்துவச் சான்றிதழ், புகைப்படம் ஆகியவற்றை மட்டும் எடுத்துக்கொண்டு சென்றேன். அதை வாங்கிக்கொண்டு +2 சான்றிதழ் ஒரிஜினல் எங்கே என்றார்கள். ஊரில் இருக்கிறது என்று பொய் கூறினேன். எப்போது காண்பிப்பாய் என்றார்கள். தொழிலாளர் அதிகாரியின் உதவியாளர், பதினைந்து நாட்களில் கொண்டு வந்து காண்பிப்பதாகக் கடிதம் எழுதிக் கொடு என்றார். எழுதிக் கொடுத்தேன். பதினைந்து நாட்களாகப் பணிக்குச் சென்றுகொண்டிருந்தேன். அலுவலகம் செல்கிற ஒவ்வொரு நாளும் பயம் என்னைத் தொற்றிக்கொண்டது. மிகவும் பெரிய சோதனையாக இருந்தது. ஒருவேளை +2 சான்றிதழ் காண்பிக்கவில்லை என்று வேலையிலிருந்து தூக்கிவிட்டால், முதலில் வேலைசெய்த ஓட்டலுக்குப் போக முடியாத சூழ்நிலை. மிகவும் கலக்கத்துடன் பணிக்குச் சென்றுகொண்டிருந்தேன். பதினைந்து நாட்கள் முடிந்தது. என்னால் பணிக்குச் செல்ல முடியவில்லை. பணியிலும் ஒழுங்காக கவனம் செலுத்த முடிய வில்லை. தொழிலாளர் அதிகாரி இருக்கும் அறையின் பக்கமே போகமாட்டேன். அந்த அறையிலுள்ள யாரைப் பார்த்தாலும் என் இதயம் அதிகமாகத் துடிக்கும். சில நாட்கள் இப்படியே பெரும் சோதனையுடன் சென்றது. எத்தனை நாளைக்கு இவ்வாறு தாக்குப் பிடிக்க முடியும். ஒருநாள் என்னைக் கூப்பிட்டுக் கேட்டார்கள். என்னுடைய +2 சான்றிதழ் தொலைந்துவிட்டது என்றேன். அவர்கள் நகல் என்றாலும் கொண்டுவந்து கொடு என்றார்கள். அப்போது தப்பிப்பதற்காகச் சரி என்று கூறிவிட்டேன். ஆனால் எப்படிக் கொடுப்பேன்? இப்படியே பத்து நாட்கள் சென்றன. எனக்கு வேறு வழியே தெரியவில்லை. பல தடவை யோசித்தேன். பத்து நாட்கள் கழித்து எப்பவும் போல் என் பயமும், நடுக்கமும் கொஞ்சம் கொஞ்சமாகக் குறைந்தது. பணியில் கவனம் செலுத்தினேன். எப்படியோ பிரச்சினையை சமாளித்தேன்.

நான் அங்கு வேலையில் இருந்த நாட்களில் உணவு, பானம் பரிமாறுவதற்காக ஆளுநர் மாளிகை சென்றிருக்கிறேன். இந்தியா இங்கிலாந்து அணிகளுக்கிடையே சேப்பாக்கம் மைதானத்தில் நடந்த கிரிக்கெட் போட்டிக்குச் சென்றிருக்கிறேன். சென்னைத் துறைமுகத்தில் நின்ற முன்னூறு கோடி ரூபாய் பெறுமதிப்புள்ள எண்ணெய்க் கப்பலுக்குள் சென்றிருக்கிறேன். இதில்லாமல் முக்கிய அரசியல்வாதிகள், உயர் அதிகாரிகள், சினிமா நடிகர்கள், நடிகைகள் பெரும் தொழிலதிபர்களுக்கு எல்லாம் உணவு பரிமாறியிருக்கிறேன். அதுமட்டுமல்ல விமானப் பயணிகளுக்கு நான் பணிபுரிந்த ஓட்டலில் இருந்து உணவு அனுப்பும் பிரிவுமிருந்தது. இப்படிப்பட்ட ஓட்டலில் அன்றைய சூழ்நிலையில்

நான் ஈழத் தமிழ் அகதியாக மதுரை உச்சப்பட்டி அகதி முகாமில் வாழ்ந்தவன், தற்போது சென்னையில் வாழ்கிறேன் என்று தெரிந்திருந்தால் எனக்கு வேலை கொடுத்திருப்பார்களா? மேலே குறிப்பிட்ட இடத்திற்கெல்லாம் செல்ல அனுமதித்திருப்பார்களா?

அந்த (ஓட்டல்) நிறுவனத்தில் பணியில் சேருவதற்கு எனக்குத் தகுதியில்லையானால் நான் ஏன் தவறாக முயற்சிக்க வேண்டும்? பொய்களைக் கூறி ஏன் அந்த நிறுவனத்தில் நான் பணியில் சேர வேண்டும்? எவ்வளவு தைரியம் இருக்குமானால் நான் இவ்வாறு துணிந்து பொய்களைச் சொல்லியிருப்பேன்? அன்று ஆரம்பித்த பொய்யைத் தக்க வைத்துக் கொள்வதற்காக இன்றுவரை (கிட்டத்தட்ட நான்கு வருடங்களுக்கும் மேலாக) எவ்வளவு பொய் சொல்லியிருப்பேன். இத்தனை பொய்கள் எதற்காக?

ஒரு மனிதன் உயிர் வாழப் பொருளாதாரம் என்பது மிகவும் முக்கியமானது. அதனைப் பெறுவதற்காக முயற்சி செய்தேன். முயற்சித்ததும் கூடத் தவறில்லை. ஆனால் அறியாமையில் தவறான வழிகளில் சென்று தேடியலைந்திருக்கிறேன். ஆயிரம் காரணங்கள் சொன்னாலும் தவறு தவறுதான். அவற்றிற்காக நான் மிகவும் வருந்துகிறேன். அதற்கான தண்டனையையும் அடையத் தயாராக இருக்கிறேன். ஒருவேளை நீங்கள் இந்தப் புத்தகம் படித்துக் கொண்டிருக்கும்போது என்னுடைய தவறுகளுக்காக தண்டனையை அனுபவித்துக்கொண்டும் இருக்கலாம்.

2001 ஆகஸ்ட் 27ஆம் திகதியில் புதிய ஓட்டலில் வேலைக்குச் சேர்ந்தேன். ஆரம்பகட்டச் சோதனையைத் தாண்டி பணிக்குச் சென்றுகொண்டிருந்தேன். உடன் பணி செய்தவர்கள் எல்லோரும் புதியவர்கள். ஒருநாள் *Staffs Day* வந்தது. அதன் பரபரப்பில் ஒரு மாதம் ஓடிவிட்டது. அடுத்து தீபாவளி வந்தது. அதில் ஒரு மாதம் ஓடிவிட்டது. மூன்று மாதங்கள் கழித்து எங்கள் பேன்குவட் பிரிவுக்குப் புதிதாக ஒரு மேலாளர் வந்தார். அவர் கண்டிப்பானவர். அவர் வந்த ஆரம்பத்தில் எல்லாத் தொழிலாளர்களையும் கண்காணித்துக்கொண்டு வந்தவர், கடைசியில் என்னிடம் வந்தார். நான் அவரிடம் மாட்டிக்கொண்டேன். தொழில் விடயமாகச் சில கேள்விகளை என்னிடம் கேட்டார். ஆங்கிலம் எனக்குத் தெரியாது என்று தமிழில் பதில் கூறினேன். அப்போதிருந்தே அவர் என்மேல் ஒரு கண் வைத்துவிட்டார். நீ ஆங்கிலத்தில் வாய் திறந்து பேசவில்லையானால் உன்னைச் சுத்தம் செய்யும் பிரிவுக்கு *(Kitchen Stewarding)* மாற்றிவிடுவேன் என்று சக தொழிலாளர்கள், கண்காணிப்பாளர்கள் முன்னிலையில் ஒரு பிடி பிடித்தார். எனக்கு அவமானம் தாங்க முடியவில்லை.

கூடவே வருத்தம். அன்று முதல் அவர் என்னைத் தனிப்பட்ட முறையில் தொடர்ந்து கண்காணித்தபடியால் நான் ஆங்கிலம் கற்றுக்கொள்ள முயற்சி செய்தேன். அதற்காக அவருக்கு நன்றி சொல்லவும் கடமைப்பட்டுள்ளேன்.

மேலாளருக்கு அடுத்துபடித்தபண்பான கண்காணிப்பாளர்கள் இருந்தார்கள். வேலையின் சகல நுணுக்கங்களையும் தெரிந்தவர்கள். இவர்களுக்குக் கீழ் வேலை செய்தது எனக்கு மிக்க மகிழ்ச்சி. இனிமேல் இதுபோன்ற கண்காணிப்பாளர்களுக்குக் கீழ் வேலை செய்வேனா என்றும் எண்ணத் தோன்றும். அதில் குறிப்பாக இரண்டு கண்காணிப்பாளர்கள் நான் பணியில் சேரும்போது இருந்தார்கள். அவர்கள் தற்போது மேலாளர்கள் அளவுக்கு உயர்ந்துவிட்டார்கள். அவர்களுடைய அன்பும் கண்டிப்பும், அவர்கள் என்மேல் காட்டிய அக்கறையும் நான் எனது பிரிவு மேலாளரிடம் நல்ல பெயர் வாங்குவதற்குக் காரணமாக அமைந்தன. ஒரு கண்காணிப்பாளர் எப்படி நடந்துகொள்ள வேண்டும் என்பதற்கு உதாரணமானவர். இவர்களிடம் நான் கற்றுக்கொண்டது என் வாழ்க்கையில் கிடைத்த பெரும் வாய்ப்பு. அந்த வாய்ப்பிற்காக அவர்களுக்கு நன்றி சொல்லக் கடமைப் பட்டுள்ளேன். ஒரு நிகழ்ச்சியில் என் பிரிவு மேலாளர்கள், கண்காணிப்பாளர்கள், தொழிலாளர்கள் மத்தியில் "நான் இந்தளவுக்கு என் பிரிவில் நல்ல பெயர் வருவதற்குக் காரணம் என் சக தொழிலாளர்கள் (இருவர் பெயரைக் குறிப்பிட்டு) தான் காரணம். அதனால் அவர்களுக்கு நன்றி கூறக் கடமைப் பட்டுள்ளேன்" என்று குறிப்பிட்டேன்.

நான் வேலைக்குச் சென்றுவிட்டால் வெளியில் உள்ள மற்றப் பிரச்சினைகளை மறந்துவிடுவேன். என் கவனம் முழுவதும் வேலையிலேயே இருக்கும். ஒரு சிறு வேலையிருந்தாலும் அதனை முடிக்கும்வரை என்னால் சும்மா இருக்க முடியாது. கால நேரம் பாராமல் பணியில் என்னை ஈடுபடுத்திக்கொள்வேன். மேலாளரிடமோ கண்காணிப்பாளரிடமோ நல்ல பெயர் வாங்காமல் முரண்பட்ட நிலையில் கண்டிப்பாக ஒரு தொழிலாளியால் நிம்மதியாக முழுமையாக வேலை செய்ய முடியாது என்பதை உணர்ந்தேன். மேலாளரிடம் நற்பெயர் எடுக்க வேண்டும் என்பதற்காகக் கடுமையாக உழைத்தேன். ஆங்கிலம் கற்றுக்கொள்ள முயற்சித்தேன். ஆனால் அதில் முழுமையாக என்னால் வெற்றி பெற முடியவில்லை. அதனால் கடுமையான உழைப்பைக் காண்பித்தேன். வாடிக்கையாளர்களிடம் நல்ல பெயர் வாங்கினேன். காலப்போக்கில் பிரிவு மேலாளரிடம் நல்ல பெயர் ஏற்பட்டது. என் கடின உழைப்பே என்னை இன்றுவரை காப்பாற்றிக் கொண்டிருக்கிறது. அந்தக் கடும்

உழைப்பு இல்லையானால் கண்டிப்பாக அந்த மேலாளரால் வீட்டுக்கு அனுப்பப்பட்டிருப்பேன். நான் பணியில் சேரும் போது என்னுடன் பணிபுரிந்தவர்களுக்குக் குறைந்தது மூன்று மொழியாவது தெரிந்திருக்கும். ஆனால் எனக்குத் தாய்மொழி தவிர வேறு எதுவும் முழுமையாகத் தெரியாத நிலையிலும் எப்படிச் சமாளித்தேன் என்று பார்த்தால் என் கடின உழைப்பே அதற்குக் காரணம். ஆரம்பத்தில் வேலைக்குச் செல்வது எனக்குப் பெரும் சோதனையும், வேதனையுமாக இருந்தது. கிட்டத்தட்ட ஆறு மாதங்களுக்குப் பின்பு எனக்கு வீட்டில் இருப்பதைவிட வேலைக்குச் செல்வது மகிழ்ச்சியை ஏற்படுத்தியது. கண்காணிப்பாளர்கள் சுதந்திரமாக என்னை வேலைசெய்ய அனுமதித்தார்கள். அதேவேளை தவறு செய்யும் போது கண்டிக்கவும் அவர்கள் தவறவில்லை.

எங்கள் பிரிவு மேற்பார்வையாளர்களுக்கும் எனக்கும் நல்லுறவு இருந்தது. இதன் பயனாகவே என்னால் திறமையாக வேலைசெய்ய முடிந்தது.

இரண்டு வருடங்களுக்கு மேலாக நான் சந்தோஷமாக நிம்மதியாக எவ்வளவு கஷ்டமான பணியாக இருந்தாலும் முழு மனதுடனும் ஈடுபாட்டுடனும் வேலை செய்துகொண்டிருந்தேன். ஆனால் மாறுதல் என்பது தவிர்க்க முடியாதது. ஆகையால் மேற்பார்வையாளர்கள் பதவி உயர்வு பெற்று வேறு ஓட்டல்களுக்குப் போய்விட்டார்கள். அதன் பின்பு பணி செய்வது என்பது மிகவும் கஷ்டமாக இருந்தது. பணிக்குச் செல்லவே விருப்பமில்லாத சூழ்நிலை ஏற்பட்டது. புதிய மேற்பார்வையாளர்கள் இங்குதான் கற்றுக்கொள்ளும் நிலையில் இருந்தார்கள். இரண்டு வருடங்களாகப் பழகிய வேலை. அந்த மேற்பார்வையாளர்களின் விருப்பப்படி வேலை செய்யப் பழக்கப்பட்ட எனக்கு மட்டுமல்ல, எங்கள் சக தொழிலாளர் களுக்கும் மாற்றத்தைச் சமாளிக்க முடியவில்லை. அதில் சற்றுத் திணறிப் போனேன் என்று கூறினால் மிகையாகாது. ஆனாலும் சுதந்திரமாகப் பணி செய்யும் பழைய நிலையை நிலைநாட்ட படாதபாடுபட்டும் முயற்சித்தும் முடியவில்லை.

ஒருவருட காலம் புதிய மேற்பார்வையாளர்களுடன் எனக்குச் சிறு சிறு உரசல்கள் ஏற்பட்டன. ஆனாலும் காலப்போக்கில் சரியாகிவிடுமென்றே கருதினேன். அதனால்தான் ஒரு வருட காலம் சென்றது. மேற்பார்வையாளர்கள் செய்யும் சிறு தவறுகள் சில சமயம் தொழிலாளர்களாகிய எங்களுக்கு வேலைப் பளுவை அதிகரிக்கச் செய்யும். அதை எல்லாம் நான் எடுத்துச் சொல்லியிருக்கிறேன். முடிவாக ஒருநாள் எனது பிரிவு மேலாளரிடம் சென்றேன். என் பாக்கெட்டிலிருந்து தினக்குறிப்பெடுத்தேன். அதில் எந்தெந்த நாளில் எந்தெந்த மேலாளர்கள் என்னென்ன தவறு செய்தார்கள் என்பதைக் காலம், நேரம், திகதியிட்டுக் குறிப்பிட்டு வைத்திருந்ததை அப்படியே மேலாளரிடம் குறிப்பிட்டேன். கண்டிப்பாக அவர் ஆச்சரியப்பட்டிருப்பார். அவர் அனுபவத்தில் இப்படி ஒரு தொழிலாளி மேற்பார்வையாளர்களைப் பற்றி அதுவும் திகதி நேரம் குறிப்பிட்டு குற்றம்சாட்டுவதை எதிர்பார்த் திருக்க மாட்டார். அதுவுமில்லாமல் வெயிட்டர் (Steward) என்றால் இவ்வளவுதான் அறிவு இருக்கும் என்ற ஒரு பொதுவான எண்ணம் பெரும்பாலும் எல்லா மேலாளர்களுக்கும் இருக்கும். அதையும் தாண்டி தைரியமாக அவர் முன்னாடி நான் நின்று மேற்பார்வையாளர்களைப் பற்றிக் குற்றம்சாட்டியது, அவருக்கு ஆச்சர்யத்தை ஏற்படுத்தியிருக்கும். ஆனாலும் அவர் என்னைக் கண்டிக்கத் தவறவில்லை. அப்பவே நான் வளைந்து கொடுப்பதில்லை என்பதனை மேலாளர் வலியுறுத்திக் கூறினார். அதுமட்டுமல்லாமல் மேற்பார்வையாளர்களைப் பற்றி ஒரு தொழிலாளி குற்றம்சாட்டினால் அது மறைமுகமாக மேலாளரைக் குற்றம் சாட்டுவதாக அமையும். அதனால் அவர் இதுபோன்று

இனிமேல் ஏற்படுமானால் உன்னை வேலையை விட்டுத் தூக்கி விடுவேன் என்றும் எச்சரிக்கை செய்தார். அவரால் அன்றே அதைச் செய்திருக்கவும் முடியும். ஆனால் அன்று என்னை வேலையை விட்டுத் தூக்காமல் தடுத்தது என்னுடைய கடின உழைப்பு. அதனால் என்னைக் கண்டிப்பதுடன் நிறுத்திக் கொண்டாலும், மேற்பார்வையாளர்களைக் கூப்பிட்டு "ஒரு தொழிலாளி உங்களைப் பற்றிக் குற்றம் சாட்டுகிறார். நீங்கள் என்ன செய்கிறீர்கள்" என்று அவர்களையும் கண்டிக்கவே செய்தார். அதன் பின்பு சில மாறுதல்கள் ஏற்பட்டதை நான் உணர்ந்தாலும் சக தொழிலாளிகளின் வாயினாலும் அதனை உறுதி செய்துகொண்டேன். எப்படி எங்கிருந்து எனக்கு இந்தத் தைரியம் வந்தது?

ஒரு மேலாண்மையாளரின் பல தரப்பட்ட பண்புகளைக் கண்டறிந்து கூறியவர் ஹென்றிப்பேயால். அவர் மேலாளர்கள் பெற்றிருக்க வேண்டிய பண்புகள் பற்றிக் கூறியிருக்கிறார்.

அத்தகைய பண்புகள் அந்த மேலாளரிடம் இருப்பதை நான் கண்டேன். அதுமட்டுமல்லாமல் மேற்பார்வையாளர் என்னைப் பற்றித் தவறாக மேலாளரிடம் கூறினால் அவர் அப்படியே ஏற்றுக்கொள்ள மாட்டார். அவர் ஒரு வாரமோ, பத்து நாளோ என்னைக் கண்காணித்து உண்மையை அறிந்த பின்பே நடவடிக்கை எடுப்பார். அதனால் கடுமையாக உழைக்கும் எனக்குப் பயம் ஏன் வரும்? அதனால் அந்த மேலாளரிடம் நான் சென்றேன். அந்த மேலாளருக்குப் பதிலாக வேறு ஒருவர் அந்த இடத்தில் இருந்திருந்தால் நான் அதே இடத்தில் பணி செய்திருக்க மாட்டேன். நானும் எனது பிரச்சினையை அவரிடத்தில் கூறியிருக்க மாட்டேன். அதுமட்டுமல்லாமல் மூன்று வருடங்கள் முடியும் நிலையில் என்னைப் பணி நிரந்தரம் செய்வதற்கு ஒரு மாதம் இருக்கும் நிலையில் நான் இவ்வாறு மேலாளரிடம் சென்றதன் விளைவு என்னைப் பணி நிரந்தரமாக்குவது ஒரு வருடம் தள்ளிப் போடப்பட்டது. நான் மேலாளரிடம் செல்லுமுன்பு எல்லா மேற்பார்வையாளர்களிடமும், "நான் ஒருநாள் மேலாளரிடம் செல்வேன்; உங்களுடைய தவறுகள் எல்லாவற்றையும் சொல்வேன்" என்று கூறியதுடன், அவர்கள் செய்த தவறுகளை அவ்வப்போது சேகரித்தும் வைத்திருந்தேன். நான் மேலாளரிடம் பேசுவதால் என் பணி நிரந்தரமாக்கல் தள்ளிப் போகலாம் என்பதையும் நான் யோசிக்காமல் இல்லை. ஒருவேளை என்னைப் பணி நிரந்தரமாக்கிய பின்பு நான் அவ்வாறு மேலாளரிடம் சென்றிருந்தால் என்ன செய்திருப்பார்கள்? ஆனாலும் என் சுயரூபத்தை நான் மறைக்க விரும்பவில்லை.

போரின் மறுபக்கம்

எனக்கு என்ன இழப்பு ஏற்பட்டாலும் பரவாயில்லை. நான் மாறமாட்டேன், அதே சமயத்தில் பணி நிரந்தரமாக்குவது தள்ளிப் போடப்படுமானால் அடுத்து என்ன செய்ய வேண்டும் என்பதையும் யோசித்து வைத்திருந்தேன். அதற்காக வேண்டி வேறு பிரிவுக்கு மாற்றும்படியும் கேட்டுக்கொண்டேன். ஏனென்றால் பேன்குவட்டில் பணிபுரிவதற்கு நேரம் காலம் கிடையாது. பணிக்குச் செல்லும் நேரம் மட்டுமே தெரியும். பணி முடித்து வீட்டுக்கு வரும் நேரம் தெரியாது. ஆகவே சரியாக ஒன்பது மணி நேரம் மட்டுமே பணிபுரியும் இடமான Room serviceக்கு மாற்றல் தரும்படி கேட்டிருந்தேன்.

நான் எதிர்பார்த்தது போலவே பணி நிரந்தரமாக்குவது ஒரு வருடம் தள்ளிப் போடப்பட்டது. மிகவும் முக்கியமான நிகழ்ச்சியாக இருந்தாலும் மிகவும் கஷ்டமான வேலையாக இருந்தாலும், சுதாகரனைக் கூப்பிடுங்கள் என்று என் மேலாளர் பலதடவை கூப்பிட்டதையும் நான் கேட்டிருக்கிறேன். எத்தனையோ வாடிக்கையாளர்கள் என்னைப் பற்றி நல்ல விதமாக எழுதிக் கொடுத்தும், வாய் வழியாகக் கூறியும் என்னைப் பணி நிரந்தரமாக்காமல் நீட்டிப்புச் செய்ததை, ஒரு சராசரி நிலையிலிருந்து யோசிக்கும்போது வருத்தத்திற்கு உரியதே. எனக்குப் பின்பு பணியில் சேர்ந்தவர்களை பணி நிரந்தரமாக்கினார்கள். ஆனால் என்னை பணி நிரந்தரமாக்காதது முழு ஈடுபாட்டுடன் வேலைசெய்ய முடியாத சூழ்நிலையை ஏற்படுத்தியது.

கொஞ்சம் ஆழமாகச் சிந்தித்தால் பணி நிரந்தரமாக்காமல் ஒரு வருடம் தள்ளிப் போட்டது தர்மத்தின்படி சரியானதே. அந்த நிறுவனத்தை நான் பணியில் சேரும்போதே முழுவதும் தவறான தகவல் கொடுத்து ஏமாற்றியது, ஏமாற்றுக்காரன் என்று தெரியாமல் என்னை நம்பி அந்த நிறுவனம் வேலையில் சேர்த்தது, பெரிய விசயம். ஒரு கட்டத்திற்குமேல் எனக்கு வெறுப்பு ஏற்பட்டது. தொழிலாளர் அதிகாரியிடம் உண்மையைச் சொல்லி விடலாமா என்றுகூட யோசித்தேன். ஆனால் விளைவுகள் பற்றிச் சிறிது அஞ்சினேன். சொன்ன பொய்யைத் தக்கவைத்துக் கொள்வதற்காக அடுக்கடுக்காக பொய்களைக் கூறி இருக்கிறேன்.

பொய் பேசுகிறவன் செய்யாத பாவம் எதுவுமில்லை. (தம்மபதம் – 176 – புத்தர்)

– 2003ஆம் ஆண்டு என் தினக்குறிப்பு.

அகத்தில் அழியாத வடு
முகத்தில் முறையான இனிமை

அடுத்தவர் அறிவாரா
என் இரண்டு வேசங்கள்?

உள்ளத்தில் ஓயாத அலை
ஊருக்காக முகத்தில்
பொங்கி வழிகிறது சிரிப்பலை
வேளைக்கும் வேறுபட்ட வேசம்
கலைந்து விட்டால்

சிரிப்பலை நெருப்பலை
வேசம் போடுவது வாடிக்கையாகி விட்டது
வாடிக்கை வழக்கமாகி விட்டது!

வெந்து வெந்து
நொந்து நொந்து
செத்து செத்து
உயிர்த்து உயிர்த்து
உயிரும் தேய்ந்து
கொண்டிருக்கிறது

விடியலை நோக்கி
வேகமாக ஓடுகிறேன்
விடிந்ததும் வேக நடை
வேலைக்கு வேடிக்கையாகி
விட்டது வாழ்க்கை

அன்றாடம் வாழ்க்கையில் காசைச் சில்லறையாக்கி செலவு செய்வதுபோல் பொய்யைச் செலவு செய்துகொண்டிருக்கிறேன். இந்தப் பொய்க்குத் தற்போதைய பெயர் திறமை. காலம் எங்கே செல்கிறது... *(20.4.04 எனது தினக்குறிப்பு.)*

மதுரையில் என் அண்ணன்களில் ஒருவருக்கு திருமணம் முடிவாகி இருந்தது. அதை மாற்றிப் பொய்யாக என் தங்கைக்குக் கல்யாணம் என்று கூறியிருந்தேன். அதற்காக எனது பிரிவில் உள்ளவர்களுக்கெல்லாம் இனிப்பும் வாங்கிக் கொடுத்தேன். ஏனென்றால், ஓட்டலில் என் குடும்ப விவரம்; ஒரு அண்ணன் கல்யாணம் கட்டிவிட்டார், அப்பா இல்லை, ஒரு தங்கை என்றே (பொய்) எல்லோரிடமும் கூறியிருந்தேன். அதனால் தங்கைக்குக் கல்யாணம் என்றுகூறி அதனால் விடுமுறை எடுத்து, மதுரை சென்று உண்மையான அண்ணன் கல்யாணத்திற்குச் சென்றுவிடலாம் என்று எண்ணியிருந்தேன். ஆனால் அங்கு ஒரு சிக்கல் ஏற்பட்டது. அதாவது எனது மேற்பார்வையாளர்கள் என் தங்கை கல்யாணத்திற்கு மதுரைக்கு வருவதாகக் கூறினார்கள். அவர்களை மதுரைக்கு அழைத்தால் என் வேஷம் வெளுத்துவிடும். மறுபடியும் பொய்சொல்லி மாட்டிக்கொண்டேன். அதற்காக மறுபடியும் ஒரு பொய் சொல்லித் தங்கை கல்யாணம் நின்றுவிட்டது. அடுத்த வருடத்திற்குத் தள்ளிப் போட்டுள்ளேன் என்று சமாளித்தேன். ஆனாலும் அண்ணன் கல்யாணத்திற்கு நான் போயாக வேண்டும். என்ன செய்வது? கிட்டத்தட்ட பணி முடியும் நேரமாகிக்கொண்டிருந்தது. சீனியர் மேற்பார்வையாளர், Outdoor போகிறாயா என்று கேட்டார். (Outdoor என்பது வெளியில் உள்ள தனியார் Catering service. இதற்கும் ஓட்டலுக்கும் சம்பந்தமில்லை. Outdoor போனால் எனக்கு 200 ரூபாய் கிடைக்கும். நான் வாய்ப்பு கிடைக்கும்போது Outdoor போவதுண்டு.) முடியாது என்று சொன்னால் நான் சொல்லப் போகும் பொய் வலுவிழந்து போய்விடும் என்பதால் போகிறேன் என்றேன். ஆனால் நான் Outdoor போகப் போவதில்லை என்பதில் உறுதியாக இருந்தேன். என் உடல்தான்

இங்கிருக்கிறது. என் மனசு முழுவதும் மதுரையில் அல்லவா இருக்கிறது. மாலை 6 மணிக்குப் பணி நேரம் முடியும். நான் 7 மணிக்கு *Outdoor* இல் இருக்க வேண்டும். நான் *Outdoor* போக வேண்டும் என்பதற்காகக் கொஞ்சம் சீக்கிரமே அனுப்பினார்கள். அதுவும் எனக்குச் சாதகமாகவே அமைந்தது. மாலை 5.50க்கு ஓட்டலை விட்டு வெளியே வந்தேன். *Outdoor Cater* க்கு போன் போட்டு நான் அறைக்குச் சென்று உடை மாற்றிக்கொண்டு 7 மணிக்கு வருகிறேன் என்று ஒரு பொய் கூறினேன். பின்பு நேராக என் அறைக்கு வந்தேன். ஒரு சிகரெட் பற்ற வைத்தேன். பல வழிகளில் யோசித்தேன். *Outdoor* வருவதாகக் கூறிவிட்டேன். நாளை காலை 7 மணிக்குப் பணிக்குச் செல்ல வேண்டும். அதே சமயம் அண்ணன் திருமணத்திற்காக நாளை காலை மதுரையில் இருக்க வேண்டும். நேரம் ஆகிக்கொண்டிருக்கிறது. என்ன செய்வது? என்று தெரியவில்லை. என்ன பொய் சொல்வது? எப்படி இந்தப் பிரச்சினையைக் கையாள்வது? என்று யோசிக்கும் முன்பே கையில் இருந்த சிகரெட் விரலில் சுட்டுவிட்டது. அதே சிகரெட்டில் மற்றுமொரு சிகரெட் பற்ற வைத்தேன். வேகம் வேகமாக சிகரெட்டை இழுத்துத் தள்ளினேன். முடிந்ததும் நேராகப் பொதுத் தொலைபேசியகத்திற்குச் சென்றேன். தொலைபேசியகத்தை நெருங்கிக்கொண்டிருக்கிறேன். ஆனால் என்ன சொல்லப் போகிறேன்? எப்படிச் சமாளிக்கப் போகிறேன்? என்று எதுவும் புரியவில்லை. தொலைபேசி எண்ணை அழுத்தும் வரை எதுவும் புரியவில்லை. எப்படியாவது ஆரம்பித்ததை முடித்தே ஆக வேண்டுமே. தொலைபேசியில் முதலில் *Outdoor Cater* க்கு போன் போட்டேன். தவிர்க்க முடியாத காரணத்தால் என்னால் இன்று வரமுடியவில்லை. என்னை மன்னிக்கவும் என்று சர்வ சாதாரணமாகக் கூறிவிட்டேன். எதிர்முனையில் அவர் நிலைகுலைந்துவிட்டார். முன்பே நான் வர முடியாது என்று கூறியிருந்தால் வேறு யாரையாவது அழைத்திருப்பார். கடைசி நேரத்தில் அவர் என்ன செய்ய முடியும். எனக்குப் பதிலாகக் கடைசி நேரத்தில் யாரைத் தேட முடியும்? என்னுடைய செயல் திட்டத்தில் இடையில் அநியாயத்திற்கு வந்து மாட்டிக்கொண்டார் என்று நினைக்கும்போது மிகவும் வருத்தமாகத்தானிருக்கிறது.

அடுத்து ஓட்டலுக்குப் போன் போட்டேன். மேற்பார்வையாளர் மறுமுனையில் வந்தார். அவரிடம் நான் தற்போது மதுரை புறப்படப் போகிறேன். என்னுடைய அம்மாவுக்கு உடம்பு சரியில்லையாம். உடனே புறப்பட்டு வரும்படி என்னுடைய தங்கை என்னுடைய நண்பனுக்குப் போன் போட்டுக் கூறியிருக்கிறாள். அறைக்கு வந்ததும் என் நண்பன் இதனை எனக்குத் தெரிவித்தார். அதனால்

நான் மதுரை புறப்பட்டுக்கொண்டிருக்கிறேன் என்றேன். அவருக்கு என்ன சொல்வதென்றே தெரியவில்லை. நாளைக்குக் காலை பணியல்லவா? என்றார். நான் மேலாளர் இருக்கிறாரா? என்றேன். அடுத்த நிமிடம் மேலாளர் பேசினார். அவரிடம் அம்மாவுக்கு உடம்பு முடியவில்லை ஏற்கனவே அவருக்கு மாரடைப்பு ஒரு தடவை வந்தது. தற்போது அதுபோன்ற சூழ்நிலை உருவாகிவிட்டது. தயவு செய்து என்னை ஊருக்குச் செல்ல அனுமதியுங்கள் என்றேன். அவர் அனுமதியளித்ததுடன் ஊருக்குச் சென்று போன் பண்ணும்படி கேட்டுக்கொண்டார். தற்போதுள்ள சூழ்நிலைகள் அனைத்தையும் பொய்யினாலேயே சமாளித்துவிட்டேன். ஆனால் என் மனசாட்சி கொல்கிறது. பின்பு அறைக்கு வந்தேன். மறுபடியும் ஒரு சிகரெட்டைப் பற்ற வைத்தேன். என்னுடைய செல்பேசி அழைத்தது. எடுத்தேன். மற்றுமொரு மேற்பார்வையாளர் அவர் வீட்டிலிருந்து பேசினார். என்னாச்சு அம்மாவுக்கு என்றார். நிலைமையை அப்படியே பொய்யாகச் சொன்னேன். இப்ப எங்கிருக்கிறாய் என்றார். நான் மறுபடியும் பொய் சொன்னேன். கோயம்பேடு பஸ் நிறுத்தத்தில் இருக்கிறேன் என்றேன். செலவுக்குக் காசு வைத்திருக்கிறாயா? காசு வேண்டுமானால் சொல் நான் என்னுடைய வண்டியில் கோயம்பேடு பேருந்து நிலையத்திற்கு வந்து தருகிறேன் என்றார். என்னால் பேச முடியவில்லை. நான் சொல்வதை எல்லாம் நம்புகிறார்கள். என்மேல் இவ்வளவு நம்பிக்கை வைத்திருக் கிறார்கள்!

என்னைப் பணி நிரந்தரமாக்குவது ஒரு வருடம் தள்ளிப் போடப்பட்டது. எனக்கு கேட்டரிங் தொழில்நுட்பம் பற்றித் தெரியாமல் இருக்கலாம். ஆனால் நிறுவனங்கள் பற்றிய அறிவு கொஞ்சம் இருந்தது. அதாவது பொதுநிறுவனத்தின் நோக்கம் என்ன? தனியார் நிறுவனத்தின் நோக்கம் என்ன? இரண்டிற்கும் உள்ள வேறுபாடு, மேலாண்மை, தொழிலாளர்கள், தொழிலாளர் சங்கங்கள், பணியாளர் கொள்கைகள், தொழிலாளர் பற்றிய சிந்தனைகள் மேலாண்மையின் கொள்கைகள் போன்றவற்றைச் சிறிதளவு அறிந்து வைத்திருந்தேன். அதனால் என் வேலையில் நான் கவனம் செலுத்தினேன். அதன் பலனாக வேலையில் நல்ல பெயர் கிடைத்தது. அடுத்து நான் படித்தபடியே மேற்பார்வையாளனாய் இருக்க வேண்டும் என்று எதிர்பார்த்தேன். அப்படி இல்லாததால் அந்த எதிர்பார்ப்பில் சில தொய்வுகள் ஏற்பட்டன.

நாங்கள் தங்கியிருந்த வீட்டில் ஐந்து பேரில் ஒருவர் வேறு இடத்தில் பணி கிடைத்தபடியால் வேறு வீட்டிற்குச் சென்றுவிட்டார். மற்றும் இரு நண்பர்கள் வெளிநாடு செல்வதற்காகப் மும்பை சென்றுவிட்டார்கள். மீதம் நானும் தில்சனும். ஆனால் பழைய நண்பர்கள் பிரிந்து விட்டபடியால் புதியவர்கள் வீட்டுக்குள் வரும் சூழ்நிலை ஏற்பட்டது. அது எங்கள் இருவருக்கும் சாதகமாக அமையவில்லை. என்ன சூழ்நிலையானாலும் வேறு வழியில்லை எனக்கு. தில்சன் எடுக்கும் முடிவுக்குத் தலையாட்டுபவன்தான் நான். அன்றும் இன்றும் அவர்தான் எனக்கு அடைக்கலம். அந்த வீட்டுக்கு வந்த நாள் முதல் அவர் தயவில்தான் நான் வாழ்ந்துகொண்டிருந்தேன். அதனால் என்னால் எந்த முடிவும் எடுக்க முடியாது. நான் பணிக்குச் சென்று சில நாட்களில் தில்சனும் அதே ஹோட்டலில் சில மாதங்கள் வேலை செய்தார். அப்போது தில்சன், நாம் வேறு வீடு பார்க்கலாம். நம்முடன் வேறு இருவரைச் சேர்த்துக் கொள்ளலாம் என்றார். நானும் அதற்காகவே காத்திருந்தவன் ஆயிற்றே. தலையாட்டினேன். வீடு பார்த்துக்கொண்டிருக்கும் போது நண்பர் தில்சன் ஒருவரை எனக்கு அறிமுகப்படுத்தி இவரையும் நம்முடன் வீட்டிலேயே சேர்த்துக்கொள்ளலாம் என்றார். அதற்கும் தலையாட்டினேன். மூன்று பேருமாகச் சேத்துப்பட்டில் வீடு பார்த்தோம். எனக்கான முன் பணத்தையும் சேர்த்து தில்சன் கொடுத்தார். புதிய வாடகை வீடு தயாராகிவிட்டது.

எழும்பூர் வீட்டிற்கு வரும்போது என்னுடைய சில உடைகளைப் பிளாஸ்டிக் பையில் வைத்தே

எடுத்து வந்தேன். வந்து சில நாட்களில் சாமியார்கள் கட்டும் காவி வேஷ்டி வாங்கிக் கட்டிக்கொண்டேன். ஏன் என்று எனக்குத் தெரியாது. ஆனாலும் காவி வேஷ்டி கட்டித் திரிந்தேன். அப்போது எங்கள் வீட்டிற்கு எதிரில் உள்ள வயதான அம்மா கூறினார்கள். "ஏன் இந்தச் சின்ன வயசிலேயே காவி வேஷ்டி கட்டியிருக்கிறாய். சாதாரண மனிதர்கள் அதைச் சாதாரணமாகக் கட்டக் கூடாது. நீயும் அந்தக் காவி வேஷ்டியைக் கட்டாதே" என்று அன்புக் கட்டளை போட்டார்கள். நான் யார் சொல்லை உருப்படியாகக் கேட்டிருக்கிறேன்? அவர்கள் சொன்னது என் காதில் விழவில்லை. வீட்டிலிருந்தால் அந்தக் காவி வேஷ்டியுடன்தான் இருப்பேன்.

நாங்கள் அந்த வீட்டிலிருக்கும்போது தேவைக்காகச் சில பொருட்கள் எல்லோரும் சேர்ந்து வாங்கியிருப்போம். ஆனால் நானும் தில்சனும் புது வீட்டிற்கு வரும்போது எதுவும் எடுத்துக்கொள்ளவில்லை. வெளிநாடு செல்லவிருந்த அருமை நண்பர் ஒருவர் அங்கு சுவரில் மாட்டியிருந்த முகம் பார்க்கும் கண்ணாடியைக் கொடுத்தார். இதை எடுத்துச் செல்லுங்கள் என்றார். அந்தக் கண்ணாடியுடனும் கட்டியிருந்த காவி வேஷ்டியுடனும் புதிய வீட்டிற்கு தில்சனுடன் வந்து சேர்ந்தேன்.

நண்பர் ஏன் முகம் பார்க்கும் கண்ணாடியைக் கொடுத்தனுப்பினார்? அவர் பேசவில்லை. எனக்குப் புரிய வைத்தார். என் முகத்தை நானே பார்ப்பதுபோல் எனக்குள் இருப்பதையும் (அகம்) நானேதான் பார்க்க வேண்டும். எனக்குள் இரண்டு நபர்கள் இருக்கிறார்கள். ஒருவன் நல்லவன். ஒருவன் தீயவன். தீயவன் தீயவற்றை நாடிச் செல்லும் போதெல்லாம் நல்லவன் எச்சரிக்கவே செய்கிறான். அந்த நல்லவன் சொல் கேளாமல் சில சமயம் தீயவன் செயல்படுகிறான்.

தில்சன் அறிமுகப்படுத்திய புதிய நண்பர் பற்றிச் சிறிது கூறுகிறேன். இவர் வேலை செய்துகொண்டே சென்னைப் பல்கலைக்கழகத்தில் ஆங்கில இலக்கியம் மூன்றாமாண்டு படித்துக்கொண்டிருந்தார். வேலை நேரம் போக மற்ற நேரங்களில் இவருக்குப் புத்தகம் படிப்பதே மிகப் பிடித்தமான விடயம். இவர் ஒரு புத்தகப் புழு என்றே சொல்லலாம். வைரமுத்துவின் மேல் தீராத மோகம் கொண்டவர். வைரமுத்து புத்தகங்களே அதிகமாக வைத்திருப்பார். இவர் மூலமாகவே நான் வைரமுத்து பற்றிக் கொஞ்சம் தெரிந்துகொண்டேன். இவர் நட்பு கிடைத்தது வாழ்க்கையில் விலைமதிப்பற்ற பரிசு மாதிரி. விடுமுறையில் அவர் ஊருக்குச் சென்றுவரும்போதெல்லாம்

ஊர் நூல் நிலையத்திலிருந்து எனக்காக நூல்கள் எடுத்து வருவார். எனக்குத் தூக்கம் வருவது சற்றுக் குறைவு. தூக்கம் வருவதற்காகவே ஏதாவது ஒரு புத்தகத்தை எடுத்துப் படிப்பேன். அப்படியே தூங்கிப் போவேன். இப்படித் தான் நான் புத்தகம் படிக்க ஆரம்பித்தேன். காலப்போக்கில் அவர் பெட்டிக்குள் உள்ள புத்தகத்தையும் திருடிப் படிக்குமளவுக்குப் புத்தகத்தின் மேல் எனக்குக் காதல் வந்தது. அதன் பின்பே நான் காசு கொடுத்துப் புத்தகம் வாங்குமளவுக்கு மாறினேன். இவரும் நானும் ஆரோக்கியமான சில விடயங்கள் பற்றிச் சண்டையிட்டுக் கொள்வோம். புத்தக அறிவு அவருக்கு அதிகமென்பதால் உதாரணம் காட்டி என்னைத் தோற்கடித்து விடுவார். ஆனால் என்னைப் பற்றியோ என் வரலாறு பற்றியோ எதுவும் அவர் அறியார். இவர் வைத்திருந்த கவிப்பேரரசு வைரமுத்துவின் ‘இந்தப் பூக்கள் விற்பனைக்கு அல்ல’ என்ற கவிதைப் புத்தகத்தில் என்னை மிகவும் பாதித்த கவிதை:

சொந்த தேசத்தில்
உயிர்களைப் புதைத்துவிட்டு
தூரதேசத்தில் உடல்கள்
வெறும் உடல்கள்

ஈழத்தோழா
உந்தையும் தாயும்
மகிழ்ந்து குலவி
இருந்ததும் இந்நாடே
இன்று
தந்தையின் எதிரே
தாயின் துகிலை
உரிந்ததும் இந்நாடே

காதலியோடு
கைவிரல் கோர்த்துக்
கலந்ததும் இந்நாடே
இன்று
காதலன்
சிறைக்குள்
காதலி தரைக்குள்
முடிந்ததும் இந்நாடே

எழும்பூர் வீட்டில் இருந்தபோது எனக்குத் தியானமும் யோகாசனமும் கற்றுக்கொள்ள வேண்டும் என்ற ஆசை தோன்றியது. எங்கு தியான வகுப்புகள், யோகாசனம் கற்றுக் கொடுக்கிறார்கள் என்று. எனதருமை நண்பர் ஒருவருடன் தேடினேன். தனியாகச் செல்ல பயம். பயம் என்று சொல்வதைவிட என் கூச்ச சுபாவம் என்றுதான் சொல்ல வேண்டும். அறிமுகமில்லாதவர்களிடம் எனக்கு முறையாகப் பேசத் தெரியாது. ஆகவே நண்பரையும் அழைத்துச் சென்றேன். இடத்தையும் கண்டுபிடித்தேன். ஆனால் தொடர்ந்து செல்ல முடியவில்லை. காரணம் ஒரு மாதம் கற்றுத் தருவோம். பின்பு நீங்களே வீட்டில் தினந்தோறும் பழகிக்கொள்ள வேண்டும் என்றார்கள். ஒரு மாதத்திற்கான கட்டணம் சொற்பப் பணமே யானாலும் அது என்னிடம் அப்போது இல்லை.

சேத்துப்பட்டு புதுவீட்டிற்கு எழும்பூரில் இருந்து மாறி வந்த பின்பு, நாங்கள் இருந்த வீட்டிற்கு எதிரில் இரண்டு வீடுகள் தள்ளி ஒரு யோகாசன மையம் இருந்தது. எனக்கு மிகுந்த சந்தோஷம். அங்கு சென்று விசாரித்தேன். அங்கு ஆரம்பம் முதல் ஆசிரியர் பயிற்சி வரை ஒவ்வொரு படிகளாகப் பிரித்துக் கற்றுக் கொடுத்துக் கொண்டிருந்தார்கள். வாரத்தில் மூன்று நாட்கள் தியானம், சொற்பொழிவு நடைபெறும். ஆரம்பத்தில் முழு ஈடுபாட்டுடன் சென்றேன். முதல் இரண்டு நிலைகள் மட்டுமே என்னால் கற்றுக்கொள்ள முடிந்தது. பணியின் காரணமாக முழுமையாக அதில் ஈடுபட முடியாமல் போய்விட்டது. ஆனால் எனக்கு தியானத்தின் மீதும் ஆன்மீகத்தின் மீதும் இங்குதான் ஈர்ப்பு தொடங்கியது.

பணிக்குச் செல்வது, தோதான நேரம் கிடைத்தால் யோகாசன வகுப்பிற்குச் செல்வது, மற்ற

நேரங்களில் புத்தகங்கள் படிப்பது, என்றாவது நண்பர்களுடன் அல்லது தனியாக சினிமாவுக்குச் செல்வது, ரேடியோ கேட்பது. எங்கள் அறையில் தொலைக்காட்சிப் பெட்டியில்லை. அது வாங்கலாம் என்ற பேச்சு எழும்போதெல்லாம் படிக்க முடியாது என்ற காரணம் காட்டி அந்த முயற்சி கைவிடப்பட்டது. இப்படியே ஓடிக்கொண்டிருந்தது வாழ்க்கை.

அந்தக் காலகட்டத்தில் பணியில்லாமல் வீட்டிலிருந்தால் சென்னை வானொலியில் இரவு 9 மணிக்கு டாக்டர் செய்யோன் தொகுத்து வழங்கும் வண்ணக் களஞ்சியம் கேட்பது வழக்கம். நானும் சரி நண்பரும் சரி இந்த நிகழ்ச்சியைக் கேட்பதுண்டு.

ஒருநாள் தனிமையில் வண்ணக் களஞ்சியம் கேட்டுக் கொண்டிருந்தேன். அடுத்த நிகழ்ச்சியில் சிறப்பு விருந்தினராகச் சென்னைப் பல்கலைக் கழகத்தில் இருந்து ஒருவரின் பேட்டி ஒலிப்பரப்பானது. அப்போது நான் படிப்பதற்கு வாய்ப்பு இருப்பதாகக் கடைசி நேரத்தில் தெரிந்து கொண்டேன். அதில் அவர் திறந்தவெளிப் பல்கலைக்கழகத்தில் சேர எந்தவிதக் கல்வித் தகுதியும் தேவையில்லை. பதினெட்டு வயதிற்கு மேற்பட்ட ஒருவர் அவர் பிறந்த நாள் சான்றிதழ் ஒரிஜினல் இருந்தால் போதுமானது. அத்துடன் சென்னைப் பல்கலைக் கழகத்தால் நடத்தப்படும் நுழைவுத் தேர்வில் வெற்றி பெற்றால் மூன்றாண்டு இளங்கலைப் பட்டப் படிப்பு படிக்கலாம் என்ற செய்தி கிடைத்தது. நல்ல செய்தியாக கிடைத்தாலும், எனக்கு முன் பெரும் சவால் இருக்கிறது என்பதையும் உணர்ந்தேன். அகதியாக வந்தபோது பெயரை மாற்றிப் பதிவு செய்துள்ளேன். ஏராளமாக பொய் சொல்லி வேலைக்குச் சேர்ந்துள்ளேன். தொலைதூரக் கல்வியைப் படிக்க இருப்பது சவாலாகத்தான் இருக்கும் என்று தோன்றியது.

நான் பணிக்குச் செல்ல வேண்டியிருப்பதால் போஸின் தம்பி ராஜாவிடம் சென்னைப் பல்கலைக்கழகத்தில் எனக்கு ஒரு அப்ளிகேஷன் வாங்கி வரும்படி கூறினேன். அவரும் தன்னுடைய காசில் வாங்கிக் கொடுத்தார். அதை நண்பர்கள் உதவியுடன் நிரப்பிக்கொண்டு, அப்ளிக்கேஷனில் குறிப்பிட்டபடி நகல்கள், புகைப்படம் எல்லாம் எடுத்துக்கொண்டு நான் வெளிநாடு செல்வதற்காக ஊரில் (இலங்கை) இருந்து வரவழைத்த பிறப்பு அத்தாட்சிப் பத்திரத்தையும் சேர்த்து எடுத்துக் கொண்டு சென்னைப் பல்கலைக்கழகம் சென்றேன். அங்கு அட்மிஷன் பகுதிக்கு நேராகச் சென்றேன். அட்மிஷன் தேதி முடியும் கடைசி நேரத்திலே சென்றேன். அந்த அட்மிஷன் அதிகாரியிடம் எனது அப்ளிகேஷனைக் கொடுத்தேன். அதை வாங்கிப் பார்த்த அவர் போலீசிலிருந்து கடிதம் வாங்கி வரும்படி கூறி அவர் மேசை மேலே தூக்கி வீசிவிட்டார். நானும் ஏதேதோ சொல்லிப் பார்த்தேன். அவர் என் கண் முன்னாடி நிக்காதே என்று முடிவாகக் கூறிவிட்டார். எனக்கு என்ன செய்வதென்று ஒன்றும் புரியவில்லை. வெளியே வந்து பல்கலைக்கழக வளாகத்தின் மரத்தடியில் இருந்து யோசித்தேன். பத்திநாதன் என்ற ஒரு நபர் இந்தியாவில் எந்தப் பதிவேட்டிலும் இல்லை. பிறப்புச் சான்றிதழ் இல்லை. இவனோ இலங்கையைச் சேர்ந்தவன். எந்த காவல் நிலையத் தில் போய்க் கடிதம் வாங்க முடியும்? காவல் நிலையம் சென்றால், என் ஆதி முதல் அந்தம்வரை கேட்பார்கள். ஆனாலும் கடிதம் கிடைக்காது. என்ன செய்வது? ஏதாவது இன்னும் கொஞ்சம் முயற்சி செய்து பார்க்கலாம் என்று தோன்றியது. ஆனால்

என்ன செய்வது என்று தெரியவில்லை. எழுந்து பக்கத்திலிருக்கும் அகதிகள் மறுவாழ்வுத் துறை அலுவலகம் சென்றேன். அங்கிருந்து ஏதாவது வழி பிறக்குமா என்று. ஆனால் அவர்களுக்கும் இதற்கும் என்ன சம்பந்தம்? மறுபடியும் சென்னைப் பல்கலைக்கழகம் வந்தேன். *P.R.O. (Public Relation Officer)*வை போய்ப் பார்த்தேன். அவர் சில விடயங்கள் கேட்டுவிட்டு உதவி பதிவாளரைப் பார்க்கும்படி கூறினார். அவரைப் போய்ப் பார்த்தேன். நல்ல மனிதர் அவர். படித்தவர்கள் பண்பானவர்கள்தான் என்பதை அவரைப் பார்த்ததும் உணர்ந்தேன். சில விடயங்கள் கேட்டறிந்தார். போலீசில் இருந்து கடிதம் வாங்க முடியாத சூழ்நிலையை அவரிடம் கூறினேன். படிப்பின் மேல் உள்ள என் ஆர்வத்தை புரிந்துகொண்ட அவர் அட்மிஷன் வழங்கும்படி தொலைபேசியிலேயே கூறியதுடன், அவருக்கு அடுத்தபடியாக இருந்த அதிகாரியைப் பார்க்கும்படி கேட்டுக்கொண்டார். அவரிடம் சென்றேன். எனக்கு அனுமதியளிக்கப்பட்டது. ஆனால் காவல் நிலையத்திலிருந்து ஒரு கடிதம் பின்பு வாங்கிக் கொடுக்க வேண்டும் என்று அட்மிஷன் வழங்கிய அதிகாரி கேட்டுக்கொண்டார். எனக்கு அட்மிஷன் கிடைத்தாலும் நான் நுழைவுத் தேர்வில் வெற்றி பெற்றால்தான் மேற்கொண்டு படிக்க முடியும்.

நுழைவுத் தேர்வு எழுதுவதற்கான அடிப்படைப் பாடப் புத்தகங்கள் வழங்கப்பட்டன. முடிந்தவரை படித்தேன். வேளச்சேரியில் உள்ள குருநானக் கல்லூரியில் நுழைவுத் தேர்வு எழுதினேன். தேர்ச்சியும் பெற்றேன். பல்கலைக்கழகத்திலிருந்து கடிதம் வந்தது. படிப்புக்குத் தேவையான பணம் கட்டினேன். பாடப் புத்தகங்களை நானாகப் பல்கலைக்கழகம் சென்று வாங்கிக்கொண்டேன்.

சென்னைப் பல்கலைக்கழகத்தில் சேர்ந்து முதல் நாள் வகுப்புக்கு அடையாறில் உள்ள புனித பெட்ரீசியன் கல்லூரிக்குச் சென்றேன். காலதாமதமாகச் சென்றதால் ஆங்கில வகுப்புக்குச் செல்ல முடியவில்லை. மனித உரிமைகள் பாடம் படித்தேன். திரும்பி பணிக்குச் செல்ல மாலை 5 மணியாகிவிட்டது. தாமதமாகப் பணிக்கு வர அனுமதி கொடுத்தமையினால் பணி முடிந்து வீடு வரும்போது இரவு மூன்று மணியாகிவிட்டது.

முதலில் பச்சையப்பன் கல்லூரியில் வகுப்புகள் நடத்துவதற்காக ஒதுக்கப்பட்டிருந்தது. மிகவும் சந்தோஷப்பட்டுக் கொண்டேன். நானும் பச்சையப்பன் கல்லூரி வளாகத்திற்குள் காலடி பதித்துவிடுவேன் என்று நினைத்திருந்தேன். ஏனென்றால் பாடலாசிரியர் வைரமுத்து அங்குதானே படித்தாராம்.

ஆனால் என் கனவு நனவாகவில்லை. ஏதோ காரணத்தால் கடைசி நேரத்தில் பெட்ரீசியன் கல்லூரிக்கு வகுப்புகள் மாற்றப்பட்டது. முதலாம் ஆண்டு பரீட்சை அடையாறு வேளாங்கண்ணி கல்லூரியில் எழுதினேன். மொத்தம் ஐந்து பாடங்களில் நான்கு பாடங்களில் தேர்ச்சி பெற்றேன். ஆங்கிலப் பாடத்தில் வெறும் மூன்று மார்க்குகள் மட்டுமே பெற்றேன். ஆங்கிலப் பரீட்சை நடந்துகொண்டிருக்கும்போது பாதியிலேயே எழுந்தேன், அப்போது பக்கத்திலிருந்த அன்பர், இருங்கள். நான் உங்களுக்கு உதவுகிறேன் என்றார். எனக்கு ஆங்கிலம் தெரியாமல் அதில் தேர்ச்சிபெறுவதில் விருப்பமில்லை என்று கூறினேன். எப்பொழுது நான் தெரிந்துகொள்கிறேனோ அன்று தேர்ச்சி பெற்றுக்கொள்கிறேன் என்று கூறிவிட்டு வெளியேறினேன். மறுபடியும் எழுதும்போது பதின்மூன்று மார்க்குகள் பெற்றேன். அத்துடன் நிறுத்திவிட்டேன். இரண்டாம் ஆண்டுக்கான வகுப்புகள் கந்தசாமி கல்லூரியில் நடைபெற்றது. நான் சரியாக வகுப்புகளுக்குச் செல்லவில்லை. இரண்டாமாண்டு பரீட்சை புதுக் கல்லூரியில் எழுதினேன். ஐந்து பாடங்களில் இரண்டு பாடங்களில் மட்டுமே தேர்ச்சி பெற்றேன்.

முதலாமாண்டு நடத்தப்பட்ட வகுப்புகள் பதற்றத்திலும் பரபரப்பிலும் போய்விட்டன. இரண்டாமாண்டு நடத்தப் பட்ட வகுப்புகளுக்கு நான் சரியாகப் செல்லவில்லை. மூன்றாமாண்டு தெளிவாகிவிட்டேன். ஒருநாள் வகுப்பறையில் உட்கார்ந்திருந்தேன். எங்களுக்குப் பாடம் நடத்தும் வாத்தியார் வரவில்லை என்பதனால் வேறு பிரிவின் ஆசிரியர் ஒருவர் வந்தார். அவர் இளம் பெண். மாணவர்கள் யாரும் அவருக்கு அடங்காமல் போய்விடக் கூடாது என்பதில் கவனமாக இருந்தார். ஆரம்பத்தில் கொஞ்சம் மிரட்டுகிற மாதிரி பேசினார். பின்பு சுவாரஸ்யமாகப் பேசினார். வகுப்பும் நன்றாகவே எடுத்தார். எல்லா மாணவர்களிடமும் எங்கிருக்கிறீர்கள், என்ன பெயர்? என்ன செய்துகொண்டிருக்கிறீர்கள்? என்று விசாரித்தார். ஒவ்வொருவராகக் கேட்டுக்கொண்டிருந்தார். ஆனால் கடைசிப் பெஞ்சில் உட்கார்ந்து இருந்த என்னிடம் எதுவும் கேட்கவில்லை. கடைசி பெஞ்சில் அழுக்கான ஜிப்பா, சீவாத தலை, மூக்குக் கண்ணாடி போட்டிருந்ததும், அதற்கு மேலான பார்வை அவரை ஏதோ ஒரு வகையில் தொந்தரவு செய்திருக்க வேண்டும். அதனால் அவர் என் பக்கம் வரவேயில்லை. அதுமட்டுமல்லாமல் அவர் பாடம் நடத்தும்போது எல்லோரும் குறிப்பெடுத்து எழுதிக்கொண்டிருந்தார்கள். நான் பேனாவைக் கையில் எடுக்கவேயில்லை. ஆனால் பாடத்தைக் கவனித்துக் கொண்டிருந்தேன். குறிப்பு எடுத்தால் கண்டிப்பாக நான் வீட்டில்

போய்ப் படிக்கப் போவதில்லை என்பது எனக்குத் தெரியும். அதனால் பேனாவையும் பேப்பரையும் வீணாக்குவானேன்? அதனால் முழுமையாகப் பாடத்தைக் கவனித்தேன். அந்த ஆசிரியரின் முகம் இன்றும் நன்றாக ஞாபகமிருக்கிறது.

மற்றொரு நாள் ஒரு ஆசிரியர் வந்தார். அவர் அணிந்திருந்த அழுக்கு வெள்ளை வேட்டியும் அவர் காலில் கிடந்த ரப்பர் செருப்பையும் அவர் எடுத்துவந்த பையையும் பார்த்தால் யாரும் அவரை வாத்தியார் என்று கூறமாட்டார்கள். அருமையாக வகுப்பெடுத்தார். அத்துடன் மனித வாழ்க்கைக்குத் தேவையான பொதுவான விடயங்களும் பேசினார். அவருக்கு ஒதுக்கப்பட்ட நேரத்தில் ஒவ்வொரு நிமிடத்தையும் அருமையாகப் பயன் படுத்தினார். எங்களையும் பயனடைய வைத்தார்.

வேலை செய்துகொண்டு சென்னைப் பல்கலைக்கழகத்தில் B.A மூன்றாமாண்டு படித்துக்கொண்டிருக்கிறேன். 17.7.2004 மாலை மூன்று மணிக்குச் சென்றுவிட்டுப் பணி முடியும்போது இரவு ஒரு மணியாகிவிட்டது. இரவு இரண்டு மணிக்குப் படுத்து உறங்கி காலை 6 மணிக்கு அலாரம் வைத்து 8.30 மணிக்கு வீட்டிலிருந்து மிதிவண்டியில் புறப்பட்டு எழும்பூர் ரயில் நிலையத்தில் மிதி வண்டியை நிறுத்திவிட்டு 28ஆம் இலக்கப் பேருந்து நிற்கும் இடத்திற்கு வந்தேன். மூன்று பேருந்துகள் நின்றன. முதலில் நின்ற பேருந்தில் யாருமில்லை. கடைசியிலிருந்த பேருந்தில் பத்து பேருக்கு மேல் அமர்ந்திருந்தார்கள். இந்தப் பேருந்துதான் முதலில் புறப்படும் என்று எண்ணி அந்தப் பேருந்தில் ஏறி அமர்ந்தேன். சும்மா உட்கார்ந்து இருப்பதற்கு ஏதாவது படிக்கலாம் என்று நினைத்துப் படித்துக் கொண்டிருந்தேன். ஏதேச்சையாக நிமிர்ந்து பார்த்தேன். கண்ணுக்கு எட்டிய தூரத்தில் முதலில் நின்ற பேருந்து போய்க்கொண்டிருந்தது. அடடா பேருந்தைத் தவற விட்டு விட்டேனே என்று வருத்தப்பட்டேன். காலை 9மணிக்கு வகுப்புகள் ஆரம்பிப்பதால் இங்கேயே தாமதமாகிக் கொண்டிருக்கிறதே என்று எண்ணினேன். பின் பேருந்தில் உட்கார மனமில்லாமல் கீழ் இறங்கி நின்றேன். எது முதலில் செல்கிறதோ அதில் செல்லலாம் என்று. சிறிது நேரத்தில் ஒரு பேருந்து புறப்பட்டது. அதில் ஏறி அமரும்போது மணி 9 ஆகிவிட்டது. பிரதான தெரு பழுது பார்க்கப்படுவதால் தியாகராய கல்லூரிக்குச் சில நிறுத்தங்கள் முன்னாடியே பேருந்து நின்றுவிட்டது. அங்கிருந்து மூன்று சக்கர வாகனத்தில் ஏறி 9.45க்கு கல்லூரியை அடைந்தேன். 9.55க்கு வகுப்புக்குள் நுழைந்தேன். வாத்தியாருக்கே தகுதியில்லாத ஒருவர் வாத்தியார் என்ற போர்வையில் வகுப்பறைக்குள் பாடத்திற்குத் தொடர்பில்லாமல் வீணாகக் கதை பேசி, நேரத்தை வீணாக்கியது எனக்கு வேதனையாக இருந்தது. இவர்கள்

திருந்துவார்களா? அவர் பேசிக்கொண்டிருக்கும்போது என் நோட்டுப் புத்தகத்தில் எழுதியது. தொடர்ந்து அங்கிருக்கப் பிடிக்காமல் அவர் பேசிக்கொண்டிருக்கும்போதே வெளியே வந்துவிட்டேன்.

    பகல் பொழுது
    பரபரப்பாகச் சென்றாலும்
    விழித்திருக்கும் இரவுக்காக
    வேலை காத்துக் கொண்டிருக்கிறது

அன்று எனக்கு விடுமுறை. இரவுப் பணி. மறுநாள் காலை 9 மணிக்கு லயோலா கல்லூரி சென்றேன். மிகவும் சந்தோசமாக இருந்தது. மூன்றாமாண்டுக்கான பரீட்சை மையம் அங்குதான் ஒதுக்கப்பட்டிருந்தது. பரீட்சை எழுதுவதைத் தவிர வேறு எந்தக் காரணத்திற்காகவும் நான் இந்தக் கல்லூரியில் கால் வைக்க முடியுமா? என்று தெரியவில்லை.

அவர்களிடம் ஹால் டிக்கெட் வாங்கினேன். எனக்கு இன்று பரீட்சை இல்லை. ஹால் டிக்கெட் வாங்கியவுடன் வீட்டுக்குத் திரும்பி இருக்கலாம். ஆனால் மதியம் வரை கல்லூரியிலேயே இருந்தேன். ஹால் டிக்கெட்டையும் அரை மணி நேரத்தில் வாங்கிவிட்டேன். வேறு வேலை அங்கு இல்லை. ஆனாலும் மதியம் வரை என்ன செய்தேன்? அந்தக் கல்லூரி முழுவதும் ஒவ்வொரு பிரிவாக ஆசை தீரச் சுற்றிச் சுற்றி வந்தேன். மறுபடி மறுபடி ஆசை தீரச் சுற்றி வந்தேன்.

தவறிய பாடங்கள் நான்கும் மூன்றாமாண்டுக்கான பாடங்கள் ஐந்தும் சேர்த்து ஒன்பது பாடங்களின் பரீட்சையை லயோலா கல்லூரியில் எழுதினேன். முதலாம் ஆண்டுக்கான ஆங்கிலத் தாளை மூன்றாம் தடவை எழுதினேன். ஆங்கிலம் அலுவலக மொழி, அவசியமான ஒன்று. அதிலும் பல மொழிகள் தெரிந்திருப்பது இன்னும் சிறப்பே. ஆனால் எனக்கு தாய் மொழி தான் எல்லாவற்றிற்கும் தகுதியானது என்பதாலோ என்னவோ, ஆங்கிலப் பாடத்தில் கடைசிவரை தேர்ச்சி பெறவில்லை.

$27.1.04$ காலை 6.30 மணிக்கு செல்பேசியில் அலாரம் கத்திக்கொண்டிருந்தது. மெதுவாகக் கண் விழித்துப் பார்த்தேன். அலாரத்தை வேகமாக நிறுத்தினேன். மறுபடியும் காலைத் தூக்கம் என்னைக் கட்டிப் போட்டது. அயர்ந்து தூங்கிக் கொண்டிருந்தேன். தில்சன் செல்பேசியில் பேசிக் கொண்டிருப்பது கேட்டு மெதுவாகக் கண்விழித்துப் பார்த்தேன். தில்சன் அவருடைய அம்மாவிடம் பேசிக்கொண்டிருக்கிறார் என்பது எனக்குப் புரிந்தது.

தூக்கத்திலிருந்து வேகமாக எழுந்தேன். அறைக்குள் பத்து தடவை சுற்றிச் சுற்றி வந்தேன். ஆனாலும் என் கவனம் எல்லாம் தில்சன் பேசுவதையே நோக்கியிருந்தது. கண்ணாடி பார்த்துத் தலை சீவினேன். பால்கனிக்குச் சென்று வெளி உலகத்தை வேடிக்கை பார்த்தேன். அப்போதும் அவர் பேசிக்கொண்டிருந்தார். கிட்டத்தட்ட பதினைந்து நிமிடங்கள் இருக்கும். எப்பவும் நான் காலை எழுந்ததும் தேநீர்க் கடையில் உட்கார்வது வழக்கம். ஆனால் பதினைந்து நிமிடங்கள் ஆகியும் நான் தேநீர் குடிக்கப் போகவில்லை. மேல் சட்டை போட்ட பின்பு காலணி அணிந்துகொண்டு தேநீர்க் கடைக்குச் செல்வேன். இன்று மேல்சட்டை போடாமலே செருப்பை மாட்டினேன். பின்பு அதைக் கழட்டிவிட்டு மேல் சட்டை போட்டேன். நான் என்னதான் பண்ணினாலும் நண்பர் பேசிக் கொண்டிருப்பதைக் கேட்டுக்கொண்டு இருந்தேன். என் ஏக்கம், தவிப்பு யாருக்குப் புரியப் போகிறது? அவர் பேசிக்கொண்டே என்னைப் பார்க்கும்போது என்னைக் கூப்பிட மாட்டாரா? என்று என் மனது படபடக்கும். அவர் அசையும்போது வேகமாகத் திரும்பி அவரைப் பார்ப்பேன். என்னைக் கூப்பிடுகிறாரா என்று. நான் மேல்சட்டை மாட்டிக் காலணியை அணிய மனமில்லாமல் ஒரு காலில்

மட்டும் காலணியை மெதுவாக மாட்டினேன். தில்சன் செல்பேசியை என்னிடம் நீட்டி "இந்தா அம்மா பேசுகிறார்" என்றார். வேகமாக மனசும் அதைவிட வேகமாக என் கையும் நீள்கிறது. ஆனாலும் கட்டுப்படுத்திக்கொண்டு சாதாரணமாக வாங்கினேன்.

ஒரு தாயின் குரல் தேனாக, அமிர்தமாகக் காதுகளின் வழியாக என்னை முழுவதும் ஆக்கிரமித்தது. அவர் கேட்ட முதல் வார்த்தை "நல்லா இருக்கிறியாப்பா?" அவ்வளவு சக்தி படைத்த அந்த வார்த்தையைக் கேட்பதற்காகத்தானே ஏங்கினேன். மாதம் ஒருமுறை அவர்களுடன் பேசினாலும் ஒவ்வொரு முறையும் இதுபோல் என்னுள் உணர்ந்திருக்கிறேன். அவர்கள் என்னைப் பெற்ற தாயுமில்லை. வளர்த்த தாயுமில்லை. ஏதோ ஒரு உணர்வில் உந்தப்பட்டு என்மேல் அன்பும் கருணையும் பாசமும் கொண்ட தாயாய். என் அம்மாவுக்கு அடுத்தபடியாக என் நெஞ்சத்தில் நிலைத்து நிற்கும் நடமாடும் தெய்வம். தாயின் தெய்வீகத் தன்மைகளை அவரின் மூலம்தான் நான் உணர்ந்தேன்.

24.09.03 சித்தப்பாவின் (தொட்டப்பா) மகன் ஸ்டீபனுக்கு (ஜெனி) உச்சப்பட்டி முகாமில் கல்யாணம் நடந்தது. அதற்கு சில மாதங்கள் முன்பு கணேசன் உச்சப்பட்டி முகாமிலிருந்து சென்னை வந்திருந்தார். சென்னைக்கு வந்து ஒருவாரம் கழித்துதான் என்னை அவரால் பார்க்க முடிந்தது. அப்போதுதான் லண்டனில் இருந்த சண்முகநேசனோடு விட்டுப்போன உறவு மறுபடியும் ஆரம்பித்தது. கணேசன், சுவிஸ்சர்லாந்திலிருந்த உன்னுடைய அண்ணன் முகாமிற்கு வந்திருக்கிறார். அப்போது நான் முகாமில் இல்லை. உன்னைத் தேடினார்களாம். நீ கிடைக்கவில்லை. அதனால் இந்தியா வந்து ஒருவாரத்தில் அவர் சுவிஸ்சர்லாந்து போய்விட்டார். ஊருக்கு (இலங்கை) சென்று, பின்புதான் இங்கு வந்தாராம். உன்னுடைய அம்மா உடம்பு முடியலையாம் என்றதுடன் ஸ்டீபன் அண்ணனுக்கு நடந்த கல்யாணம் பற்றிய செய்தியையும் கூறினார்; மதுரையில் உச்சப்பட்டி முகாமில் உள்ள மற்றுமொரு அண்ணனுடைய போன் நம்பரும் கொடுத்தார். எல்லா வகையிலும் உறவையும் தொடர்பையும் ஏற்படுத்திவிட்டு கணேசன் இலங்கை சென்றுவிட்டார். வெளிநாட்டில் உள்ள அன்பு அண்ணனை நான் பார்த்துக் கிட்டத்தட்ட 20 வருடங்களுக்குமேல் இருக்கும். தமிழ்நாட்டுக்கு வந்தும் அவரைப் பார்க்கவில்லை என்பது எனக்கு வருத்தமில்லை. ஆனால் அம்மாவுக்கு உடம்பு சரியில்லை என்ற செய்தியை அவர் கொண்டு வந்தது என்னைக் கொஞ்சம் யோசிக்க வைத்தது. அம்மாவைக் கடைசிவரையும் பார்க்காமல் போய்விடுவேனோ

என்று சிந்திக்கத் தோன்றியது. என் கல் நெஞ்சம் கொஞ்சம் கொஞ்சமாகக் கரைய ஆரம்பித்தது. வெளிநாட்டிலிருந்து சண்முகநேசன் போன் பண்ணிக் கேட்டார். நீங்கள் அம்மாவைப் போய்ப் பார்ப்பதற்காக நான் காசு தருகிறேன். ஊருக்குப் போங்கள் என்றார். பழைய அறையில் இருந்த எனதருமை நண்பர் ஒருவர் வெளிநாட்டிலிருந்து விடுமுறையில் வந்தவர், உங்களுக்கு ஊருக்குப்போக நான் உதவுகிறேன் என்றார். எல்லோரிடத்திலும் பிடிவாதமாகக் கூறினேன். என்னால் உழைத்து ஊருக்குச் சென்று அம்மாவைப் பார்க்க முடியவில்லையானால் முடியாமல் போகட்டும். உங்களிடம் உதவிபெற்று நான் ஊருக்குச் சென்று அம்மாவைப் பார்ப்பதை விட அம்மாவைப் பார்க்காமல் இருப்பதில் சந்தோஷப்படுவேன். உங்கள் உதவியை உதாசீனப் படுத்துவதாக, அலட்சியப்படுத்துவதாகக் கருத வேண்டாம். நண்பர்கள் உதவியில்லாமல் நானில்லை. ஆனாலும் மேலும் மேலும் உங்களைத் தொந்தரவு செய்வதில் எனக்குக் கடுகளவேனும் சந்தோஷமில்லை என்றேன்.

23.12.03 அன்று மதியம் 2 மணிக்குப் பணிக்குச் சென்றிருந்தேன். மாலை ஐந்து மணியளவில் தில்சன் போன் பண்ணி உனக்கு ஊரிலிருந்து கடிதம் வந்திருக்கிறது என்றார். அந்த வார்த்தையைக் கேட்டதும் என் இதயத் துடிப்பு அதிகரித்தது. பேராவல் ஏற்பட்டது. என்னையே ஒரு கணம் மறந்துவிட்டேன். கடிதத்தில் என்ன எழுதியிருப்பார்கள்? என்ற யோசனை மனதில் ஓடியது. ஏன் என்றால் பல வருடங்களுக்குப்பின் என் அம்மாவுக்குக் கடிதம் எழுதியிருந்தேன். இப்போது வந்திருப்பது பதில் கடிதம் என்பதால் என் பேராவலைக் கட்டுப்படுத்த முடியவில்லை. பல வருடங்கள் பொறுமையாகக் கடிதம் போடாமல் இருந்த என்னால் சிலமணி நேரம் பொறுக்க முடியவில்லை. சில விடயங்களில் என்னையே என்னால் புரிந்துகொள்ள முடிவதில்லை. பெரிய விடயங்கள் எல்லாம் சாதாரணமாக என் பார்வையில் தெரிகின்றன. சிற்சில எளிய விடயங்கள் தான் என் பார்வையில் பெரிய விடயங்களாகத் தெரிகின்றன. தொடர்புகொள்ள முடியாத சூழ்நிலையில் நான் வாழ்ந்திருந்தால் பரவாயில்லை. தொடர்புகொள்ள (கடிதம் போட) முடிந்தும் என் தாய் மற்றும் உறவுகளுடன் தொடர்பினைத் துண்டித்துக்கொண்டு இவ்வளவு ஆண்டுகள் ஏன் வாழ்ந்தேன்; எனக்குப் புரியவில்லை.

ஆவல் அதிகரித்ததன் காரணமாக தில்சனையே கடிதத்தைப் பிரித்துத் தொலைபேசி மூலமாக வாசிக்கச் சொல்லிக் கேட்டேன். அதற்கு சம்மதித்துக் கடிதத்தை தொலைபேசி மூலமாகப் படித்துக் காண்பித்தார். அதன் பின்பே என் ஆவல் சற்று குறைந்தது.

பின்பு பணி முடித்து இரவு ஒரு மணிக்கு என் அறைக்குத் திரும்பியதும் கடிதத்தைப் பல தடவை படித்தேன்.

என்றும் அன்பின் குட்டிச் சித்தப்பா அறிவது. நான் மற்றும் எல்லோரும் நலம். நீங்களும் நலமுடனும் வளமுடனும் வாழ இறையருள் வேண்டுகிறேன்.

மேலும் சித்தப்பா இவ்வளவு நாளும் உங்களுக்குக் கடிதம் போடவில்லை. குறை நினைக்க வேண்டாம். இதற்கு பல காரணங்கள் உண்டு. என்னை மன்னித்து விடுங்கள். I am very sorry, நான் இப்போது A/L 2005இல் படித்துக்கொண்டிருக்கிறேன். ஆகவே எனக்குக் கடிதம் போடவே நேரமில்லை. அதுவும் நான் Hostelஇல் இருப்பதால் வீட்டு நிலைமைகள் தெரிவதில்லை. இருந்தும் இன்று உங்கள் கடிதத்தைக் கண்டவுடன் ஏதோ ஒரு சந்தோசமும், மகிழ்ச்சியும். அதனால் உடனே கடிதம் எழுதுகின்றேன். சித்தப்பா உங்களை முற்றிலும் எனக்குத் தெரியாது. யாரோ ஒருவருக்குக் கடிதம் எழுதுவதுபோல் இருக்கிறது. மிகவும் வருத்தமாக இருக்கிறது. எப்போதுதான் எல்லோரும் ஒன்றாவோம் என்பதே தெரியவில்லை. அம்மாவுக்கு வயது போய்விட்டது. அவ்வளவு நல்ல சுகமாக இல்லை. கண்ணும் தெரியாது. காது நல்லாக் கேட்காது. ஒரே மருந்துதான். கண் ஆப்பரேசன் செய்யவில்லை. தவச்சித்தப்பா குடும்பம் நல்ல சுகமாக வந்து சேர்ந்துவிட்டார்கள். அவர்களிடம் எல்லா விடயங்களையும் அறிந்துகொண்டோம். நீங்கள் கவலைப்பட வேண்டாம். நல்ல முறையில் உங்கள் கல்வியைக் கற்று முடித்தபின் இங்கு வாருங்கள். இங்கு எல்லோரும் நலமாக இருக்கிறார்கள். எல்லாச் சித்தாப்பாமாரையும் பார்த்துவிட்டேன். ஆனால் உங்களை மட்டுமே நான் இன்னும் பார்க்கவில்லை. எத்தனை வருடங்கள் உருண்டோடி விட்டன. ஆனாலும் எம் உறவுகளே இன்றும் ஒன்று சேரவில்லை. எல்லாம் இறை விருப்பம். டொனிச் சித்தப்பாவிற்கு கடிதம் போட்டேன். பதில் போடவில்லை. நேரமில்லையோ தெரியவில்லை. போன் எடுத்தால் எனக்குக் கொடுத்துவிட்ட பொருட்களுக்கு ரொம்ப தேங்க்ஸ் என்று சொல்லவும். வேறு என்ன எழுதுவதென்றே எனக்குத் தெரியவில்லை. நாட்டு நிலைமைகளை பத்திரிகையில் படித்திருப்பீர்கள். உங்களுக்காக என் செபத்தில் இறைவனை வேண்டுகிறேன். நடப்பவை எல்லாம் நல்லபடியாக நடக்கும். எல்லாம் விசித்திரமான வாழ்க்கைதான். இத்துடன் நிறைவு செய்கின்றேன். தொடர்ந்து கடிதம் போடுங்கள். நன்றி.

இப்படிக்கு மகள்,
S.A. Diana

எங்கள் குடும்பத்தின் மூத்த அண்ணனின் மனைவி, முதல் பெண் குழந்தை பெற்ற ஆறு மாதங்களில் விஷப்பாம்பு கடித்து இறந்துவிட்டார். அன்று முதல் அப்பெண் குழந்தை என் அம்மாவுக்குப் பெறாத பதின்மூன்றாவது குழந்தையாக வாழ்கிறது. நான் கடைசியாகப் பார்க்கும்போது அக் குழந்தைக்கு இரண்டு அல்லது மூன்று வயது இருக்கலாம் என்று நினைக்கிறேன். அக்குழந்தை குமரியாகி குட்டிச் சித்தப்பா என்று எழுதிய கடிதம் என் காதுகளில் ஓயாது குட்டிச் சித்தப்பா... குட்டிச்சித்தப்பா... என்று ஒலித்துக்கொண்டேயிருக்கிறது. செல் வெடித்துச் சிதறியது போன்று எங்கள் குடும்பம் முழுவதும் சிதறிக் கிடக்கும் சூழ்நிலையில் எங்கள் குடும்பத்தின் மத்தியில், ஒரு புது அவதாரம் புரியாத வயதிலிருந்து இன்றும் வாழ்ந்துகொண்டிருக்கிறது. குட்டிச் சித்தப்பா என்ற சொல் என் கல் நெஞ்சையும் கரைய வைத்து விட்டதோ என்று தோன்றுகிறது. ஒவ்வொரு உயிரின் ஏக்கம் ஒவ்வொரு உயிரும் அறியாதது. ஆனால் பல வருடங்கள் என் தாயைப் பிரிந்து வாழ்ந்த எனக்குத் தெரிகிறது. ஒரு தாயில்லாக் குழந்தையின் ஏக்கங்கள் அதன் இதயத் துடிப்பு ஒவ்வொன்றும் என் உணர்வுகளைத் தொட்டுப் பார்க்கிறது. பழைய உறவு புதுப்பிக்கப்பட்டதன் காரணமாகப் புதுப்பிக்கப்பட்ட உறவை நிலைநாட்டவும் மேலும் வலுப்படுத்தவும் என் மனசு ஆவலாக இருக்கிறது. ஆனாலும் சில விடயங்கள் என்னைத் தடுக்கின்றன.

குட்டிச் சித்தப்பா என்று குட்டி ஒன்று கொஞ்சலாகக் கூப்பிடுகிறது. ஆனால் என் குற்ற உணர்வுகள் குறுகுறுக்கின்றன. மாமா, அண்ணன் என்று எத்தனையோ உறவுகள், உறவில்லாதவர்கள் கூப்பிடக் கேட்டிருக்கிறேன். ஆனால் முதல் முதலாகப் பருவ மங்கை பதினாறு வருடங்கள் கழித்துக் குட்டிச் சித்தப்பா என்று எழுதியிருப்பது என் நாடி நரம்புகள் எல்லாம் சுண்டி இழுக்கிறது.

பெற்ற தாயைப் பல வருடங்கள் தவிக்க விட்ட பாவம் என்னைத் தண்டிக்கிறது. அதன் உறுத்தலைத் தற்போதுதான் உணர்கிறேன். பல வருடங்கள் கழித்து நான் எழுதிய கடிதத்தை வீட்டுக்கு வருபவர்களிடம் எல்லாம் கொடுத்து படிக்கச் சொல்லி சந்தோஷப்படும் தாய்க்கு இவ்வளவு நாளும் இந்த சந்தோஷத்தைக்கூட கொடுக்காததற்காக வருத்தப்படுகிறேன். என் தாயின் உணர்வுகளைப் புண்படுத்தியதற்காக என்ன பரிகாரம் செய்யப் போகிறேன் என்று தெரியவில்லை. கடைசி காலங்களில் கூட சென்று பார்க்க முடியாமைக்காகத் தவிக்கிறேன். காலத்தின் திருவிளையாட்டில் எத்தனை உள்ளங்கள், உணர்வுகள் புண்படுகின்றன. காயப்படுகின்றன. அந்த ஓர் அறிவின் (ஆறாவது அறிவு) ஆதிக்கம் மனித சாதியை ஆட்டிப் படைக்கிறது.

அவ்வையார் 'அரிது அரிது மானிடராய்ப் பிறத்தல் அரிது' என்று பாடி விட்டுப் போய்விட்டார். எனக்குப் பாடத் தோன்றுகிறது.

வெட்கம் வெட்கம்
மனிதனாய்ப் பிறப்பது வெட்கம்
கஷ்டம் கஷ்டம்
காசின்றிப் பிழைப்பது கஷ்டம்
துன்பம் துன்பம்
துணையின்றி வாழ்வது துன்பம்
அச்சம் அச்சம்
அனாதையாக வாழ்வது அச்சம்
மிச்சம் மிச்சம்
கானல் நீர்தான் மிச்சம்

இன்று கிறிஸ்துமஸ். கிறிஸ்தவர்கள் எல்லாம் கிறிஸ்துமஸ் கொண்டாட நான் மட்டும் தனிமையில். ஒவ்வொரு திருவிழாவையும் பெரும்பாலும் நான் தனிமையிலேயே கொண்டாடுகிறேன், பல வருடங்களாக. அதனால்தான் எந்தத் திருவிழாவும் எனக்குப் பிடிக்காமல் போய்விட்டதோ?

ஒரு தடவை ஓட்டலில் ஹாலொன்றில் எனக்குப் பணி ஒதுக்கப்பட்டிருந்தது. பார்ட்டி ஆரம்பமானது. எல்லோரும் சாப்பிட்டுக்கொண்டிருந்தார்கள். அப்போது அந்தக் கூட்டத்திற்குள் ஒரு பெண்மணியைக் கண்டேன். அவர் நெற்றிக்கு மேல் நான்கு தலைமுடிகள் நரைத்திருந்தன. கிட்டத்தட்ட 50 வயது இருக்கலாம். முதல் தடவை அந்தப் பெண்மணியைப் பார்க்கும்போது ஏதோ ஓர் உள்ளுணர்வு. இதுபோன்று எனக்கு ஒரு அம்மா இருக்கக் கூடாதா என்ற எண்ணம். மறுபடியும் மறுபடியும் என்னை அறியாமல் அந்தப் பெண்மணியைத் தூரத்திலிருந்து கவனித்தேன். நான் பார்ப்பதை இரண்டு மூன்று தடவை கவனித்த அந்தப் பெண்மணி நான்காவது தடவை நான் பார்க்கும்போது அவர் மார்புச் சேலையை இழுத்துவிட்டார். எனக்கு என் கன்னத்தில் யாரோ கையால் ஓங்கி அடித்த மாதிரி இருந்தது. இன்றும் இந்தக் காட்சி என் இதயக் கூட்டில் இடிபட்டுக் கொண்டிருக்கிறது.

ஒரு தடவை அண்ணாசாலையில் ராஜாவைப் பார்ப்பதற்காகச் சென்றிருந்தேன். அவர் வரத் தாமதம் ஆனதால் தெரு ஓரத்தில் அமர்ந்திருந்தேன். அப்போது வயது முதிர்ந்த கன்னியாஸ்திரி ஒருவர் வருவதைக் கண்டேன். தாயே நானும் உன் பிள்ளை. என்னை உங்கள் வளர்ப்புப் பிள்ளையாக நினைத்து எனக்கு வழிகாட்டுங்கள். எனக்குத் தாய் என்று சொல்லிக்கொள்ள இங்கு யாருமில்லை. உங்கள் அறிவுரைக்கும் வழிகாட்டுதலுக்கும் கட்டுப்பட நான் தயாராக இருக்கிறேன் என்று அவர் காலில்

விழுந்து அழ வேண்டும்போல் இருந்தது. நான் இவ்வாறு நினைத்துக் கொண்டிருக்கும்போதே அவர் என்னைக் கடந்து சென்றுகொண்டிருந்தார்.

உலகில் அதிகபட்ச சந்தோஷம்
மனிதனாகப் பிறப்பது.
உலகில் அதிகபட்ச துன்பம் அதுவும்
மனிதனாகப் பிறப்பது தான்.

இன்று ஒரு பட்டதாரியாக என் அம்மா முன் நான் போய் நின்றாலும் அவரால் என்னைப் பார்க்க முடியாதாம். அவருக்குக் கண் சரியாகத் தெரியாதாம்.

அவர் காலைப் பிடித்து 'அம்மா நான் உன் கடைசிப்பிள்ளை வந்திருக்கிறேன். உன்னைப் புறக்கணித்ததற்காக, மறந்ததற்காக என்னை மன்னித்து விடு' என்று கத்தி அழுதாலும் அவரால் அதை உணர முடியாதாம். அவருக்குக் காதும் சரியாகக் கேட்காதாம். மூன்றாவது கால் உதவியுடன் நடந்து திரிந்தாலும் நாலு பேர் தூக்கிச் செல்வதற்குத் தயாராகிக் கொண்டிருக்கிறாள்.

நண்பர்களுடன் அறையில் இருக்கும்போது எனக்கு திடீரெனக் காய்ச்சல் ஏற்பட்டது.

மருத்துவமனையில் தனியாகச் சென்று மருந்துக் கடையில் மருத்துவர் எழுதிக் கொடுத்த மருந்துகள், குளுக்கோஸ் பாட்டில் எல்லாம் வாங்கி நர்சிடம் கொடுத்துவிட்டுப் படுக்கையில் படுத்துக்கொண்டேன். மணி மதியம் 12 இருக்கும். கையில் குளுக்கோஸ் பாட்டில் ஏற்றிவிட்டு நர்ஸ் கேட்டார் "சாப்பிட்டாயா? மாத்திரைகள் கொடுக்க வேண்டும்" என்று. என்ன சாப்பிட முடியும். சாப்பிட முடிந்தாலும் யார் வாங்கித் தருவார்? யார் சாப்பாடு செய்து தருவார். எனது நண்பர்களுக்கு மேலும் மேலும் தொந்தரவு செய்யக் கூடாது என்பதால்தானே தனியாக ஆஸ்பத்திரியில் படுத்திருக்கிறேன். உடனிருந்து கவனித்துக்கொள்ள பெற்ற தாய் பக்கத்தில் இல்லையே என்று நினைத்துக் கொண்டேன்.

ஒருமுறை கடுமையாகக் குளிர் காய்ச்சல் இருந்தும் எனது மேலாளர் கேட்டுக்கொண்டதன் பேரில் காலை ஆஸ்பத்திரிக்குச் சென்றபின் பணிக்குச் சென்றேன். ஆனால் என்னால் முடியவில்லை. நான்கு நாட்கள் விடுமுறை எடுத்துக் கொண்டு எனது அறையிலிருந்தேன். சாப்பிட முடியவில்லை. காய்ச்சல் தொடர்ந்து இருந்ததால் சரியாக உணவு சாப்பிடாமல் மாத்திரைகளைச் சாப்பிட்டேன். வயிற்று வலி ஆரம்பித்துவிட்டது. இரண்டு நாட்கள் இப்படியே சென்றன. படுத்த படுக்கையாகி விட்டேன். நண்பர் உணவு வாங்கிக் கொடுத்தார். ஆனாலும் சாப்பிட முடியவில்லை. 18ஆம் திகதி நண்பர் பாபு எதேச்சையாகப் போன் பண்ணினார். நான் பேசுவது அவருக்கு வித்தியாசமாகப்படவே போனைத் துண்டித்துவிட்டு, அடுத்த அரை மணிநேரத்தில் என் அறைக்கு

போரின் மறுபக்கம் 171

வந்துவிட்டார். விபரங்கள் கேட்டுவிட்டு மதியம் கடையில் பார்சல் சாப்பாடு வாங்கி வந்தார். சிறிது சாப்பிட்டேன். முடிய வில்லை. ஆஸ்பத்திரிக்கு வரும்படி அழைத்தார். மதுரை செல்லப் போகிறேன் என்றேன். பாபுவுக்கு என்னைப் பற்றிச் சிறிது தெரியும். ஆதலால் நான் மதுரை போவது பற்றி யோசித்தார். மதுரையில் உன்னை நன்றாகப் பார்த்துக்கொள்வார்களா என்றார். பின்பு பணி நிமித்தமாக அவர் சென்றுவிட்டார். எப்பவும் வேலையாகவே இருக்கும் அவர், எனக்காக நேரம் ஒதுக்கி மாலை 6 மணிக்கு என் அறைக்கு வந்தார். அவர் அணிந்திருந்த ஜர்கினை எனக்கு அணிவித்து, கூடவே நான் அணிவதற்குச் சட்டையும் எடுத்துவந்திருந்தார். அதையும் கொடுத்து மதுரையில் உள்ள அண்ணனின் போன் நம்பரும் வாங்கிக்கொண்டு அவருடைய வண்டியில் கோயம்பேடு பேருந்து நிலையத்திற்குக் கூட்டிச்சென்று பஸ் ஏற்றி 500 ரூபாய் பணமும் கொடுத்து அனுப்பிவிட்டார். இரவு பன்னிரண்டு மணிக்குமேல் போன் பண்ணி விசாரித்தார். அப்போது பஸ்சில் சென்றுகொண்டிருந்தேன்.

காலையில் மதுரை சென்றடைந்தேன். டொனி அண்ணன் என்னை ஆஸ்பத்திரிக்குக் கூட்டிச் சென்றார். டாக்டரிடம் விவரம் கூறி எனக்கு இப்போது காய்ச்சல் இல்லை. ஆனால் உடம்பு மிகவும் தளர்ச்சியாக இருக்கிறது. நடக்க முடியவில்லை. இரண்டு பாட்டில் குளுக்கோஸ் ஏற்றினால் நல்லது என்று நினைக்கிறேன் என்றேன். அதற்கு அவர் சிரித்துக்கொண்டே வருத்தத்தையும் கூறி மருந்தையும் நீங்களே கூறினால் நாங்கள் எதற்கு இருக்கிறோம். சரி சார் நீங்கள் கூறியபடியே குளுக்கோஸ் ஏற்றி விடலாம். என்ன குளுக்கோஸ் ஏற்ற வேண்டும் என்றார். நான் அந்தளவுக்கு விவரம் தெரியாது சார். அதை நீங்களே முடிவு செய்துகொள்ளுங்கள் என்றேன். கட்டிலில் படுத்திருக்கிறேன். குளுக்கோஸ் ஏறிக்கொண்டிருக்கிறது. டொனி அண்ணன் கட்டில் அருகில் கதிரையில் உட்கார்ந்து இருக்கிறார். அவர் அருகிலிருந்தும் எனக்கு பயமாக இருந்தது. ஏன் என்று தெரிய வில்லை. தூக்கம் வருவதுபோல் இருந்தது. ஆனால் கண்களை மூடினால் கண்ட கண்ட சிந்தனை எல்லாம் வருகிறது. என்ன செய்வது? என்று எனக்குத் தெரியவில்லை. அந்த நேரம் பார்த்து டொனி அண்ணன் கேட்டார். ஏன் இங்கிருந்து (இந்தியா) கஷ்டப்படுகிறாய். ஊரில் உன் வருகைக்காக எல்லோரும் காத்துக்கொண்டிருக்கிறார்கள். நானும் பலதடவை கூறிவிட்டேன். ஊருக்குப் போக வேண்டியதுதானே. எப்ப ஊருக்குப் போகிறாய் என்றார். எனக்கு என்ன கூறுவது என்று தெரியவில்லை. கொஞ்சம் யோசித்துவிட்டு அடுத்த வருடம்

கடைசியில் ஊருக்குப் போகிறேன் என்றேன். பின்பு மருந்து வாங்கிக்கொண்டு வீடு வந்து சேர்ந்தோம். அத்தோடு என் உடம்பு சரியாகிவிட்டது.

மதுரையில் டொனி அண்ணன் மனைவி என்னை நன்றாகக் கவனித்துக்கொண்டார். நேரத்திற்கு நேரம் சாப்பாடு கொடுத்ததோடு என் சட்டையைக் கூட தோய்த்துக் கொடுத்தார்கள். குளிப்பதற்காக வெந்நீர் வைத்துக் கொடுத்தார்கள். மதுரையிலிருந்தபோது ஒருநாள்தான் குளித்தேன். மற்ற நாட்கள் நான் குளிக்கவில்லை என்று வருத்தப்பட்டதுடன் இன்றைக்குக் குளித்தால்தான் சாப்பாடு; இல்லை என்றால் சாப்பாடு இல்லை என்று அன்பாகக் கடிந்துகொண்டார். அவர் கருவுற்று இருந்த நிலையிலும் தரமான உணவுசெய்து கொடுத்தது எனக்கு மிகவும் மகிழ்ச்சியாக இருந்தது. அவர்கள் குடும்பம் நடத்தும் அழகை நினைத்து சந்தோஷப்பட்டேன். அவர்கள் சந்தோஷத்தில் சிறு துன்பம்கூட நிகழ்ந்துவிடக் கூடாது என்றும் நினைத்துக் கொண்டேன்.

அங்கிருந்த ஒரு வாரத்தில் உடம்பு சரியானதன்பின் எங்கள் தூரத்து உறவினர் ஒருவருடைய மகனுடன் சிவகாசி வெம்பக் கோட்டை அகதி முகாமிற்குச் சென்றேன். அங்கு எனது மதுரை முகாமின் ஆரம்ப கால நண்பர் செபஸ்டியனைச் சந்தித்தேன். மிக்க மகிழ்ச்சியாக இருந்தது. அங்கு ஒருநாள் தங்கினேன். அங்குள்ள மற்ற உறவினர்களை எல்லாம் பார்த்துப் பேசினேன். அந்தப் பயணம் மிக்க மகிழ்ச்சியாக அமைந்தது. மதுரையில் இருந்து திருச்சி புறப்பட்டேன். செந்திலைப் பார்த்தேன். எனக்கு உடம்பு முடியாத அன்று (15ஆம் தேதி) செந்திலின் அப்பா தவறி விட்டார். அதற்குப் போக முடியவில்லையே என்று மிகவும் வருத்தப்பட்டேன். அதனால் அவரையும் பார்த்துவிட்டு அவர் வீட்டில் இரவு உணவு சாப்பிட்டுவிட்டு அவர் வேண்டுகோளுக்கு இணங்க, அவர் வீட்டிற்கு அருகில் உள்ள குன்றின்மேல் உள்ள கோயிலுக்குச் சென்றேன். இரவானதும் செந்தில் பேருந்து ஏற்றிச் சென்னைக்கு வழியனுப்பி வைத்தார்.

எந்த முறையும் இல்லாததுபோல் இம்முறை மதுரை பயணம் இனிமையாக இருந்தது. டொனி அண்ணனின் மனைவி எனக்குப் பலகாரம் எல்லாம் செய்து கொடுத்துச் சென்னைக்கு வழியனுப்பிவிட்டது மிகவும் சந்தோஷமாக இருந்தது. என் இந்திய வாழ்க்கையில் முதல்முறை கிடைத்த மகிழ்ச்சியான அனுபவம் இது.

ஒரு வார்த்தை சொன்னதற்காக மூன்று நாட்கள் மதுரை மத்திய சிறைவரை சென்ற நான், கொலை செய்யவும் துணிந்த நான், கோபமும் வெறியும் வேகமும் கொண்டு சில சமயம் மிருகமாக அலைந்து திரிந்த என்னைப் பற்றிய சித்திரிப்பை எனது தினக்குறிப்பில் படியுங்கள்.

இன்று காலை 10 மணிக்குப் பணிக்குச் சென்று பணி முடித்து இரவு எட்டு மணிக்கு கேன்டீனில் சாப்பிட்டுவிட்டு என் அறைக்குத் திரும்பிக் கொண்டிருந்தேன். இன்று என் வாழ்க்கையில் மறக்க முடியாத இதுவரை அனுபவிக்காத புது அனுபவம். வேலை செய்யுமிடத்திலிருந்து குறைந்தது பத்து நிமிட நேரத்தில் என் அறையை அடைய முடியும். புயல் காரணமாக மழை மெதுவாகப் பெய்துகொண்டிருந்தது. குளிர் வேறு. மிதமான வேகத்தில் சைக்கிளில் என் அறையை நோக்கிச் சென்றுகொண்டிருந்தேன். மழை காரணமாகக் கைக்குட்டையைத் தலையில் கட்டியிருந்தேன். பிரதான சாலையைக் கடந்து பழைய ஆர்.டி.ஓ. அலுவலகம் வழியாக வந்து இடது பக்கம் சந்தில் திரும்பி மறுபடியும் வலது பக்கம் சந்தில் திரும்பி வந்துகொண்டிருந்தேன். மழை பெய்து கொண்டுதானிருந்தது. இன்னும் மூன்று அல்லது ஐந்து நிமிடத்தில் என் அறையை அடைய முடியும். தெருவின் இரு பக்கங்களிலும் கடையிருந்தது. தெரு ஓரத்தில் ஒருவர் மழையில் நனைந்தபடி மோட்டார் சைக்கிளில் அமர்ந்திருந்தார். மற்றொருவர் அந்த வண்டியைப் பிடித்துக்கொண்டு இருவரும் மழையில் நனைந்தபடி பேசிக்கொண்டிருந்தனர். அவர்கள் இருவரையும் கிட்டத்தட்ட மூன்றடி வித்தியாசத்தில் கடந்து செல்லும் போது வண்டியைப் பிடித்துக்கொண்டு நின்றவர் திரும்பி என் சட்டையைப் பிடித்து இழுத்தார். என் சட்டையின்

முதல் பொத்தான் அறுந்தது. என் சைக்கிள் நிலை தடுமாறி கீழே விழுந்தது. நானும் நிலைதடுமாறினேன். சினிமாவில் வரும் காட்சி போல் ஒரு சுற்றுச் சுற்றி வந்து அவர் முன் நின்றேன். நான் சற்றும் எதிர்பார்க்கவில்லை இந்தச் சூழ்நிலையை. அவர் கேட்டார் இனிமேல் ஒழுங்காக போவியாடா என்று. அவர் பேசிய வசனம் கேட்டுத்தான் அவருக்குப் போதை என்று அறிந்தேன். சாரி தெரியாமல் வந்துவிட்டேன். இனிமேல் சரியாகச் செல்கிறேன் என்றேன். நான் அவர்கள் இருவரையும் தாண்டிச் செல்லும்போது குறைந்தது மூன்றடியாவது இடைவெளி இருக்கும். அவர் என் சட்டையில் பிடித்திருந்த கையை எடுக்கவில்லை. மழை பெய்துகொண்டுதானிருக்கிறது. கடைகள் திறந்தேயிருக்கின்றன. மழைக்காகக் கடை ஓரத்தில் ஒதுங்கியவர்கள் வேடிக்கை பார்த்துக்கொண்டிருந்தவர்கள் யாரும் எதுவும் கேட்கவில்லை. மோட்டார் சைக்கிளில் இருந்தவர் கிளம்பிவிட்டார். பின்புதான் உணர்ந்தேன் அவரும் என்னைப் போல் மாட்டியவர்தான் என்று. பின்பு என் சட்டையைப் பிடித்தபடியே ஓங்கி ஒரு அடி விட்டார். என் இடதுபக்க நெற்றியில் கண்ணுக்கு மேல் அடி விழுந்தது. இதன் பிறகு அவரைத் தள்ளிவிட்டு என் சட்டையில் இருந்து அவர் கையை விடுவித்தேன். இப்போது சைக்கிள் நடு ரோட்டில் கிடக்கிறது. சைக்கிளுக்கு அந்தப்பக்கம் அவர் இந்தப்பக்கம் நான். நான் சைக்கிளை எடுக்கச் செல்லும்போது அவர், கிட்டே வந்தார். நீ எப்படி சைக்கிளை எடுக்கிறாய் என்று நான் பார்க்கிறேன் என்றார். நான் சிறிது நேரம் அப்படியே நின்றேன். மழை இப்பவும் பெய்துகொண்டுதானிருந்தது. பின்பு சைக்கிளை விட்டுவிட்டுப் போகலாம் என்று நினைத்துப் பத்தடி தூரம் நடந்திருப்பேன். தெரு ஓரத்திலிருந்து ஒரு குரல் தம்பி சைக்கிளை எடுத்துக் கொண்டு செல்லுங்கள் என்றது. திரும்பிப் பார்த்தேன். யாரோ ஒருவர் தெரு ஓரத்தில் உள்ள வீட்டில் தடியிருந்தால் கொடுங்கள். அவனை அடிக்க வேண்டும் என்று கேட்டுக் கொண்டிருந்தார். அப்போது ஒருவர் அந்தச் சூழ்நிலையிலும் மழையில் நனைந்துகொண்டு என் மூக்குக் கண்ணாடியை எடுத்துக் கொடுத்தார். பின்பு சைக்கிளை எடுத்துக்கொண்டு அறைக்குத் திரும்பினேன்.

இதில் சந்தோசமான விடயம் என்னவென்றால், அவர் அவ்வளவு தலைக்கேறிய போதையிலும் கெட்ட வார்த்தை பேசவில்லை. இன்னுமொரு விடயம் அவர் அவ்வளவு போதையிலிருக்கிறார். அவரால் நேராக நிற்கவே முடியவில்லை. அவரைத் தள்ளிவிட்டாலே கீழே விழுந்து விடுவார். அவருடன் வேறு யாரும் இல்லை. இந்தச் சூழ்நிலையிலும் நான் அவரை

அடிக்க வேண்டும் அல்லது அவரைப் பழிவாங்க வேண்டும் என்ற எண்ணமே தோன்றவில்லை. அவர் அடித்தபோதுகூட எனக்குக் கோபம் வரவில்லை. நான் நினைத்தது அவரிடமிருந்து விடுபட வேண்டும் என்றுதான். என் மனநிலை இந்தளவுக்கு மாறியதை நினைத்துச் சந்தோசப்படுகிறேன். என் நிலையை அறிவதற்கு இந்தச் சந்தர்ப்பம் ஒரு வாய்ப்பாக அமைந்தது.

இதில் வருத்தப்படும் விடயம் என்னவென்றால் சண்முக நேசன் எனக்கு அன்பளிப்பாகக் கொடுத்த சட்டையின் பொத்தான் அறுந்துவிட்டது.

மதுரையில் நான் போதையில் செய்த செயல்களை நினைத்துப் பார்க்கிறேன். சென்னையிலும் அவ்வாறே. ஆனால் இந்தளவுக்கு நான் மாறுவேன் என்று நானே நினைக்கவில்லை. இதற்குக் காரணம் தில்சன். அவருடைய வார்த்தைகள், செயல்கள் ஒவ்வொன்றும் என்னை மாற்றின. அவரைப் பார்த்துத்தான் நான் மாறினேன் என்று கூறினாலும் மிகையாகாது. எத்தனையோ நண்பர்களைப் பார்த்திருக்கிறேன். அறிவுரைகள் கூட கேட்டிருக் கிறேன். அவர் அளவுக்கு யாரும் என்னைப் பாதித்தது இல்லை. என்னை மாற்றுமளவுக்குப் பெரிய சக்தியை இயற்கை அவருக்கு மட்டுமே கொடுத்திருக்கிறது.

நண்பர் ஓம்நிவாஸ். இவருடைய புத்தகங்கள் படித்துத்தான் நான் படிப்பதற்கே கற்றுக்கொண்டேன். முன்பும் இவரைப் பற்றிக் குறிப்பிட்டிருக்கிறேன். இவர் அப்போதைய என் போட்டியாளர் என்றும் குறிப்பிட்டிருக்கிறேன். இவர் கவிதை நன்றாக எழுதுவார். இவர் கவிதை எழுதுவதைப் பார்த்துத்தான் நானும் கவிதை என்று நினைத்துக்கொண்டு எதைஎதையோ எழுத ஆரம்பித்தேன். இவர் எனக்கு எழுத்தாளரின் கடமை என்ற தலைப்பில் ஒரு கவிதை எழுதிக் கொடுத்தார். அது...

எழுத்தாளனின் கடமை

சுயத்தை எழுதுவது மட்டுமல்ல
சமூகத்தையும் எழுதும் கடமையுண்டு
எப்போதும்
உண்மை சொல்
உறுதியுடன் சொல்
ஊருக்கு நன்மைசெய்

சமூகத்தின் அழுக்கினைச் சலவை செய்
சமூகத்தின் அவலங்களைச் சாட்டை கொண்டு விரட்டு
நாளைய தேடலில் கிடைப்பதல்ல வாழ்க்கை
அது இக்கணத்தில் உள்ளது என்று சொல்

பூக்களையும் புல்வெளிகளையும்,
உன் எழுத்துகளில் பதிவு செய்

ஏனெனில் அவை
மனிதர்களிலும் மேலானவை.

எழுது நண்பனே
இன்றைய எழுத்து
நாளைய வரலாறாய் மாறலாம்
உன் படைப்புகளை
வார்த்தை அலங்காரங்களில்
சிறையிடாதே
அவை இயல்பாய் இருக்கட்டும்.

எழுது நண்பனே
உன் பேனாவின் முனை
மனித மனங்களை உழுது
பண்படுத்தட்டும்

எழுது நண்பனே
இன்றைய மனிதனின் ஓய்வின்மையை
இன்றைய மனிதனின் போலித்தனத்தை
மதங்களின் மடத்தனத்தை
அறிவாளிகளின் அறிவின்மையை

எழுது நண்பனே
உன் ஆன்மாவுக்கு எல்லையில்லை
ஆம் உன் எழுத்துக்கும்தான்!

நேசமுடன்
க. ஓம்நிவாஸ்
09.12.05 / 23.30

இவர் எழுதுவதைப் பார்த்து எனக்கும் ஏதாவது எழுத வேண்டும்போல் தோன்றியது. ஆனால் என்னிடம் அப்போது பேனாவுமில்லை. பேப்பருமில்லை என் கண்ணில் பட்டது தில்சனின் தினக்குறிப்பும் அவருடைய பேனாவும். பேனாவை யெடுத்து எதை எதையோ எழுதினேன். அதைப் பார்த்த தில்சன் முதலில் என் தினக்குறிப்பில் எழுதுவதை நிறுத்து என்று கூறி விட்டார். ஆனால் அவர் இல்லாதபோது ஏதாவது எழுத வேண்டும் என்று தோன்றும்போது அவர் தினக்குறிப்புதான் கண்ணில்படுகிறது. மறுபடியும் எழுதினேன். ஒருநாள் அவர் நான் எழுதியவை அனைத்தையும் என் கண் முன்னாலேயே கிழித்துக் குப்பையில் வீசிவிட்டார். நான் எதுவும் பேசவில்லை. அதன்பின்புதான் நான் ஒரு தினக்குறிப்பு வாங்கி எழுத ஆரம்பித்தேன்.

என் னை அறியாமலே எனக்குத் தெரியாமலே இருட்டு என்னை மூழ்கடித்தது. அதனால் அகதியாகிய நான் எப்படியிருக்கிறேன், எங்கிருக்கிறேன் என்பது எனக்கே தெரியாத சூழ்நிலை. என் உள்ளத்தின் உறுமலும் இதயத்தில் கசியும் இரத்தமும் கண்கள் சிந்தும் கண்ணீரும் நான் இருட்டில் இருப்பதால் இவ்வுலகத்திற்குத் தெரியவில்லை. நான் வெளிச்சத்திற்கு வருவதால் என்னை வேடிக்கை பார்க்கவாவது இவ்வுலகம் என்னைத் திரும்பிப் பார்க்கட்டும். சில இறுகிய உள்ளங்களாவது இளகிப் போகட்டும் என்பதன் சிறு முயற்சியாகவே இப்புத்தகத்தை எழுதத் துவங்கினேன்.

என்னைப் போல் பாதிக்கப்பட்டுத் திசைமாறிப் போன அகதிகள் இருட்டில் இடம் தெரியாமல் வாழ்பவர்கள். அவர்களில் எவருக்கேனும் கடுகள வாவது இப்புத்தகத்தின் மூலம் நன்மை கிடைக்கட்டும் என்ற முயற்சியின் வெளிப்பாடே இந்தப் புத்தகம்.

நான் சென்னை வந்த பின்பு கன்னியாகுமரி மாவட்டத்தில் நாகர்கோவிலில் உள்ள ஒரு அகதி முகாமில் வசிக்கும் என் மூத்த சகோதரியின் மகள் வீட்டிற்குக் கிட்டத்தட்ட மூன்று வருடங்கள் கழித்துச் சென்றிருந்தேன். அவர்களைப் பார்ப்பதற்காகக் காலையில் சென்ற என்னை அங்குள்ள புறக்காவல் நிலையத்திற்கு வரும்படி (காவலரா அல்லது கியூபிராஞ்ச் போலீசா என்பது ஞாபகமில்லை) அழைத்தார்கள். சென்றேன். என்னிடம் எந்தக் கேள்வியுமில்லாமல் என்னை அந்தப் புறக்காவல் (ஓலைக் கொட்டில்) நிலையத்திற்குள் வைத்து அடித்தார்கள். எனது உறவினர்கள் பலர்

அங்கிருந்தார்கள். அவர்கள் எல்லாம் குரல் கொடுத்து எதிர்ப்புத் தெரிவிக்கவே முகாமிற்கு வெளியே உள்ள காவல்நிலையத்திற்கு அழைத்துச் சென்றார்கள். கூடவே சகோதரியின் மகளின் கணவரையும் அழைத்துச் சென்றார்கள். அங்கு குற்றவாளியைப் போன்று தரையில் உட்கார வைத்தார்கள். வெகுநேரத்திற்குப் பின்பு எங்களை அடித்து எச்சரிக்கை செய்து அனுப்பி வைத்தார்கள். போலீஸ் கையால் நான் வாங்கிய முதல் அடி அது.

நான் என்ன தவறு செய்தேன்? என்னை அடிப்பதற்கும் காவல்நிலையத்திற்கு அழைத்துச் செல்வதற்கும். இது மனித உரிமை மீறிய செயல் அல்லவா? இந்தச் சம்பவத்தைப் பார்த்த அங்குள்ள மக்களுக்கு என்ன தோன்றும்? நாமும் வேறு முகாமிற்குச் சென்றால் தமக்கும் இதே நிலைதான் என்று தானே எண்ணத் தோன்றும். ஒரு நபர் குற்றவாளியாக இருந்தால் கூட எந்தச் சட்டத்தில் அந்த நபரை அடிப்பதற்கு அதிகாரம் வழங்கப்பட்டுள்ளது? அகதிகளுக்கென்று தனியாக இடம் ஒதுக்கப்பட்டு அங்கு சில வழக்கங்கள் அரசால் நடைமுறைப்படுத்தப்பட்டு வரைமுறைப்படுத்தப்பட்டிருக்கிறது. அந்த வரைமுறை என் சுதந்திரத்தை, வேலை செய்வதை, என் பொருளாதாரத்தைப் பாதிக்கிறது என்பதால் அந்தக் கட்டுப்பாட்டை மீறி வெளியே வந்தேன். அதனால் முகாமில் எனது பதிவு துண்டிக்கப்பட்டது. முகாமில் பதிவில்லை என்று காரணம் காட்டி என்னை வேலூரிலோ மேலூரிலோ சிறப்பு ஜெயிலில் போட்டிருந்தால் அது சட்டப்படியான செயலாக இருந்திருக்கும். ஆனால் முகாமில் பதிவு இல்லை என்று எவரும் தண்டிக்கப்பட்டதாக இந்தப் பதினாறு ஆண்டு கால வாழ்க்கையில் நான் பார்த்ததில்லை; கேள்விப்பட்டதும் இல்லை. அகதிகள் – அமைப்புரீதியாக அரசியல்ரீதியாக ஜனநாயகரீதியாக கேட்பதற்கு ஆளில்லாத அநாதைகளா? அன்று எனக்கு ஏற்பட்ட மன உளைச்சலுக்கு எந்த அரசாங்கம் பதில் சொல்லப் போகிறது? 1954 Convention Law Article Iஇன்படி அகதி என்ற நபர் எந்த ஒரு தேசத்தாலும் அதன் சட்டத்தாலும் குடிமகன் என்று அங்கீகரிக்கப்படாதவர் என்று சொல்கிறது. அப்படிப்பட்ட ஒரு அகதியை அடிப்பது அந்த நாட்டு அரசுக்கு அவமானமாக அமையுமா இல்லையா? அதே 1954 Convention Law எல்லா நிலைகளிலும் அகதிகளை மறுவிசாரணை செய்ய அந்தந்த நாட்டுச் சட்டப்படி மற்றும் சர்வதேசச் சட்டப்படி இடமுண்டு என்று கூறுகிறது. இந்தச் சட்டம் எதைக் குறிக்கிறது என்றால், அந்த நாட்டு மக்களுக்கு அகதியால் பிரச்சினை ஏற்பட்டாலோ பொது அமைதிக்குக் குந்தகம் ஏற்பட்டாலோ இந்தச் சட்டத்தை

அரசு கையில் எடுத்துக்கொண்டு செயல்படலாம். தமிழ் நாட்டில் 91ஆம் ஆண்டு நடந்த கசப்பான சம்பவங்கள் இந்தச் சட்டத்திற்கு வழி வகுக்கின்றன. ஒரு சமுதாயத்தில் ஒரு நபர் தவறு செய்தார் என்பதற்காக ஒட்டுமொத்தச் சமுதாயத்தையும் துன்புறுத்துவது, பொருளாதாரத் தடை, அடிப்படை மனித உரிமை மறுக்கப்படுவதெல்லாம் ஏற்றுக்கொள்ளக் கூடியதா? கிட்டத்தட்ட 15 வருடங்களுக்கு முன்பு நடந்த சூழ்நிலையை வைத்து இன்றும் அதேநிலை என்பது ஏற்றுக் கொள்ளக் கூடியதா? இன்றைய வளர்ச்சி, பொருளாதாரச் சூழ்நிலை, சமூக அமைப்பு, வாழ்க்கைத் தரம் அத்தனையும் ஜெட் வேகத்தில் மாறிக்கொண்டிருக்கும் போது பழைய சூழ்நிலையை இன்றும் தொடர்வது அறிவுபூர்வமானதா?

அதே 1954 Convention Lawவின்படி தகுதி வரையறுக்கப்படாத அகதிகளின் மனித உரிமைகள் மறுக்கப்படக் கூடாது என்று கூறுகிறது. இதற்கு என்ன பதில் சொல்லப் போகிறது சர்வதேச சமூகம்? சட்டத்தின்படி ஒரு அகதியைக் கட்டுப்படுத்த எந்தளவுக்கு இடமுண்டோ அந்தளவு மனித உரிமைகள் அடிப்படையிலும் அகதி சுதந்திரமாக வாழ உரிமையுண்டு. ஆனால் சட்டப்படியான நடவடிக்கையே இங்கு நிலவுவதாகத் தோன்றவில்லை. அகதியின் அடிப்படைச் சுதந்திரத்திற்கு இங்கு இடமில்லையோ என்றும் எண்ணத் தோன்றுகிறது.

அகதிகளை எதற்காக வேலைக்கு அனுப்ப வேண்டும்? அவர்களுக்குத்தான் குடும்பத்தின் தலைவருக்கு நூறு ரூபாயும், மற்றவர்களுக்கு 72 ரூபாயும், சிறுவர்களுக்கு 45 ரூபாயும் ரேசனில் 57 பைசாவுக்கு நபருக்கு ஆறு கிலோ அரிசியும், பதினைந்து நாட்களுக்கு ஒரு தடவை அரசு கொடுக்கிறது. வருடத்திற்கு ஒரு தடவை ஒரு நபருக்கு ஒரு சோடி உடை மற்றும் பாத்திரங்கள் வழங்குகிறது. பின் ஏன் வேலைக்குச் செல்ல வேண்டும்? இந்தக் கணக்குப்படி பார்த்தால் சராசரியாக ஒரு குடும்பத்திற்கு பதினைந்து நாட்களுக்கு முந்நூறு ரூபாயும், மாதம் அறுநூறு ரூபாயும் கிடைக்கிறது. அரிசி, உலகத்தில் எங்கும் இல்லாத 57 பைசாவுக்குக் குறைந்த விலையில் மானிய விலையில் கொடுக்கப்படுகிறது. அரசு ஒரு நபருக்குத் தேவையான உணவிற்கு கணக்கு போட்டு இவ்வளவு பணம், அரிசி என்று நிர்ணயம் செய்து வழங்குகிறது. அந்தக் கணக்கு சரியாகவே இருக்கட்டும். ஒரு வருடத்திற்கு ஒரு நபருக்கு ஒரு சோடி உடை போதுமா? பெரும்பாலும் நகரத்திற்கு வெளியே ஓலைக் கொட்டில்கள் போட்டு அதில் அகதிகள் குடியமர்த்தப்பட்டிருக்கிறார்கள். ஓலை வீடு (கொட்டில்) எத்தனை வருடங்கள் தாங்கும்? கிட்டத் தட்ட பதினாறு ஆண்டுகளுக்கு முன்பு போடப்பட்ட ஓலைக்

கொட்டில் இன்றுவரை இருக்குமா? எனக்குத் தெரிந்து வீடு கட்டிக்கொள்ளவோ அல்லது அதைச் சீரமைக்கவோ அரசு உதவியதாகத் தெரியவில்லை. ஆக இரண்டு அல்லது மூன்று வருடங்களுக்கு ஒரு தடவை இருக்க இடமிருந்தாலும் அதில் வசிப்பதற்கு ஓலைக் கொட்டில் போடுவதற்கு அகதி உழைக்க வேண்டும்; பொருள் ஈட்டவேண்டும்.

ஒரு மனிதனுக்கு உணவு மற்றும் உடைகள் அளிப்பதை விட வித்தியாதானம் அல்லது அறிவு தானம் அளிப்பது முக்கியமானது. ஏன் என்றால் மனிதனின் உண்மையான உயிர்நாடி உண்மையான வாழ்க்கை அறிவில் மட்டுமே அமைந்துள்ளது. அறியாமை என்பது மரணம். ஆனால் இந்த அரசு, அகதிகள் கல்வி கற்பதற்கு என்ன உதவி செய்திருக்கிறது? மனசாட்சியுள்ளவர்கள் சிந்திக்கட்டும். மாறாக அவர்கள் பிள்ளைகளை உழைத்துப் படிக்க வைக்க, சுதந்திரமாக வேலை செய்ய, பொருள் ஈட்ட அனுமதியில்லை. இதை அடிமை வாழ்க்கை என்பதைத் தவிர வேறு எப்படி அழைக்க முடியும்? 1954 Convention Law படி,

1. தகுதி வரையறுக்கப்படாத அகதிகளின் மனித உரிமைகள் மறுக்கப்படக் கூடாது.

2. அகதிகளைக் கட்டாய வேலைகளில் ஈடுபடுத்தக் கூடாது.

3. முடியும்போதெல்லாம் தேசிய பொறுப்பாளர்களும், சர்வதேச உதவியுடன் அவர்களுக்குக் (அகதிக்கு) கல்வி, வேலைவாய்ப்பு போன்றவற்றில் வாய்ப்புகளை உருவாக்கித் தர வேண்டும்.

இவற்றை எல்லாம் அரசு செய்கிறது என்று கூறட்டும். இவற்றை எல்லாம் நாங்கள் அனுபவிக்கிறோம், எங்களுக்கு வழங்கப்பட்டிருக்கிறது என்று அகதிகள் கூறட்டும். நான் கூவத்தில் குதித்து மரித்துப் போகிறேன்.

இவை மட்டுமல்லாமல் குடும்ப வாழ்க்கையில் ஈடுபட்டுக் கொண்டிருப்பவர்களுக்கு நன்றாகத் தெரியும். இன்றைய சூழ்நிலையில் இருக்க இடமும் உணவும் உடையுமிருந்தால் மட்டும் போதுமா என்று. பிச்சைக்காரர்களுக்கு இருக்க இடமும் உணவும் கிடைக்கிறது. இன்றைய வாழ்க்கைச் சூழ்நிலையில் புதிது புதிதாக வியாதிகள். இவற்றிற்குச் செலவு செய்யவே மாதா மாதம் பட்ஜெட்டில் பணம் ஒதுக்க வேண்டிய நிலை. முகாமில் போதிய மருத்துவ வசதியில்லாமல் மரித்துப்போன எத்தனையோ பேரை நான் பார்த்திருக்கிறேன். அரசு கொடுக்கும் உதவிகள் இல்லையானால் அவர்களால் வாழ முடியாது. அவர்களுக்குக்

கொடுக்கும் உதவிகளை நிறுத்தும்படி நான் கூறப்போவதில்லை. அதைவிட அவர்கள் பொருளீட்ட, வேலைசெய்ய அனுமதித்தால் அவர்களே தங்கள் வாழ்க்கையைப் பார்த்துக் கொள்வார்கள். ஒரு மனிதனுக்கு ஒவ்வொரு நாளும் மீன் கொடுப்பதைவிட அவனையே மீன்பிடிக்க அனுமதிப்பது எவ்வளவோ மேல் அல்லவா?

இலங்கை அகதிகளின் பிள்ளைகள் படிப்பதற்கு உதவி செய்யும் ஒரு அமைப்பின் தலைவரிடம் இதுவிடயமாகப் பேசினேன். உங்கள் முயற்சியின் மூலம் இன்று ஆயிரக்கணக்கான பட்டதாரிகள் இருக்கிறார்கள். அவர்களை எல்லாம் நீங்கள் பட்டதாரிகளாக்கி என்ன பயன்? அரசு மறைமுகமாகக் கூலி வேலை செய்யத்தானே அனுமதிக்கிறது. படித்த பட்டதாரிகளும் கூலி வேலைக்குச் செல்லும் நிலைதானே உள்ளது. நான் நீதிமன்றத்தில் வழக்கு தொடுக்கப் போகிறேன் என்றேன். அதற்கு அந்தப் பெரிய மனிதர் கூறினார்: ஐ.நா. சபையில் உருவாக்கப்பட்ட அகதிக்கான பிரிவில் இந்தியா கையெழுத்துப் போடவில்லை. ஏனென்றால் இந்தியாவில் இலங்கை அகதிகள் மட்டுமல்ல திபெத், பர்மா போன்ற அகதிகள் உங்களைவிட அதிகமாக இருக்கிறார்கள். இந்தியா அதில் கையெழுத்துப் போடாததால் இலங்கை அகதிகள் சார்ந்து மத்திய அரசு எடுக்கும் முடிவே இறுதியானது. நீங்கள் கோர்ட்டுக்குப் போனாலும் சட்டம் எதுவோ அதையே நீதிமன்றம் சொல்லும் என்றதுடன், இலங்கை அகதிகள் இந்திய அரசாங்கத்தின் செல்லப் பிள்ளைகள் என்றார். (செல்லப் பிள்ளையின் நிலையை மேலே படித்துத் தெரிந்திருப்பீர்கள்.) அத்துடன், அவர் கேட்டுக்கொண்டதன் பேரிலும் அன்றைய என் பொருளாதார நிலைக் கருதியும் அந்த முயற்சியை நான் தற்காலிகமாகத் தள்ளிப் போட்டேன். இன்றைய பொருளாதார நிலையையும் உலகமயமாக்கப்பட்ட பொருளாதார நிலையையும் ஜெட் வேக வளர்ச்சியையும் வாழ்க்கையையும் ஓர் அகதியாக நின்று நான் நினைத்துப் பார்க்கிறேன். இந்தியாவில் பிற்படுத்தப்பட்ட, வறுமைக்கோட்டுக்குக் கீழ் உள்ளவர்களுக்கும் கீழ்நிலையில் அகதி வாழ்கிறான் (குறைந்த ஆயுளில்) என்பது எனக்குப் புரிகிறது. இலங்கை அகதிகளின் மேல் கியூபிராஞ்ச் போலீஸ் மூலமாக ஒரு பய உணர்வை உருவாக்கி அகதிகளைக் கட்டுப்படுத்துவதில் அரசு வெற்றி பெற்றிருக்கிறது. சில தவறுகள் நடக்கவில்லை என்று நான் கூறவில்லை. தவறு செய்கிறவர் களுக்காகப் பரிந்தோ அவர்கள் தண்டிக்கப்படக் கூடாது என்றோ கூறவில்லை. நான்கூட இந்தியத் தண்டனைச் சட்டப்படி தண்டிக்கப்பட வேண்டியவனே. சில அரசியல் கட்சிகள் தவிர மற்ற அரசியல் கட்சிகளுக்கு அரசியல் ஆதாயம் இல்லை

என்பதால் உண்மையைப் பேச மறுக்கின்றன. தமிழ், தமிழ் என்று குரல் எழுப்புகிறவர்கள் தமிழன் நிலைக்காகக் குரல் கொடுக்காத நிலை கண்டு வருத்தமடைகிறேன்.

1996ஆம் ஆண்டு மறுமலர்ச்சி திராவிட முன்னேற்றக்கழகம், தமிழ்நாடு சட்டமன்றத் தேர்தலில் தனித்துப் போட்டியிட்டது. அப்போது மதிமுகவின் சார்பில் பெருமாள் என்பவர் உசிலம்பட்டி தொகுதியில் போட்டியிட்டார். தேர்தல் பிரச்சாரம் உச்சக் கட்டத்திலிருந்ததால், முக்கிய அரசியல் கட்சித் தலைவர்கள் எல்லாம் தேர்தல் பிரச்சாரத்தில் ஈடுபட்டுக் கொண்டிருக்கிறார்கள். ஆகவே அகதி முகாமில் உள்ள அகதிகள் எவரும் வெளியே வேலைக்குப் போகக் கூடாது என்று அதிகாரிகள் உத்தரவு பிறப்பித்தார்கள். அந்த அரசு உத்தரவை மீறி நான் மதிமுக சார்பில் உசிலம்பட்டியில் போட்டியிட்ட பெருமாள் அவர்களுக்காக ஒருநாள் முழுவதும் தேர்தல் பிரச்சாரத்தில் ஈடுபட்டேன்.

தமிழ் ஈழமக்களுக்காக உண்மையாகவே குரல் கொடுப்பவர்கள் தமிழ்நாட்டில் நிறையவேயிருக்கிறார்கள். அவர்களை எல்லாம் என் நெஞ்சார நேசிக்கிறேன். ஆனால் சிலர் தமிழ் ஈழ மக்களைத் தொங்கிக்கொண்டு அரசியல் நடத்துகிறார்கள்; பிழைப்பு நடத்துகிறார்கள். ஒருவகையில் சந்தோஷம், ஈழ மக்கள் எவ்வளவு துன்பத்தை அனுபவித்தாலும் அவர்களாலும் இந்த மாதிரி மக்களை அரசியல் கட்சிகளை வாழ வைக்க முடிகிறது. ஒருவகையில் சிறு வருத்தம்; அந்த மாதிரி அரசியல் கட்சிகளுக்கும் மக்களுக்கும் பிழைப்பு நடத்த வேறுவழி தெரியவில்லை. ஒன்றை மட்டும் மிகவும் தாழ்மையாகக் கேட்டுக்கொள்கிறேன். தயவுசெய்து உதவி செய்யாவிட்டாலும் பரவாயில்லை. தொந்தரவு செய்யாதீர்கள்.

என் ஆரம்ப நாட்களில் பதினாறு ஆண்டுகள் இலங்கையில் வாழ்ந்தேன். அதே பதினாறு ஆண்டுகளாகத் தற்போது இந்தியாவில் வாழ்ந்து கொண்டிருக்கிறேன். ஒரு சிறு சம்பவம். அண்மையில் மதுரையில் இருக்கும் அண்ணன் குடும்பத்தைப் பார்க்கச் சென்றிருந்தேன். அப்போது சில போட்டோக்களைக் காண்பித்தார். அந்தப் போட்டோக்கள் ஒன்றில் ஒரு வயதான பெண்ணும் கிட்டத்தட்ட பத்தாவது படிக்கும் சிறு பெண்ணும் இருந்தனர். அந்த போட்டோவைப் பார்த்தபோது அந்தச் சிறிய பெண் யார் என்று அண்ணனிடம் கேட்டேன். அதுதான் டயானா என்றார். டயானா என்பது அம்மாவின் பெறாத பதின்மூன்றாவது குழந்தை. பக்கத்தில் இருக்கும் வயதான பெண் யார் என்று கேட்க நினைத்தேன். ஆனால் கேட்கவில்லை. சற்று சுதாகரித்துக் கொண்டு அந்தச் சிறிய பெண் டயானாவாக

இருந்தால் அருகில் இருப்பது அம்மாவாகத்தானிருக்கும் என்பதை உணர்ந்துகொண்டேன். அதன் பின் அண்ணன் பேசியதை வைத்தே அதுதான் அம்மா என்பதை உறுதி செய்துகொண்டேன். ஏன் இதைக் குறிப்பிடுகிறேன் என்றால் என்னைப் பெற்ற தாயின் முகமே எனக்கு மறந்துபோய் விட்டது. அப்படியானால் என் நாடு, என் மற்ற சகோதர சகோதரிகள் எல்லாம் எப்படி ஞாபகமிருப்பார்கள். என் நாட்டின் அரசியல், பொருளாதாரம் மற்றும் அங்குள்ளவர்கள் வாழும் வாழ்க்கை எதுவும் எனக்குத் தெரியாது. இந்தியக் குடிமகன் எப்படி இலங்கையைப் பற்றிச் செய்தித் தாள்களில் படித்துத் தெரிந்துகொள்வானோ அதைப் போன்றுதான் நானும் தின இதழ்கள் மூலமாகத் தெரிந்து கொள்கிறேன். தற்போதுதான் என் குடும்பத்தில் ஒவ்வொருவரும் புற்றீசல்போல் வெளிப்படுகிறார்கள்; என்னிடம் தொடர்பு கொள்கிறார்கள். எனது நாட்டை நான் சுத்தமாக மறந்துவிட வில்லை. நான் இலங்கையில் பிறந்தேன் என்பது மறக்க முடியாத, அழிக்க முடியாத, மாற்ற முடியாத ஒன்று.

ஆனால் நான் இந்தியக் குடிமகனாகவே மாறிவிட்டேன் என்று கூறினால், மிகையாகாது. நான் விரும்பியிருந்தால் ரேஷன் கார்டு ஓட்டுக் கார்டுடன் எங்கோ ஒரு மூலையில் குடும்பமாக இருட்டில் இருந்து முனங்கிக் கொண்டிருந்திருக்கலாம். ஆனால் அதில் எனக்கு ஈடுபாடு இல்லை. என் முனங்கல் உலகத்திற்குக் கேட்கட்டும். நான் இந்திய மண்ணில் தற்போது வாழ்வதில் அளவற்ற மகிழ்ச்சியடைகிறேன். ஒரு தமிழனாக இருந்துகொண்டு இந்தியாவில் தமிழ்நாட்டில் வாழ முடியாதவர்கள் உலகத்தில் எங்கும் வாழ முடியாது என்பது என் வாதம்.

இந்திய உப்பைத் தின்று பதினாறு ஆண்டுகள் வாழ்ந்து கொண்டிருக்கிறேன். இந்தியாவுக்கு அவமானம், இழுக்கு ஏற்படுமானால் அவை என்னையும் சிறிது அசைத்துப் பார்க்கின்றன. நான் சாதாரணமாக எவரிடமாவது பேசிக்கொண்டிருந்தால் நான் ஓர் இந்தியன் என்ற நினைப்பிலே பேசுகிறேன். ஒரு தடவை வெளிநாட்டிலிருந்து அக்கா போன் பண்ணி நீ தனியாக இங்கு இருக்க வேண்டாம். உடனே இலங்கைக்குப் போ. நான் உனக்கு உதவுகிறேன் என்றார். நான் சிரித்துக்கொண்டே இலங்கையில் இமயமலை (ரிஷிகேஸ்) இருக்கா என்றேன். அந்தளவுக்கு நான் இந்திய மண்ணில் ஊறி விட்டேன். இதை நான் திட்டமிட்டுச் செயல்படுத்தவில்லை. முகாமில் இருந்த தொடர்பு துண்டிக்கப்பட்டவுடன் எனக்கும் இலங்கைக்குமான தொடர்பு துண்டிக்கப்பட்டு இந்திய நண்பர்களுடன் கலந்துவிட்டேன். இது ஏதேச்சையாக நடந்த ஒன்று. அதுமட்டுமல்லாமல் நான்

முகாமில் வாழ்ந்த கிட்டத்தட்ட எட்டு ஆண்டுகள் இந்திய மக்கள் கட்டிய வரிப்பணத்தில் வாழ்ந்திருக்கிறேன். இந்திய மக்களின் வரிப்பணத்தில் வாழ்ந்த நான் இந்தியாவிற்கு துரோகம் செய்வது நியாயமாகுமா? இந்தியாவைப் பற்றி விமர்சிப்பது நியாயமாகுமா? ஆனால் சில விடயங்களைக் கசப்புடனே சொல்ல வேண்டியிருக்கிறது. ஆனாலும் உண்மையைத் தவிர வேறு எதுவும் நான் கூறவில்லை.

என் குடும்பத்தில் எனக்கு மூத்தவர்கள் இருக்கிறார்கள். ஆனால் எனக்கு அடுத்து தம்பியோ, தங்கையோ இல்லை. அதனால் மூத்த அண்ணனுடைய முதல் பெண்ணாக இருந்தாலும், அது பிறந்து ஆறு மாதம் முதல் அம்மாவுடன் தான் வளர்ந்திருக்கிறாள் என்பதால் அவளும் என்னுடைய இளைய சகோதரிதான். அவர் எனக்கு எழுதிய கடிதம் என்னை எந்தளவு நெகிழ வைத்தது என்பதை முன்னரே பகிர்ந்திருக்கிறேன்.

டயானாவுடன் ஒருநாள் தொலைபேசியில் பேசினேன். உறவுகள் எல்லாம் மரத்துப் போய்விட்டன என்று இருந்த எனக்கு அவளுடன் பேசியது என்னுள் அடங்கியிருந்த பாச உணர்வுகளுள் பூகம்பமாக வெளிவந்தன. சிறு குழந்தையாக இருந்தபோது பார்த்தது. இடைப்பட்ட பள்ளிப் பருவத்தில் அவளுடன் செல்லமாகச் சண்டைபோட முடியவில்லை. பரவா யில்லை. குமரியாகப் பார்க்க வேண்டும் என்ற ஏக்கம், என் உணர்வுகளைக் கட்டுப்படுத்த முடியாத ஆர்வம், இயலாமையின் வேதனை, பணிக்குச் செல்ல முடியாத கொந்தளிப்பில் இரவு மூன்று மணிவரை உட்கார்ந்து அவளுக்காகக் கடிதம் எழுத வைத்தது.

போரின் மறுபக்கம்

என்னைச் சுற்றி நூறு வழிகள் அடைக்கப் பட்டிருந்தாலும், நூற்று ஓராவது வழி திறந்திருந்தது. அது சொர்க்கத்திற்கான வழி. அதுதான் எனது நண்பர்கள். அவர்கள் மூலமாகத்தான் நான் இன்று உங்களுடன் பேசிக்கொண்டிருக்கிறேன். அவர்கள் காலைப் பிடித்து தொங்கிக்கொண்டிருக்க என்னை அனுமதிக்கவில்லை. தங்கள் தோள் மேல் ஏற்றி உலகத்தைப் பார்க்க வைத்தார்கள். ஒவ்வொரு காலகட்டத்திலும் ஒவ்வொரு விதத்தில் ஒவ்வொருவரும் எனக்கு மதிப்பிட முடியாத உதவி செய்திருக்கிறார்கள். நான் இன்று உயிர் வாழ்வதற்கு இவர்கள்தான் காரணம். அப்படிப்பட்ட எனது நண்பர்களுக்கு நான் நன்றிசொல்லப் போவதில்லை. ஒரு தாய் தன் பிள்ளையிடம் நன்றியை எதிர்பார்த்தா வளர்க்கிறாள்? வளர்ந்த பிள்ளை அம்மா நீ என்னைப் பெற்று வளர்த்ததற்கு நன்றி என்று கூறுவது முறையா? என் நண்பர்கள் நன்றியை எதிர்பார்த்து உதவி செய்கிறார்களா? அப்படி நினைத்திருந்தால் அவர்கள் எனக்கு உதவியிருக்க மாட்டார்கள். அவர்கள் எனக்கு உதவுவதால் நான் என்ன கைம்மாறு செய்ய முடியும். அப்படி அவர்கள் எதிர்பார்த்தாலும் நான் எனது நண்பர்களுக்கு நன்றி சொல்லப்போவதில்லை. ஒரு தாய் தான் பெற்ற பிள்ளையை வளர்ப்பது எப்படி அவள் கடமையோ அதுபோல் எனது நண்பர்கள் எனக்கு உதவுவது அவர்களின் கடமை, உரிமை. அதை நான் நுனி நாக்கால் நன்றி என்று சொல்லிக் கொச்சைப் படுத்துவது நியாயமாகாது.

சிறிய தவறு செய்தால் என் பெயரைக் கெடுத்துவிட்டாயே என்பார்கள். பெரிய தவறு

செய்தால் ஜாமீனில் எடுக்க வருவார்கள். எனது நண்பர் ஜாமீன் எடுக்க வரவில்லை. மாறாக என் அருகில் சிறையிலிருந்தார். அவருக்கு எப்படி நான் நன்றி என்று ஒரு வார்த்தையில் கூற முடியும்.

நான் கொடைக்கானலில் கஷ்டப்பட்டபோது நீங்கள் அங்கு இருக்க வேண்டாம். உடனே புறப்பட்டு வாருங்கள் என்று கூறியதுடன் நான் சென்னை வருவதற்குப் பேருந்துச் சீட்டு வாங்கிக் கொடுத்து என் பாக்கெட்டில் பணம் வைத்து சென்னைக்கு அனுப்பி வைத்தவரை எப்படி நான் நன்றி என்று ஒரு வார்த்தையில் கூறமுடியும்.

சென்னைக்கு வந்து தங்குவதற்கும் முன்பின் தெரியாத எனக்கு வேலையில்லாமல் ஒரு மாதம் இருந்தபோது விருந்தாளியாக உபசரித்தவர்களுக்கு நான் எப்படி நன்றி சொல்லிவிட முடியும்?

உடம்பு முடியாமல் இருந்தபோது என் அறைக்கு சாப்பாடு வாங்கி வந்து வாழை இலையில் சாதத்துடன் ரசம் போட்டு பிசைந்து, படுத்திருந்த என்னை எழுப்பி, ஊட்டிவிடாத குறையாக சாப்பிடு என்று கூறியவரை நன்றி என்று எப்படி நான் கூறிவிட முடியும்.

தில்சன் மூலமாக அறிமுகமான எனதருமை நண்பர்கள் வெளிநாடு சென்ற பின்பும் எனக்கு போன் பண்ணத் தவறிய தில்லை. வருடத்திற்கு ஒருமுறை விடுமுறையில் வந்திறங்கியதுமே போன் பண்ணி நல்லாயிருக்கிறாயா என்று கேட்கத் தவறிய தில்லை. என்னை வந்து பார்க்கவும் தவறியதில்லை. இப்படிப் பட்டவர்களுக்கு எப்படி நான் நன்றி என்று கூறிவிட முடியும்.

வார விடுமுறையில் ஊருக்குச் சென்றுவரும்போதெல்லாம் அவர்களின் ஊர் நூல்நிலையத்திலிருந்து புத்தகம் எடுத்துக் கொண்டு வந்து கொடுத்து படி படி என்று என்னைப் புத்தகங்கள் மேல் திசை திருப்பிவிட்ட நண்பர். இவர் காட்டிக் கொடுத்த புத்தகங்களால் நான் அடைந்த நன்மை எவ்வளவு! அதற்கு எல்லாம் ஈடாக நன்றி என்று ஒரு வார்த்தை மட்டும் கூறுவது சரியாகுமா? நியாயமாகுமா?

நண்பர் ஒருவரின் திருமணத்திற்குச் சென்றிருந்தேன். கல்யாண மண்டபத்தில் மணக்கோலத்தில் மனைவியுடன் எனதருமை நண்பர் அமர்ந்திருந்தார். உறவுகள் நட்புகள் எல்லாம் வாழ்த்திப் பரிசுப் பொருட்கள் கொடுத்துக் கொண்டிருந்தார்கள். நானும் இன்னொரு நண்பரும் மண்டபத்தின் மூலையில்

உட்கார்ந்து இருந்தோம். அப்போது கவனித்தேன். நிறைய போட்டோக்காரர்கள் படம் எடுத்துக் கொண்டிருக்கிறார்கள். ஆனால் நண்பரின் (மாப்பிள்ளையின்) தலைமுடி கலைந்திருக்கிறதே என்று எனக்குச் சிறு வருத்தம் ஏற்பட்டது. நானாகச் சென்று அதைச் சரி செய்வது கொஞ்சம் அதிகப் பிரசங்கித்தனமாகி விடுமோ என்று எண்ணிப் பக்கத்திலிருந்த நண்பரிடம் இதனைத் தெரியப்படுத்தினேன். அவர் அதைப் பெரிதாக எடுத்துக்கொள்ள வில்லை. பின்பு நானும் மறந்துவிட்டேன். சற்றுக் கூட்டம் குறைந்த பின்பு நானும் நண்பர்களும் மாப்பிள்ளையை வாழ்த்துவதற்காக மணவறைக்குச் சென்றிருந்தோம். கைகுலுக்கி வாழ்த்து தெரிவித்தபோது மாப்பிள்ளை "என்னடா நீ தலை சீவியிருக்கிறாய்? ஒழுங்காத் தலைசீவத் தெரியாதா" என்றார். எனக்கு உடம்பெல்லாம் சில் என்று இருந்தது.

நான் மண்டபத்தில் உட்கார்ந்து வேடிக்கை பார்த்துக் கொண்டிருக்கும்போது மாப்பிள்ளையின் தலைமுடி கலைந்திருக் கிறது என்று கவனித்தேன். ஆனால் அவர் மணக்கோலத்தில் மணமேடையில் மனைவியுடன் இருந்தும் அவ்வளவு பரபரப்புக்கு மத்தியிலும் நான் சரியாகத் தலை சீவவில்லை, என் தலைமுடி அழகாக இல்லை என்று வருத்தப்பட்டிருக்கிறார். இதற்கு இணையான நட்பு வேறு எங்கு கிடைக்கும்? இப்படிப்பட்ட நண்பனுக்கு அவன் நல் எண்ணத்திற்கு நான் எப்படி நன்றி என்று ஒருவார்த்தை கூற முடியும்?

நானும் தில்சனும் வெளிநாட்டிலிருந்து விடுமுறையில் வந்த முருகேசனும் ஒரு உணவகத்தில் சாப்பிட்டுக்கொண்டிருக்கும் போது முருகேசன் நேரடியாகவே உங்களுக்குப் பணம் வேணும் என்றால் கேளுங்கள். நான் தருகிறேன் என்றார். நான் அப்போது மறுத்துவிட்டேன். எனக்கு தற்போது பணம் தேவையில்லை என்று கூறிவிட்டேன். ஆனால் ஒரு புத்தகம் எழுதிக்கொண்டிருக்கிறேன். புத்தகம் வெளியிடுவதற்கு என்னிடம் பணமில்லை என்று அவரிடம் பணம் கேட்டதற்கு, எந்தத் தேதியில்? எவ்வளவு பணம் வேண்டும்? என்று அடுத்த கணமே கேட்டார். இவருக்கு நன்றி என்று ஒரு வார்த்தையில் எப்படிக் கூற முடியும்?

தொலைபேசியில் அழைத்து அண்ணாச்சி எப்படியிருக்கிறீங்க என்று அன்பாக அக்கறையாக கேட்பவர் ஒளிவு மறைவு இன்றி நல்லது கெட்டதை விமர்சிப்பவர். இவர் விமர்சனம் கேட்டே என்னை நான் நிறைய மாற்றம் செய்திருக்கிறேன். இவரால் நான் பெற்றுக்கொண்டிருக்கும் உதவிகள் மிகமிக அதிகம். அவற்றிற்கெல்லாம் நன்றி என்று ஒரு வார்த்தை போதுமா? என்

சகோதரி அல்லது சகோதரர் என்னைப் பார்த்துச் சாப்பிட்டியா என்று கேட்டால் அதில் ஆச்சர்யப்பட ஒன்றுமில்லை. ஆனால் இவர் என்னை எப்பப் பார்த்தாலும், நான் சாப்பிட்டிருந்தாலும், எனக்குச் சாப்பாடு வாங்கிக் கொடுக்காமல் விடுவதில்லை. இவருடைய ஒளிவு மறைவற்ற உள்ளத்திற்கு நான் எப்படி நன்றி என்று ஒரு வார்த்தையில் கூற முடியும்!

இன்னும் எத்தனை எத்தனை நண்பர்கள் ஒவ்வொரு காலகட்டத்திலும் ஒவ்வொரு சூழ்நிலையிலும் எனக்குத் தோள் கொடுத்திருக்கிறார்கள். வியாபாரத்தில் நன்றி என்ற வார்த்தை தேவைப்படலாம். ஆனால் என் நண்பர்களுக்கு நன்றி என்ற ஒரு வார்த்தை போதவில்லை. என்னால் சொல்லவும் முடியாது.

நான் சென்னை வந்து போஸை விட்டுப் பிரிந்து வந்ததுமுதல் தில்சனுடைய நிழலில்தான் வாழ்ந்து கொண்டிருக்கிறேன். இவர் மூலமாக நான் அடைந்த நன்மைக்கு அளவேயில்லை. விளக்கை ஏற்றுவதால் அழுக்கு மறைந்துவிடாது. மாறாக தெரியவே செய்யும். இவர் ஏற்றிய விளக்கின் மூலமாகத்தான் நான் என்னில் உள்ள அழுக்கைக் காண முடிந்தது. அதனால்தான் அழுக்கை அகற்ற முயற்சி செய்யவும் முடிந்தது. இம்மாற்றத்திற்கு முக்கியக் காரணமாக இருந்த தில்சனை எப்படி நான் வெறும் நண்பன் என்று குறிப்பிடுவேன்.

இந்த உலகத்தில் நான் முதன்முதலாகக் காலில் விழுந்து ஆசீர்வாதம் வாங்க வேண்டும் என்று நினைத்தது இவருடைய தாயின் காலில். இப்படி ஒரு பிள்ளையைப் பெற்றதற்காக அந்தத் தாயின் காலில் விழுந்து ஆசீர்வாதம் வாங்கவேண்டும் என்று பேராசைப்படும் அளவுக்கு தில்சன் தாக்கத்தை ஏற்படுத்தினார்.

ஒருநாள் தில்சன் ஊரிலிருந்து என் அறைக்கு வந்திருந்தார். அவர் வந்ததும் நான் வேலைக்குச் சென்றுவிட்டேன். மாலை பணி முடித்து வீட்டுக்கு (அறைக்கு) வந்தேன். என்னால் நம்ப முடியவில்லை. இது நான் தங்கியிருக்கும் அறைதானா என்று எண்ணத்தோன்றியது. எனது பாய், தலையணை, போர்வை, உறை எதையும் காணவில்லை. வீடு ஒட்டடை எல்லாம் அடித்து கூட்டிக் கழுவி பளிச்சென்று இருந்தது. வேண்டாத பொருட்கள் எதையும் காணவில்லை. மூலையில் அடைந்து கிடந்த குப்பைகள் மறைந்துவிட்டன. எனக்கு ஆச்சர்யமாக இருந்தது. பாய், தலையணை, போர்வை எல்லாம் மொட்டை மாடியில் காய்ந்துகொண்டிருந்தன. எனக்கு என்ன பேசுவது என்றே தெரியவில்லை. வாய் அடைத்துவிட்டது. மவுனம்

மட்டுமே வார்த்தையாக வந்தது. எந்த நண்பனாவது இந்தளவு இருக்க முடியுமா? (இப்படிப்பட்ட தில்சனை எப்படி வெறும் நண்பர் என்று அழைப்பது?)

நான் அகதியாக இருக்கும்வரை எனக்கு என்று ஒரு நாடு இல்லை, (1954 Convention Statless Person) சமுதாயமில்லை, குடும்ப மில்லை, குழந்தைகள் இல்லை, பணமில்லை, பொருளில்லை. ஒரு நிரந்தரமான விலாசம்கூட இல்லை. பத்துக்குப் பத்து அறையில் இன்று தனியாக வாழ்ந்தாலும் நான் இன்று தனித்து விடப்பட்டவனில்லை. நண்பர்கள் இருக்கிறார்கள். அதற்கும் மேல் திடமான நம்பிக்கையிருக்கிறது. ஒவ்வொருவரும் என்னைப் படிக்கும்போது என் இதயத்தின் கனம் குத்தி வெடித்த இலவம் பஞ்சாக லேசாக இருக்கிறது. தற்போது கூண்டில் அடைபட்ட பறவை வானத்தில் பறப்பது போன்று உணர்கிறேன். இதில் எனக்குத் துன்பமும் இல்லை, சந்தோஷமும் இல்லை.

பின்னிணைப்பு

இந்தப் புத்தகம் ஏதோ ஓர் உணர்வை இப்புத்தகம் கண்டிப்பாக உங்களுக்குள் ஏற்படுத்தி யிருக்கும். கன்னிமரா நூலகத்தில் பின்பக்கம் யாருமில்லாத ஓர் அமைதியான இடத்தில், தரையில் உட்கார்ந்து எழுத ஆரம்பித்தேன். ஒருபக்கம் கூட எழுதியிருக்க மாட்டேன். காவலர் வந்து இங்கெல்லாம் உட்காரக் கூடாது. நீங்கள் முன்பக்கம் உட்காருங்கள் என்றார். தடங்கலுடன் தான் இந்தப் புத்தகத்தின் முதல் அத்தியாயம் ஆரம்பமானது. 2004ஆம் ஆண்டு எழுத ஆரம்பித்தேன். வேலையி லிருந்ததால் நேரம் கிடைக்கும்போதும், விடுமுறை நாட்களிலும் கொஞ்சம் கொஞ்சமாக எழுதிக் கொண்டிருந்தேன். சென்னைப் பல்கலைக்கழகத்தில் படித்துக்கொண்டிருந்ததால் இடையிடையே பரீட்சைக்காகவும் எழுதுவதைத் தற்காலிகமாக நிறுத்தி எப்படியோ 2005ஆம் ஆண்டின் கடைசியில் எழுதி முடித்தேன். இதை எழுதுவதற்கு நான் கஷ்டப் பட்டேன் என்று சொல்ல முடியாது. ஏனென்றால் இதை நான் வெளியிடுவதற்குப் பட்ட சிரமத்துடன் ஒப்பிட்டால் அது ஒன்றுமேயில்லை.

புத்தகம் எழுதி முடித்துவிட்டேன். ஆனால் அதை வெளியிடுவதற்கு ஒரு பைசாகூட என்னிடம் கிடையாது. அப்போதுதான் வெளிநாட்டிலிருந்து விடுமுறையில் வந்த நண்பர் முருகேசன் எனக்குப் புத்தகம் வெளியிட 18,000 ரூபாய் கொடுத்தார். உண்மையில் அவருக்குத் தைரியமும் நம்பிக்கையும் அதிகம்.

இப்போது காசும் இருக்கிறது, அதனால் எழுதிய காகிதங்களுடன் அலைந்தேன். ஆறு

பதிப்பகங்கள் ஏறி இறங்கினேன். ஏழாவது பதிப்பகம் ஏறினேன். உட்கார வைத்து ஒரு மணிநேரம் பேசியிருப்பார். இடையில் அவருக்கு ஒரு தொலைபேசி அழைப்பு வந்தது. அதில் பேசிக்கொண்டிருக்கும்போது, ஒரு கதையாசிரியர் வந்திருக்கிறார். அவரிடம் பேசிக்கொண்டிருக்கிறேன் என்றார். அவர் கதாசிரியர் என்று குறிப்பிட்டது என்னைத்தான் என்பதனை நான் உணர்ந்துகொண்டேன். உண்மையில் மிக மகிழ்ச்சிகொண்டேன். ஒரு பிரபலமான பதிப்பக உரிமையாளர் முதல் முதல் என்னைக் கதாசிரியர் என்று அங்கீகரித்தார். அவருக்கு என்னுடைய நன்றி. நல்ல மனிதர் அவர். புத்தகம் வெளியிடுவதற்கு ஒத்துக்கொண்டார். ஆனால் பல விடயங்களில் உடன்பாடு ஏற்படவில்லை. அதில் முக்கியமாக சில கருத்துகளை நீக்குவதாகக் கூறினார். நான் என் உடலின் ஒரு அங்கத்தை வெட்டி வீசுவதாக அது ஆகிவிடும் என்றேன். அப்போது தேர்தல் நெருங்கிக்கொண்டிருந்தது. அன்று ஆட்சியிலிருந்தவர்கள் வைகோ அவர்களை எல்லாம் குறிப்பிட்டு "அவருக்கே அந்த நிலை என்கிறபோது உங்களுக்காக நான் சிறைக்குப் போகமுடியாது அல்லவா?" என்றார். நான் எதற்கும் தயாராக இருந்தாலும் அவர் சொல்வதிலும் நியாயம் இருந்தது. தொடர்ந்து அவரிடம் பேசினேன். மூன்று தடவைகளுக்கு மேல் அவரிடம் போய்ப் பேசினேன். மூன்று மாதங்கள் ஆகிவிட்டது. தேர்தல் வந்தது. ஆட்சியும் மாறிவிட்டது. நான் சொல்வதுபோல் வெளியிட என்னிடம் உள்ள பணம் போதுமானதாக இல்லை என்பதையும் அப்போதுதான் தெரிந்துகொண்டேன். கடைசியில் சரிவர உடன்பாடு ஏற்படவில்லை. அவரிடம் "நான் கூறினேன் நான் ஒரு சிறு குழந்தை போன்று உங்களிடம் நடந்துகொண்டேன். அதற்காக என்னை மன்னித்துக்கொள்ளுங்கள். மறுபடியும் ஒருவாய்ப்பு கிடைத்தால் கண்டிப்பாக நான் உங்களிடம் வருவேன். அப்போதும் நீங்கள் என்னை நிராகரிக்க மாட்டீர்கள் என்ற நம்பிக்கையில் தற்போது விடைபெறுகிறேன் என்று கூறிவிட்டு வெளியேறினேன். அடுத்து என்ன செய்வது? யாரைப் பார்ப்பது ஒன்றும் புரியவில்லை.

ஹிக்கின்பாதத்தில் ஒரு புத்தகம் வாங்கினேன். அதைப் படித்தேன். அதையும் எடுத்துக்கொண்டு அந்தப் புத்தகம் வெளியிட்ட பதிப்பகம் சென்றேன். அவரிடம் என் நிலைமை முழுவதையும் விளக்கினேன். புத்தகம் பற்றியும் கூறினேன். அவர் புத்தகம் வெளியிட உதவுவதாகக் கூறினார். உண்மையில் நான் மிகமிக மகிழ்ச்சியடைந்தேன். அவ்வளவு நம்பிக்கை ஏற்பட்டது. புத்தகம் எப்படியும் வெளிவந்துவிடும் என்ற நம்பிக்கை ஏற்பட்டது. ஆனால் பணம் போதாது என்பது எனக்கு ஒரு குறையாகவே

பட்டது. பணத்தினால் மறுபடியும் புத்தகம் வெளியிடுவதில் பிரச்சினை வந்துவிடக் கூடாது என்று பல சிந்தனைகள் எனக்குள் ஓடிக்கொண்டிருந்தன. வேறொரு நண்பரிடம் பணம் கேட்டேன் தருவதாகக் கூறினார். தேவைப்படும்போது அவரைத் தொலைபேசியில் கூட என்னால் பிடிக்க முடியவில்லை. நாட்கள் நகர்ந்துகொண்டிருந்தன. அப்போதுதான் அதிரடியாக ஒரு நடவடிக்கை எடுத்தேன்.

மதுரையில் ஒரு மதுபானக் கடையில் மாதம் 750 ரூபாய் சம்பளத்தில் வேலை செய்த நான், இன்று நட்சத்திர ஓட்டலில் (4 ஸ்டார் டீலக்ஸ்) பணி நிரந்தரமாக்கப்பட்டுக் குளிரூட்டப்பட்ட சொகுசு மதுபான விடுதியில் இரண்டு வேளைச் சாப்பாட்டுடன் மாதம் கிட்டத்தட்ட 7000 ரூபாய் வருமானமுள்ள வேலையை, சுமார் ஐந்து வருடங்களாகப் பார்த்த வேலையை, இராஜினாமா செய்தேன். நண்பர் தில்சன் வெளிநாடு செல்வதற்கு முன்பாகக் கடைசியாக நான் எப்ப வேலையை இராஜினாமா செய்ய வேண்டும், என்ன பேச வேண்டும் என்று அறிவுரை வழங்கிச் சென்றார். அவரைத் தவிர வேறு எவருமே நான் வேலையை இராஜினாமா செய்வதை ஒத்துக்கொள்ளவில்லை. நீ அவசரப் பட்டுவிட்டாய். வேலையில்லாமல் என்ன செய்யப் போகிறாய்? என்றார்கள். பொதுவாக வேலைக் காலத்தில் நிறுவனங்களில் உள்ள பிரச்சனைகள் தவிர அந்த நிறுவனம் நல்ல நிறுவனம். அதன் பொது மேலாளருக்கும் தொழிலாளர் அதிகாரிக்கும் நான் என்றுமே நன்றிக்கடன் பட்டவன்.

நான் வேலையை இராஜினாமா செய்ததற்கு முக்கியமான மூன்று காரணங்கள். ஒன்று: இராஜினாமா செய்தால் தொழிலாளர் வருங்கால வைப்பு நிதி (P.F) வரும். அதன் மூலமாகப் புத்தகம் வெளியிடலாம். இரண்டாவது: எனது புத்தகம் வெளிவந்தால் என்னை வேலையில் இருந்து நீக்கிவிடுவார்கள். மூன்றாவது: இது ஈழத்தமிழனான தொ. பத்தினாதனுக்கு வழங்கப்பட்ட வேலையில்லை இது. எந்த வகையில் பார்த்தாலும் நான் இராஜினாமா செய்தது 100 சதம் சரியானதே.

என் புத்தகம் வெளியிடுவதற்கு உதவுவதாகக் கூறிய நண்பரிடம் சென்றேன். புத்தகம் வெளியிடுவதற்காக நண்பர் முருகேசன் காசு கொடுத்தவுடன் வேலையை இராஜினாமா செய்துவிட்டேன். இந்த நிலையில் பணம் என் கையில் இருந்தால் செலவாகிவிடும். நண்பர் முருகேசன் பணம் கொடுத்ததன் நோக்கம் தவறாகப் போய்விடும். அதனால், இதை வைத்துப் புத்தகம் வெளியிடுவதற்கான ஆரம்பகட்ட வேலையை நாம் செய்யலாம். மீதிப் பணத்திற்கு P.F பணம் வரட்டும். அல்லது

மாற்று ஏற்பாடுகூட செய்துகொள்ளலாம் என்று கூறிவிட்டு வந்தேன். பின்பு வாரம் இருமுறை என்றாலும் அவரிடம் தொலைபேசி மூலமாகத் தொடர்பு கொண்டு வந்தேன். புத்தகம் வெளியாகும் வெளியாகும் என்று நானும் தினம் தினம் நினைத்துக்கொண்டும், சில சமயம் கற்பனையிலும் மிதந்தேன். 45 நாட்கள் கடந்த பின்னரும் கடுகளவேனும் அடுத்த கட்டத்திற்கு எனது புத்தகம் நகரவில்லை. அதற்குள் நிறைய சம்பவங்கள். அவைபற்றி எல்லாம் நான் இங்கு குறிப்பிட விரும்பவில்லை. வேலையை இராஜினாமா செய்த பின்பே நான் அவரிடம் தெளிவாக என் நிலையை விளக்கினேன். பதிவு இல்லாத காரணத்தால் நான் மதுரை முகாமுக்குப் போக முடியாது. வேறு வேலைக்குச் செல்வதானால் நான் மறுபடி ஒரு நாடகம் ஆடவேண்டும். எந்தப் பெயரில் நான் வேலைக்குச் செல்வது? ஒவ்வொன்றிலும் ஒவ்வொரு சிக்கல் இருக்கிறது என்று விளக்கப்படுத்தினேன். ஆனால் 45 நாட்கள் எந்த அசைவுமில்லை. அவர் சொன்ன காரணத்திற்காக மாற்று ஏற்பாடு செய்வதாகவும் சொன்னேன். ஆனாலும் 45 நாட்களில் என் கையிலிருந்த பணம் கரைந்து போனது. அதனால் இந்தப் பகுதியை எழுதிக்கொண்டிருக்கும் தற்போதைய சூழ்நிலையில் என்னால் ஒரு நாளைக்கு ஒருவேளை மட்டும்தான் சாப்பிட முடிந்தது. அந்தளவு வறுமை. காரணம் ஆரம்பத்தில் 45 நாட்கள் வீணாகச் சென்றன. இரண்டு மாதம் கழித்து அவர்களிடம் இருந்தும் என்னுடைய புத்தகத்தையும் பணத்தையும் திரும்பி வாங்கிக்கொண்டு வந்து என் அறையில் கண் முன் வைத்துக் கொண்டு யோசிக்கிறேன். அடுத்து என்ன செய்வது? பெரும் துன்பம், சோதனை. நான் கொஞ்சம் கொஞ்சமாகத் தோற்றுக் கொண்டிருக்கிறேனா அல்லது தோற்றுவிட்டேனா? எனக்கு அழவேண்டும்போல் இருந்தது. என் கண்ணீர்த் துளிகள் தரையில் விழுந்துதான் என் புத்தகம் துளிர்விட வேண்டுமா? என்று ஒரு கேள்வி கண்முன்னே நிழலாடியது. என்ன துன்பம் வந்தாலும் எதை இழந்தாலும் புத்தகம் வெளியிடுவதிலிருந்து நான் பின்வாங்கப் போவதில்லை. என் ஒரு கிட்னியை விற்றேனும் புத்தகம் வெளியிடுவேன் என்று சபதம் எடுத்தேன். நானே புதிதாகப் பதிப்பகம் உருவாக்கி வெளியிடுவது என்று முடிவு செய்தேன். ஒருவேளை புத்தகம் விற்கவில்லை என்றால் மெரினா கடற்கரையின் சாலையில் வைத்து எதிர்படும் நபர்களுக்கு இலவசமாகக் கொடுப்பது என்றும் முடிவு செய்தேன்.

ஒரு பதிப்பகத்தில் பணிபுரியும் நண்பர் ஒருவரை எனக்குத் தெரியும். அவரிடம் தொடர்பு கொண்டு என் நிலைமையைச் சொன்னேன், நான் முதலில் எழுதியதால் முறையாக இல்லாமல்

கிறுக்கி வைத்த மாதிரி எழுதியிருந்தேன். அதனை ஒழுங்கு படுத்தித் தரும்படி கேட்டேன். அதுவும் ஒரு வாரத்தில் வேண்டும் என்றேன். அவர் பதினைந்து நாட்கள் கேட்டார். சரி என்று முன் பணமும் கொடுத்து அவரிடம் புத்தகத்தைக் கொடுத்தேன். அவர் நல்ல மனிதர் (இது எழுதும்வரை). என்னை முழுமையாகத் தெரிந்தவர்களும் முழுமையாகத் தெரியாதவர்களும் அவர்கள் வீட்டிற்கு என்னை அழைத்துச் செல்ல மாட்டார்கள். ஆனால், இந்த நண்பர் என்னைப் பற்றித் தெரிந்தும் அவர் வீட்டுக்கு அழைத்துச் சென்றார். "உங்களைப் பற்றி எனக்குத் தெரியும். நீங்கள் என்னைப்பற்றித் தெரிந்திருக்க வேண்டாமா? அதனால்தான் வீட்டுக்கு அழைத்து வந்தேன்" என்றார்.

புத்தகம் வெளியிடுவதற்கான வேலை நடந்துகொண்டிருக்கிறது என்ற சிறிய நிம்மதி, சந்தோஷம். இது ஒரு பக்கத்தில் நடந்து கொண்டிருந்தது. இது என்னுடைய மூன்றாவது முயற்சி. ஆனால் இதிலும் காலம் விரயமாகும். நான் மறுபடியும் சிக்கலுக்குள் ளாவேன் என்று நினைக்கவில்லை.

இப்படிப்பட்ட சூழ்நிலையில் நண்பர் ஒருவர் என்னைத் தொலைபேசியில் அழைத்து, "நான் உங்களிடம் முக்கியமான விடயம் பேச வேண்டும். என் அலுவலகத்திற்கு வாருங்கள்" என்றார். சென்னை, ராதாகிருஷ்ணன் சாலையில் அண்ணாந்து பார்க்கும்படியான ஒரு பெரிய கட்டடத்தில் மின்தூக்கி (லிப்ட்) மூலமாக ஆறாவது மாடிக்குச் சென்று கைபேசியில் அழைத்தேன். அவர் வந்து தன்னுடைய அலுவலகப் பிரிவுக்கு அழைத்துச் சென்றார். அன்று சனிக்கிழமை என்பதால் சில நபர்களே வேலை செய்துகொண்டிருந்தார்கள். நானும் அவரும் அங்குள்ள கேன்டீனில் போய் உட்கார்ந்து பேசினோம். (இதை எழுதும்போது சற்று வருத்தத்துடன் எழுதுகிறேன்) சென்னை நண்பர் கூறினார். வெளிநாட்டிலிருக்கும் நண்பரும் நானும் கூட்டாக வியாபாரம் ஆரம்பிக்கப் போகிறோம். (வெளிநாட்டி லிருக்கும் நண்பர், சென்னை நண்பர், நான் மூவருமே மதுரையில் நண்பர்களாகத் திருநகர் பார்க்கில் பத்து வருடங்கள் முன்பு சுற்றித் திரிந்தவர்கள்) அதற்கு உங்கள் ஒத்துழைப்பு எங்களுக்குத் தேவை. நான் மார்க்கெட்டிங்கிற்காக வெளியே சென்றுவிட்டால், அலுவலகத்தைப் பார்த்துக்கொள்வதற்கு நம்பிக்கையான ஒரு ஆள் தேவை. எங்கள் இரண்டு பேருக்குமே நீங்கள் நண்பர் என்பதால் எங்களுக்கு நீங்கள் வந்தால் மிகவும் உதவியாகவும் நம்பிக்கையாகவும் இருக்கும் என்றார். நான் வேலையிலிருந்தால் வருவதற்கு யோசித்திருப்பேன். இப்போது எனக்கு வேலையில்லை. ஆகவே எந்தப் பிரச்சினையுமில்லை. என் புத்தகம் பதிப்பகத்திலிருக்கிறது. அது வெளியானால்

ஏதாவது பிரச்சினை வந்தாலும் வரலாம். நான் எல்லாத்தையும் எதிர்பார்த்துத் தானிருக்கிறேன். அதனால் மூன்று மாதங்கள் உங்கள் அலுவலகத்தில் வேலை செய்கிறேன். அதற்கு மேல் என்னால் உங்களுக்கு உத்தரவாதம் தர முடியாது. அந்த மூன்று மாதங்கள்கூட நீங்கள் சம்பளம் எல்லாம் எனக்குத் தர வேண்டாம். சாப்பாட்டுக்கும் செலவுக்கும் காசு கொடுத்தால் போதும். வியாபாரம் ஆரம்பித்து மூன்று மாதங்கள் கண்டிப்பாக என்னால் முடிந்த உதவிகள் அனைத்தையும் செய்கிறேன் என்றேன். ஏற்கனவே அவரைத் தனியாக வியாபாரம் செய்யும்படி நான் வற்புறுத்தி வந்தபடியால் என்னுடைய மகிழ்ச்சியையும் அவருக்குத் தெரிவித்தேன். பின்பு என் தொலைபேசிக்கு அவரிடமிருந்து அதிகமான அழைப்புகள் வந்தன. அலுவலகம் அமைப்பதற்கும் இடம் பார்ப்பதற்கும் அழைத்துச் சென்றார். தளவாடங்கள் வாங்க அழைத்துச் சென்றார். அலுவலக இடத்திற்கு முன் பணம் கொடுக்கும் போதும் என்னை அழைத்துச் சென்றார். அப்போதும் வெளிநாட்டு நண்பருக்கும் அவருக்கும் வியாபார ஒப்பந்தம் தயாராகிக்கொண்டிருந்தது. அனுமதி மற்றும் ஆடிட்டிங் விஷயங்கள் எல்லாம் அவருக்கும் இவருக்கும் இணையத்தளத்தின் மூலமாக நடந்துகொண்டிருந்தன. சென்னை நண்பர் எனக்கு அதிக முக்கியத்துவம் கொடுத்தார். நான் இல்லை என்றால் அவர்கள் வியாபாரம் செய்ய முடியாது என்பது மாதிரி எல்லாம் பேசிக்கொண்டார். அப்போதெல்லாம் நான் அவரிடம் என் நிலைமையை விளக்கத் தவறியதில்லை. எனக்கு அவ்வளவு முக்கியத்துவம் கொடுக்காதீர்கள். நான் நிரந்தரமானவன் இல்லை என்பதைத் தெளிவுபடுத்தினேன். உங்கள் உறவினர் ஒருவரைக் கூட்டிக்கொண்டு வந்து பழக்கி வைத்திருங்கள். நான் உங்களுக்குத் தற்காலிகமாகத்தான் உதவ முடியும். மூன்று மாதம் கழித்துதான் நான் உங்களுடன் இருப்பதா வேண்டாமா என்பதை முடிவு செய்ய முடியும் என்றெல்லாம் கூறினேன். ஆனாலும் அவர் என்னை விடவில்லை. அவரை எனக்குப் பத்து வருடங்களுக்கு மேல் தெரியும். அவருக்கும் என்னை நன்றாகத் தெரியும். என் பிரச்சினைகள், தற்போது நான் என்ன செய்துகொண்டிருக்கிறேன் என்பதெல்லாம் அவருக்குத் தெரியும்.

ஒருநாள் வெளிநாட்டு நண்பர் என்னுடன் தொலைபேசியில் பேசினார். வெளிநாடு சென்ற பின்பு பல வருடங்களாக அவர் தொடர்புகொண்டதில்லை. முதல் தடவையாகப் பேசினார். என் நிலைமையைக் கூறினேன். புத்தகம் ஒன்று பதிப்பகத்திலிருக்கிறது. மற்றொன்று எழுதி வைத்திருக்கிறேன் என்றேன். ஏன் இரண்டாவது புத்தகம் வெளியிடவில்லை என்றார்.

மறைமுகமாகப் பணமில்லை என்றேன். அவர் எனக்குப் புத்தகம் வெளியிடப் பணம் தருவதாகக் கூறினார். நான் நன்றி கூறியதுடன் மறுத்துவிட்டேன். ஏனோ எனக்கு இதில் சிக்கல் வரும் என்றே தோன்றியது. அதனால் மறுத்தேன். அதுமட்டுமல்லாமல் P.F பணம் முதல் புத்தகத்திற்குப் போதுமானது. அது வெளிவந்த பின்பு மற்ற புத்தகத்தை வெளியிடலாம். ஏன் அவசரப்பட வேண்டும் என்றும் கருதினேன். அவர் அப்போது எங்கள் நிறுவனத்திற்கு மூன்று மாதம் இல்லை, ஆயுள் முழுவதும் உங்கள் உதவி தேவை என்றார். அவரிடமும் என் நிரந்தரமில்லாத நிலையை விளக்கினேன். அவர்கள் இருவரும் ஏற்கனவே எல்லாம் பேசி முடித்துவிட்டார்கள். என்னிடம் அவர்கள் எதிர்பார்ப்பது அலுவலகப் பணிக்கு நம்பிக்கையான நிரந்தரமான ஒரு நபர். மற்ற விடயங்களை அவர்களும் என்னிடம் கூறியதில்லை. நானும் அநாகரிகமாக மூக்கை நீட்டியதில்லை. அது எனக்குத் தேவையில்லாதது. என் பிரச்சினையே எனக்குத் தலைக்கு மேல்.

இப்படி நடந்துகொண்டிருந்த நேரம் நண்பர் அழைத்ததால் பார்க்கச் சென்றேன். அலுவலக விடயமாக ஓர் இடத்திற்குச் சென்றுவிட்டுத் திரும்பும் வழியில் நட்சத்திர மதுபான விடுதிக்கு அழைத்துச் சென்றார். நான் சாப்பிடுவதில்லை என்பது அவருக்குத் தெரியும். கட்டாயப்படுத்தினார். மறுத்துவிட்டு இரண்டு சோடாக்கள் மட்டும் சாப்பிட்டேன். அவர் அதிகமாகப் பேசவில்லை. அதிக புத்திசாலி அவர். அதனால் நான் பேச வேண்டும். என் மனநிலையை இன்னும் ஆழமாகப் புரிந்து கொள்ள வேண்டும் என்பது அவர் எதிர்பார்ப்பு. அவர் எதிர்பார்ப்பைப் பூர்த்தி செய்வதற்காகவே நான் பேசினேன். பேசியதையே மறுபடியும் பேசினேன். அழுத்தமாக என் நிலையை வலியுறுத்தினேன். அவர், “உங்களுக்கு வீடு வாடகைக்கு எடுத்துத் தருகிறேன். கல்யாணம் செய்து வைக்கிறேன். நீங்கள் முன்பு வாங்கிய சம்பளத்தைவிட அதிகம் சம்பளம் தருகிறேன்” என எவற்றையெல்லாம் நான் ஒத்துக்கொள்ள மாட்டேன் என்று அவருக்குத் தோன்றியதோ அதை எல்லாம் செய்து தருவதாகக் கூறினார். எனக்கு எதுவும் காதில் விழவில்லை. புத்தகமும் அதன் அழுத்தமும் என் நிம்மதியைக் கெடுத்துக்கொண்டிருந்தன. இன்னும் பல உரையாடல்கள் நடந்தாலும் சுருக்கமாக விடயத்திற்கு வருகிறேன். ஒன்று: வெளிநாட்டு நண்பர் நீங்கள் மதுரையில் இருந்த மாதிரிதான் நினைத்துக்கொண்டிருக்கிறார். கூடுதலாக அவரைப் பற்றிச் சில விடயங்களையும் கூறி, நீங்கள் உங்களைப் பற்றி அதிகமாக அவரிடம் பேசாதீர்கள். ஃபோனில் கூட அவரிடம் அதிகமாகப் பேசிவிடாதீர்கள். அவர் மனநிலை, வேறு உங்கள் நிலை வேறு என்று கூறினார். மற்றொரு விடயம்

நல்லா கஷ்டப்பட்டு சம்பாதிங்க. உடம்பு சூடாகிவிட்டால் அப்பப்ப மகாபலிபுரம் கூட போய்ட்டு வாங்க என்றார். அவர் என் நண்பர் ஆனாலும் அவருக்கும் எனக்குமிடையில் இடைவெளியிருக்கிறது என்பது எனக்கும் தெரியும். அவருக்கும் தெரியும். அவர் எனக்கு மட்டும் இவ்வளவு செய்வதாகக் கூறுவதைப் பார்த்தால் மாதம் அந்த நிறுவனத்திலிருந்து ஒரு லட்சம் ரூபாய்க்கு மேல் வருமானம் வரவேண்டும். இது எனக்கு அப்பவே புரிந்தது. நான் அவரிடம் ஒரு வார்த்தை சொன்னேன். உங்களுக்குப் பணம் சம்பாதிக்கணும் என்பது மட்டும்தான் குறிக்கோள். நான் அப்படியில்லை. எனக்கு இன்று சுதந்திரமாக உயிர் வாழ்வதே பிரச்சினை. அதற்காகவே முதலில் நான் போராட வேண்டியிருக்கிறது என்று குறிப்பிட்டேன். நான் சொன்னவை அனைத்தும் அவர் காதில் நன்றாகவே விழுந்தது. எல்லாவற்றையும் நன்றாகவே உள்வாங்கிக்கொண்டார்.

புத்தகம் வெளியிடுவது விடயமாக அளவு கடந்த அழுத்தம் என்னைப் போட்டு அழுத்தியது. நாலு சுவருக்குள் தனியாக இருந்து பைத்தியம் ஆகிவிடுவேனோ என்ற எண்ணம் வர ஆரம்பித்தது. அதனால் ஒரு மாறுதலுக்கு மதுரை போய்வர வேண்டும் என்று தோன்றவே அவரிடம் அதனை வெளிப்படுத்தினேன். அதற்கு அவர் வேலையிருக்கிற நேரத்தில் மதுரை போகிறேன் என்கிறீர்களே என்றார். மதுரை செல்வதைச் சற்றுத் தள்ளிப் போட்டேன். வியாபார விடயத்தில் சற்று சுணக்கம் ஏற்பட்டது. அப்போது மதுரை போகலாம் என்று நான் எண்ணிக் கொண்டிருந்த நேரம் நண்பர் தொலைபேசியில் அழைத்து எப்பவுமில்லாத மாதிரி சத்தமாக வித்தியாசமாகப் பேசினார். நான் ஒரு வழக்குரைஞரிடம் உங்களைப் பற்றிப் பேசினேன். அவர் நீங்கள் புத்தகம் வெளியிட்டால் பெரிய பிரச்சினை வரும் என்கிறார். நண்பர் என்ற ரீதியில் நான் உங்களுக்குச் சொல்ல வேண்டிய கடமை என்பதால் கூறுகிறேன் என்று சத்தமாகப் பேசிக்கொண்டே போனார். நான் இடையில் பேச முற்பட்டபோதும் அவர் விடவில்லை. அவர் கருத்தைச் சொல்வதிலேயே தீவிரமாக இருந்தார். கடைசியாக அவரிடம் கூறினேன். "முன்பை விட புத்தகம் வெளியிடுவதில் மிகவும் உறுதியாக இருக்கிறேன்" என்றதுடன் நான் மதுரை போகிற விடயமும் தெரியப்படுத்திவிட்டு மதுரை சென்றேன். பத்து நாட்களாவது மதுரையில் இருந்துவிட்டு வரலாம் என்று நினைத்தேன். ஆனால் நான்கு நாட்களில் திரும்ப வேண்டிய சூழ்நிலை. அதனால் சென்னை வந்துவிட்டேன்.

சென்னை வந்ததும் நண்பருக்குத் தொலைபேசி அழைப்பு விடுத்தேன். மணி அடிக்கிறது ஆனால் எடுக்கவில்லை. மறுபடி

யும் அழைத்தேன். அதே நிலை. மூன்று நாட்கள் முயற்சி செய்தேன் அதே நிலை. ஒரு வாரம் கழித்து முயற்சி செய்தேன். தொலைபேசியை எடுக்கவுமில்லை. துண்டிக்கவுமில்லை. முன்பாக இருந்தால் நான் அவருக்குத் தொலைபேசி அழைப்பு விடுத்தால் துண்டித்துவிட்டு அவர் தொலைபேசியிலிருந்து பேசுவார். வேலையிருந்தால் அப்புறம் பேசுவதாகக் கூறுவார். ஆனால் பல தடவைகள் நான் முயற்சி செய்தேன். அவர் என்னுடன் பேசவில்லை. ஏன்? நான் பிரச்சினையானவன் என்பது அவருக்கு முன்பிருந்தே நன்றாகத் தெரியும். நானும் உண்மை நிலைமையை விளக்கிக் கூறியிருக்கிறேன். பிரச்சினையைக் காரணம் கூறினால் ஆரம்பத்திலேயே அவர் என்னை ஓரம் கட்டியிருக்க வேண்டும். ஆனால் அவர் நான் சொல்லச் சொல்ல கிட்டக் கிட்ட வந்தார். ஆனால் இப்பொழுது இந்தப் புறக்கணிப்பு நிலை.

மதுபான விடுதியில் நாங்கள் சந்தித்த அன்று எனக்குத் துணை நடிகை வேண்டும் என்று கேட்டிருந்தாலும் ஏற்பாடு செய்திருப்பார். ஏன் தெரியுமா? நான் வெளிநாட்டு நண்பரிடம் ஏதாவது தவறான தகவல் கொடுத்து வியாபாரத்தை நிறுத்திவிடுவோனோ என்று பயந்தார். அதற்காக என்னைத் தூக்கிப்பிடித்தார். அதற்காக அதிகபட்சமாக மகாபலிபுரம் வரைக்கும் என்னை அனுப்பவும் அவர் தயாராக இருந்தார். அவர் அவ்வாறு நினைத்ததால்தான் வெளிநாட்டு நண்பரைப் பற்றி சில வார்த்தைகள் கூறியதுடன் அவரிடம் நீங்கள் உங்களைப் பற்றி அதிகம் பேசாதீர்கள் என்றார். மூன்று பேருமே நண்பர்கள் என்கிறபோது அவர் ஏன் இவ்வளவு யோசிக்க வேண்டும். என்னைப் பார்த்துப் பயப்பட வேண்டும்? ஏனென்றால் வெளிநாட்டு நண்பரும் நானும் ஈழத்தமிழர்கள். அதனால் என்னை ஆரம்பத்தில் ஒதுக்க முடியவில்லை. கிட்டத்தட்ட நெருங்கி வருவதுபோல் நடித்தார். இப்பொழுது வியாபார ஒப்பந்தம் கையெழுத்தாகி விட்டது. வெளிநாட்டிலிருந்து வியாபாரத்திற்கான பணமும் வந்துவிட்டது. இனிமேல் நான் எதற்கு? அப்படியே இருந்தாலும் அவருக்கு பிரச்சினைதான். வியாபாரம், அலுவலக விடயங்களை நான் நேரடியாக வெளிநாட்டு நண்பருடன் பேசிவிட்டால் அவரால் சுதந்திரமாகச் செயல்பட முடியாதே. இதையெல்லாம் நன்குணர்ந்து அந்த அறிவுள்ள நண்பர் என்னைக் கழற்றிவிட்டார். நான் ஒட்டியிருந்தால்தானே என்னைக் கழற்றிவிட. ஆனால் அவராக அவ்வாறு நினைத்துக்கொண்டார். புத்தகம் புத்தகம் என்று பைத்தியமாகாத குறையாகத் திரியும் என்னை, கொஞ்சம் கூட சம்பந்தப்படாத என்னை, நான் அந்த இடத்தில் நிற்பதாக நினைத்துக் கற்பனை செய்து முன்எச்சரிக்கையாக நடந்து, அவர் தம்முடைய காரியம் வெற்றிகரமாக நடந்துவிட்டதாக

நினைத்துக்கொண்டார். அவருடைய கல்யாணத்திற்குப் பின்பு பல மாதங்கள் கழித்து அவர் வீட்டுக்குச் சென்றேன். அப்போது வேலூர் சி.எம்.சி. ஆஸ்பத்திரியில் குழந்தைகள் பிரிவு தலைமை மருத்துவர் மாத்யூவும் அவர் குழுவினரும் எழுதிய 'குழந்தை வளர்ப்பது எப்படி?' (Parenting Your Child) என்ற புத்தகத்தை அன்பளிப்பாகக் கொடுத்துவிட்டு வந்தேன். ஏன் இதைச் சொல்கிறேன் என்றால், நான் அவர்களும் அவர்களுடைய குழந்தையும்கூட நல்லாயிருக்க வேண்டும் என்று நினைத்தேன். ஆனால் அவர் என்னை என்ன நினைத்திருக்கிறார்? என்னிடம் எவ்வாறு நடந்துகொண்டிருக்கிறார்? இப்பொழுது தொலைபேசியில் பேசுவதற்குக் கூட யோசிக்கிறார். ஒரு சின்ன சந்தோஷம். ஈழத் தமிழன் இப்படியும்கூட அடுத்தவர்களுக்குப் பயன்படுகிறான்.

அவர் இவ்வாறு நடந்துகொண்டாலும் அவரை இப்பவும் என் நண்பர் என்றுதான் சொல்வேன். இவர் எவ்வளவோ பரவாயில்லை. மேற்சொன்ன அதே இடத்தில் கொஞ்சம் கூட மாற்றமில்லாமல் ஒரே அப்பனுக்கும் ஆத்தாளுக்கும் கூடப் பிறந்த சகோதரனே அதுபோல் நடந்துகொண்டால் எப்படியிருக்கும். கொஞ்சம் கற்பனை செய்து பாருங்கள். மேற்சொன்ன சம்பவத்தை மறுபடியும் படித்துப் பாருங்கள். உண்மையில் இந்தச் சம்பவங்களைத் தெரிந்துகொண்டபோது நான் திணறிப் போய்விட்டேன். இவர்களுடன் எல்லாம் பேச வேண்டும், பழக வேண்டும், வாழ வேண்டுமானால் நான் அரசியல் சாதுரியங்களைக் கற்றுக் கொண்டுதான் வரவேண்டும். ஏன் என்றால் இவர்கள் குடும்பம் நடத்தவில்லை. அரசியல் நடத்துகிறார்கள். இவர்கள் மட்டுமல்ல, என்னை அவர்கள் சுயநலத்திற்காகப் பயன்படுத்தியவர்கள், தவறான வழிக்குச் செல்ல வழிகாட்ட முயற்சித்தவர்கள், என்னை வைத்துக் காய் நகர்த்தி இலாபமடைந்தவர்கள், என்னையும் என் புத்தகத்தையும் வைத்து அவர்களுக்குச் சாதகமாகப் பயன்படுத்த முயற்சி செய்தவர்கள், என் புத்தகத்தை வைத்து இலாபமடைந்து கொண்டிருப்பவர்கள் யார் யார் என்பது எனக்கு நன்றாகத் தெரியும்.

ஒரு சிறிய சம்பவம் சொல்கிறேன். எனக்கும் ஒரு நபருக்கும் ஒரு சின்ன கொடுக்கல் வாங்கல் பிரச்சினை. பிரச்சினை கியூபிராஞ்ச் அலுவலரிடம் எடுத்துச் சென்றேன். அவர் இன்று வா, நாளை வா என்றார். நானும் போனேன். போகும்போதெல்லாம் ஒரு தூக்கு கொடுத்து பாப்பாவுக்கு இட்லி வாங்கி வரும்படி கூறுவார். அதுவும் ஒரு குறிப்பிட்ட கடையில். நானும் தினமும் வாங்கிக் கொடுத்தேன். என் பிரச்சினை முடியவில்லை. அவரும்

இதுபோலவே நடந்துகொண்டார். பின்பு நான் போவதை நிறுத்தி விட்டு யோசித்தேன். ஆரம்பத்திலிருந்து நடந்த விடயங்கள் ஒவ்வொன்றாக யோசித்தேன். ஏன் இவ்வாறு நடந்துகொண்டார் என்று. நான் இட்லி வாங்கிச் செல்லும் தூக்குக் கிண்ணத்தில் என் கைரேகை பதிந்திருந்தது. அதனை எடுத்துப் பக்கத்தில் தீய சம்பவம் நடந்த இடத்தில் கிடைத்த கைரேகையுடன் ஒப்பிட்டுப் பார்த்தார்கள். அந்தச் சம்பவத்திற்கும் எனக்கும் சம்பந்தமில்லை என்பதை அவர்களே உறுதிப்படுத்திக் கொண்டார்கள். ஏன் இதைக் குறிப்பிடுகிறேன் என்றால் பத்து வருடங்கள் முன்பு நடந்த சம்பவத்திலேயே என்ன செய்தார்கள் என்பதைக் கண்டு கொண்ட நான், உங்கள் நாடகங்களை எல்லாம் இப்பொழுது என்னால் கண்டுகொள்ள முடியாதா?

வேகமாகச் செல்பவர்கட்கு வழிவிட்டுத் தெரு ஓரமாக மெதுவாக எனக்கும் வலிக்காமல் பூமிக்கும் வலிக்காமல் நடந்துகொண்டிருந்தேன். திடீரென்று பார்த்தால் என் கண் முன்னே துன்பம் நிற்கிறது. அய்யய்யோ இதன் கண்ணில் பட்டுவிட்டோமே, சனியன் மாதிரி துன்பம் கண் முன்னாலே நிற்கிறதே என்று திரும்பி வந்து வேறொரு தெரு வழியாக நடந்துகொண்டிருந்தேன். அப்பவும் அது என் கண் முன்னே நின்றது. இது என்னைத்தான் குறி வைத்திருக்கிறதுபோல என்று எண்ணி இதனிடம் சிக்கிவிடக் கூடாது என்று எடுத்தேன் ஓட்டம். குதிகால் பிடரியில் அடிபட ஓட்டம் பிடித்தேன். தெருத்தெருவாக, சந்து சந்தாக ஓடுகிறேன். ஆனால் துன்பம் என்னை விடவில்லை. அந்த சனியன் பிடித்த துன்பம் என்னைத் தொடர்ந்து துரத்திக்கொண்டே வந்தது. எனக்கு ஓடி ஓடி மூச்சுவாங்க ஆரம்பித்துவிட்டது. ஆனால் அந்தச் சனியனுக்கு மட்டும் எந்தக் கெடுதலும் இல்லை. ஒருவேளை தெருத் தெருவாக சந்து சந்தாக ஓடுவதால்தான் என்னைத் துரத்துகிறதுபோல என்று எண்ணிப் பிரதான சாலையை நோக்கி ஓடுகிறேன்.

மூச்சு வாங்கியது. துன்பம் என்னை நெருங்கி விட்டது. என்னாலும் தொடர்ந்து ஓட முடியவில்லை. ஓடினாலும் அது விடப்போவதில்லை. ஓடுவதை நிறுத்திவிட்டுக் கல்மாதிரி நின்றேன். சனியன் பிடித்த துன்பம் என்னைப் பிடித்துவிட்டது. சரி இனி அதனிடம் இருந்து தப்பிக்க முடியாது. அதுகூட பேசி சமாதானம் ஆகிடலாம் என்று நினைத்து அதனுடன் பேச்சுவார்த்தை நடத்திச் சமாதானமாகி, வா நாம இரண்டு பேருமே குடும்பம் நடத்தலாம் என்று அதன் தோளில் என் கையைப் போட்டு என் வீட்டுக்கு அழைத்து வந்தேன். வீட்டுக்குள் வந்ததும் கதவை அடைத்துக் கொண்டேன். சமாதானம் ஆன துன்பத்துடைய உறவுகள், நண்பர்கள் யாராவது அந்தத் துன்பத்தைப் பார்த்தால்

அவர்களும் வந்துவிடப் போகிறார்கள் என்பதால் கதவை அடைத்தேன். தெருத் தெருவாக ஓடியதில் எனக்கு இன்னும் மூச்சு வாங்கியது. கதவை அடைத்தபடியால் ஜன்னலைத் திறந்தேன். சென்னையில் உள்ள கொசு மாதிரி, ஜன்னல் வழியாகத் துன்பம் முழுவதும் வந்து என்னையே என் வீட்டில் போட்டு அமுக்கிக்கொண்டது, இப்ப நான் என்ன செய்ய? எங்கே ஓட? ஒன்றை மட்டும் நன்றாகப் புரிந்துகொள். நான் இனி மூச்சுவாங்க உனக்குப் பயந்து ஓடப்போவதில்லை. இன்னும் எங்கெல்லாம் எவ்வளவு துன்பமிருக்கிறதோ எல்லாவற்றையும் என்னிடம் கூட்டி வா. என் தைரியம், தன்னம்பிக்கை முன்னால் நீயும் உன் பணம், பதவி, அதிகாரம் எல்லாம் வீண்.

இவ்வாறு ஒரு பக்கத்தில் ஒரு கதை ஓடிக்கொண்டிருந்தது. இரண்டு மாதங்கள் கழித்து தான் வருங்கால வைப்பு நிதிக்கு விண்ணப்பிக்க முடியும் என்பதனால் இரண்டு மாதங்கள் கழித்து மூன்று தடவைகள் நான் வேலை செய்த நிறுவனத்திற்குத் தொலைபேசியில் பேசினேன். கடைசியாக அவர்கள் வருங்கால வைப்பு நிதி அலுவலகத்திற்கு விண்ணப்பம் அனுப்பியாகிவிட்டது என்றார்கள், பத்து நாட்கள் கழித்துத் தொழிலாளர் வருங்கால வைப்பு நிதி அலுவலகம் சென்று கேட்டேன். அதற்கு அவர்கள் உங்கள் நிறுவனத்திடமிருந்து விண்ணப்பம் இன்னும் வரவில்லை என்றார்கள். மறுபடியும் நிறுவனத்திற்குச் சென்றேன். அவர்கள் அனுப்பியதற்கான ஆதாரத்தை நகல் எடுத்துக் கொடுத்தார்கள். இரண்டு மாதம் 21 நாட்கள் கழித்துதான் விண்ணப்பம் தொழிலாளர் வருங்கால வைப்பு நிதிக்கு அலுவலகத்தில் கணினியில் பதிவுசெய்யப்பட்டிருந்தது. பத்து நாட்கள் கழித்து P.F அலுவலகம் சென்றேன். அவர்கள், நீங்கள் வேலை செய்த நிறுவனத்திலிருந்து அனுப்பிய விண்ணப்பத்தில் தவறு இருந்ததனால் திருப்பி அனுப்பிவிட்டோம் என்றார்கள். மறுபடியும் நான் பணிபுரிந்த நிறுவனத்திற்கு வந்தேன். தபாலில் அனுப்பியது இன்னும் வரவில்லை மறுநாள் வரும்படி தொழிலாளர் அதிகாரி கேட்டுக்கொண்டார். மறுநாள் சென்றேன். விண்ணப்பத்தைச் சரிசெய்து எனது கையில் கொடுத்து நேரடியாக என்னையே P.F அலுவலகத்தில் கொடுக்கும்படி தொழிலாளர் அதிகாரி கூறினார் (அதனால் தாமதமாவதைக் கொஞ்சம் தடுக்கலாம்.) மறுபடியும் P.F அலுவலகம் சென்றேன். மறுபடியும் தவறு என்றும் என்ன தவறு என்றும் கூறினார்கள்.

அங்கிருந்தே தொழிலாளர் அதிகாரியின் உதவியாளரிடம் தொடர்புகொண்டு அந்த P.F அலுவலக அதிகாரியை நேரடியாகப் பேச வைத்தேன். மறுபடியும் நான் வேலை செய்யும் நிறுவனத்திற்கு வந்து பிழையைச் சரிசெய்து முடிக்கும்போது மாலை நேரமாகி

விட்டது. மறுநாள் P.F அலுவலகம் சென்று கொடுத்தேன். நான் வேலை செய்த நிறுவனத்தின் தொழிலாளர் அதிகாரியின் உதவியாளர் வருத்தம் தெரிவித்தார். இதுவரை இப்படி ஆனதில்லை. உங்களுக்குத்தான் முதல் தடவையாக இப்படி நடந்துள்ளது என்றார். நான் கூறினேன், நீங்கள் தவறுக்காக வருந்த வேண்டாம். என்னுடைய நேரம் அப்படி. என் கதை கொஞ்சம் சுவாரஸ்யமானது. அதனால் எது வேண்டுமானாலும் நடக்கும் என்றேன். P.F பணம் பெறுவதற்கு விண்ணப்பித்ததற்கே ஐந்து தடவைகள் P.F அலுவலகம் சென்றேன்.

நான் வேலையைவிட்டு மூன்று மாதங்கள் ஆகிவிட்டன. புத்தகத்தை நெறிப்படுத்தி சரி செய்ய கொடுத்து பதினைந்து நாட்கள் என்பது 22 நாட்கள் ஆகி ஒரு மாதத்திற்கும் மேலாகப் போய்க்கொண்டிருக்கிறது. P.F பணம் ஒரு மாதம் தாமதமாகி விட்டது. இந்த மூன்று மாத காலத்தில் 100 பக்கங்கள் உடைய 'மேலும் முயற்சி செய்' என்ற கதை எழுதி ஆரம்பகட்ட வேலை எல்லாம் நானே செய்து பேராசிரியர் பெரியார் தாசனிடம் வாழ்த்துரை வாங்கி வைத்திருந்தேன். அதனை அடுத்த கட்டத்திற்கு எடுத்துச் செல்லப் பணம் இல்லை. என்னிடம் பணம் சேமிப்பு இல்லை என்பதால் மூன்று மாதம் வாடகை, சாப்பாடு, 'மேலும் முயற்சி செய்' என்ற புத்தகத்திற்கு செலவு மற்றும் தற்போது நெறிப்படுத்துவதற்குப் பணம் என்று நண்பர் முருகேசன் கொடுத்த காசு எல்லாம் காலியாகிவிட்டது. வாடகை கொடுக்க முடியவில்லை. வீட்டு முதலாளியிடம் முன் பணத்தில் பிடித்துக்கொள்ளுங்கள். அடுத்த மாதம் வீடு காலி பண்ணுகிறேன் என்று கூறிவிட்டேன். இப்படி இக்கட்டான சூழ்நிலையில் ஒரு முடிவு செய்தேன்.

என் தன்மானம் தலையைச் சொறிய அதை ஓரமாகத் தள்ளி வைத்துவிட்டு, ஒரு சகோதரரிடம், தொலைபேசியில் பேசினேன். முன்பு ஒரு சகோதரர் என் நண்பர் மூலமாக என்னை வீட்டுக்கு வரவேண்டாம் என்றார். ஆனால் இந்தச் சகோதரர் அவர் இருக்கும் ஊர்ப் பக்கம்கூட வரவேண்டாம் என்றார். (பாவம் அவருக்கு என்ன பிரச்சினையோ!) மற்றொரு சகோதரருக்குப் போன் பண்ணினேன். அவரிடம் விபரமாக என் நிலைமையை விளக்கினேன். இவரைப் பற்றியும் சற்றுக் கூற வேண்டும். இவர் தொலைபேசியை மட்டும் துண்டித்தார் என்றால் உலகத்தில் இவரைவிட வேறு யாரும் சந்தோஷமாக வாழ முடியாது. மற்றொன்று இவர் சகோதரத்திற்கும் மற்றவர்களுக்கும் எந்த உதவியும் செய்யாமலிருந்தால் இன்று கோடீஸ்வரனாக இருப்பார். நான் யாரையும் குறை சொல்வதாகத் தவறாக நினைத்துவிட வேண்டாம். என் நிலைமையை விளக்கவே முயற்சி

செய்கிறேன். இந்தச் சகோதரரிடம் கூறினேன். நான் முன்பு ஒரு தடவை உங்களிடம் தொலைபேசியில் பணம் கேட்டபோது, பணம் கேட்டு தொலைபேசி எடுக்க வேண்டாம் என்றீர்கள் (தொலைபேசி எடுக்க வேண்டாம் என்று கூறவில்லை). அப்போதே சபதமெடுத்தேன். தெருவில் கிடந்தாலும் சகோதரர்கள் எவரிடமும் எந்த உதவியும் கேட்பதில்லை என்று. ஆனால் அண்ணன் தம்பிக்குள் சவால் விடும் நீ பெரிய ஆள் நான் பெரிய ஆள் என்று கருதுவதும் பிடிவாதம் பிடிப்பதும் சரியில்லை. அது சகோதர உறவில் இடைவெளியை ஏற்படுத்தும். அதனால் கேட்கிறேன். அதுமட்டுமல்லாமல் என்னுடைய முயற்சிகளில் இதுவும் ஒன்று என்பதால் கேட்கிறேன். நான் இப்படிப்பட்ட சூழ்நிலையில் வாழ்ந்தேன் என்பது ஒருவேளை நாளை உங்களுக்குத் தெரிந்தால் ஏன் என்னிடம் ஒரு வார்த்தை கேட்டிருக்கலாமே என்று நீங்கள் என்னிடம் கேட்கக் கூடாது என்பதால் கேட்கிறேன். புத்தகம் வெளியிடுவதற்குப் பணம் கடனாகக் கொடுங்கள். P.F பணம் வந்ததும் திருப்பித் தருகிறேன் என்றேன். சில விடயங்கள் பேசினார். எனக்கு உதவி செய்ய முடியவில்லை என்பதனால் வருத்தம் தெரிவித்தார். நீங்கள் உதவவில்லை என்று நான் வருந்தவில்லை. நீங்களும் வருத்தப்பட வேண்டாம். நான் மேலும் முயற்சி செய்கிறேன் என்றேன். இதில் சிறிது சந்தோஷமான விடயம் அவர் எனக்கு உதவிதான் செய்ய முடியவில்லை என்று கூறினாரே தவிர நீ என் சகோதரன் இல்லை, உனக்கும் எனக்கும் எந்த உறவுமில்லை என்று கூறவில்லை. அதனால்தான் அவருடைய இரண்டு குழந்தைகள், அவர் மனைவி எல்லோரையும் ஒரு மணி நேரத்திற்கு மேலாகப் பேச வைத்தார்.

எனக்கு அனுபவமின்மையால் முறையாக எழுதாததின் காரணமாக நண்பர் ஒருவரிடம் அதனை அழகுபடுத்தி, முறைப்படுத்தி எழுதித் தரும்படி கூறியிருந்தேன். இடையிடையே அவருடன் தொலைபேசி மூலமும் தொடர்பு கொண்டு வந்தேன். 40 நாட்கள் கழித்து நேரடியாக வந்து என்னிடம் கூறினார். உங்கள் புத்தகம் என்னிடம் வந்ததிலிருந்து என்னுடைய நெருங்கிய உறவினர் இருவர் இறந்துவிட்டார்கள். எனக்கு வேறு உடம்பு சரியில்லாமல் போய்விட்டது. பெரும் துன்பமே என்னைச் சூழ்ந்துகொண்டது. நான் மூடநம்பிக்கைக்காக இதனைச் சொல்லவில்லை. எதுவானாலும் பரவாயில்லை புத்தகம் வெளியிடுவதில் உறுதியாக இருந்தால் மேலும் குறைந்தது பதினைந்து நாட்கள் கொடுங்கள். நான் எழுதித் தருகிறேன் என்றார். மேலும், இவ்வளவு கஷ்டப்பட்டுப் பணம் செலவு செய்து இந்தப் புத்தகத்தை வெளியிடுவதால் உங்களுக்கு என்ன நன்மை என்றார். வாழ்ந்த வாழ்க்கையில் அதிக நாட்கள்

இந்தியாவில் வாழ்ந்திருக்கிறேன். தமிழ்நாட்டுத் தண்ணீரைக் குடித்திருக்கிறேன். அதனால் நான் பார்த்துக் கொள்கிறேன். என் கதையை என்னிடம் திருப்பிக் கொடுத்து விடுங்கள் என்று கூறிவிட்டேன். இவர் முன்பு என்னிடம் பேசியதும் தற்போது பேசுவதும் எனக்குச் சற்று யோசனையை அதிகப்படுத்தியது. எனது கதையைத் தவறாக ஏதாவது வகையில் இவர் பயன்படுத்தி விடுவாரோ என்ற எண்ணம் வேறு என் மூளையின் ஓரத்தில் உரசிக் கொண்டிருந்தது.

என்னுடைய மூன்றாவது பெரிய முயற்சி கால விரயத்துடன் தோல்வியில் முடிந்தது. இன்னும் நான் சோர்ந்து போய்விட வில்லை. மூச்சிருக்கும் வரை முயற்சி... முயற்சி... முயற்சி... இரண்டு மூன்று தடவைகள் மறுபடி படித்தேன். எனது சிறு பிள்ளைப் பருவத்துப் பதிவுகளை எல்லாம் நீக்கி பக்கங்களைக் குறைத்தேன். என் அறிவுக்கும் அனுபவத்திற்கும் எட்டியவரை என் கதையை அழகுபடுத்தினேன்.

ஈழத் தமிழர் வாழும் அகதி முகாம்களை எல்லாம் தமிழக அரசு ஆய்வு செய்துகொண்டிருப்பதாகப் பத்திரிகையின் மூலமாக அறிந்தேன். அதனால் தனிப்பட்ட முறையில் பத்து கோரிக்கை களை வலியுறுத்தி, கூடவே ஒரு கடிதமும் எழுதி தமிழக அரசுக்கு அனுப்பினேன். அதன் நகலையும் ஈழத் தமிழர்பால் அன்புகொண்ட தலைவர்களுக்கெல்லாம் அனுப்பியதுடன் பழ. நெடுமாறன் அவர்களுக்கும் அனுப்பினேன். பின்பு ஒரு நிகழ்ச்சியில் நண்பர் ஒருவரால் நெடுமாறன் அவர்களிடம் அறிமுகப்படுத்தப்பட்டபோது, அவர் என் கையைக் குலுக்கித் தோளில் தட்டிக் கொடுத்தார். அய்யா அவர்களினால் சேலத்தில் நடந்த உலகத் தமிழர் பேரமைப்பு மாநாட்டில் ஈழத் தமிழ் அகதிகளுக்காகவும் ஒரு தீர்மானம் நிறைவேற்றப்பட்டது கேட்டுப் பேரானந்தமடைந்தேன்.

என் கதைக்கு வருகிறேன். அகதி முகாமின் கட்டுப்பாட்டை மீறி எந்தப் பதிவுமில்லாமல் எட்டு ஆண்டுகளுக்கு மேலாக எப்படி வாழ்ந்தேன் என்பதனை நீங்கள் படித்திருப்பீர்கள். தற்போது நான் முகாமில் வாழப் போகிறேன் என்று கூறி முகாம் சென்று பதிவுக்கு மனு செய்தால் பதிவு தருவார்கள். ஆனால் எத்தனை வருடம் என்பதனை உறுதியாகச் சொல்ல முடியாது. என் அனுபவத்தில் நானே பார்த்திருக்கிறேன். வேறு முகாமிலிருந்து முறையாகக் கல்யாணம் செய்து வந்தவர்களுக்கே வருடக்கணக்காகப் பதிவு இல்லை. நான் சென்னையிலிருந்து மதுரை போய் மதுரை பெரியார் பேருந்து நிலையத்திலிருந்து 52ஆம் இலக்கப் பேருந்திலேறி ஆஸ்டின்பட்டி போகும்

போரின் மறுபக்கம்

வழியில் அகதி முகாமில் பஸ்ஸிலிருந்து பின்வாசல் வழியாக இறங்கினால் கியூபிராஞ்ச் போலீஸ்காரர் முன்வாசல் வழியாக இறங்குவார். (தமிழ்நாட்டு காவல்துறை என்றும் சிறப்பானது.) அவரிடம் நான் எங்கு என்ன சாப்பிட்டேன், எங்கு மலம் சலம் கழித்தேன் என்பதிலிருந்து என் உச்சந்தலையில் உள்ள ஒற்றை நரைத்த முடியிலிருந்து உள்ளங்காலில் படிந்துள்ள தூசி வரை சொல்ல வேண்டும். ஆதாரம் இருந்தால் காண்பிக்க வேண்டும். கொஞ்சம் நல்ல அதிகாரியாக இருந்தால் அன்பாக அறிவுரையும் வழங்குவார். வேறுமாதிரியாக இருந்தால் அதிகாரத் தோரணையில் மிரட்டுவார். செங்கல்பட்டு, வேலூர், மேலூர் எல்லாம் இருக்கிறது என்பார். 57 பைசா ரேசன் அரிசிக் கஞ்சியைக் குடுச்சிட்டு ஓலைக் கொட்டிலில் உங்களால் எல்லாம் சும்மா இருக்க முடியாதா என்பார். அவருக்கு சந்தேகம் போகவில்லை என்றால் அலுவலகம் வரும்படி அழைப்பார். முகாமுக்கு வரும்போதெல்லாம் என்னை வந்து பார்ப்பார். ஏதோ பத்து வருடப் பழக்கம்போல் பேச ஆரம்பிப்பார். என் மேல் அவருக்குள்ள சந்தேகம் தீரும் மட்டும் அவர் பார்வை என்மேல் எப்பவும் விழுந்துகொண்டேயிருக்கும். ஒரு பக்கம் சட்டரீதியான செயல் பக்காவாக நடந்துகொண்டிருக்கும். மற்றொரு பக்கம் (1990ஆம் ஆண்டு ஓலையில் போடப்பட்ட கொட்டில் இன்னும் அப்படியே இருக்கிறது என்று அரசு நினைப்பதால்) எனக்கு அங்கு தங்குவதற்குக் கொட்டில் ஒதுக்கித் தர மாட்டார்கள். பதிவு வரும்வரை எந்த உதவித் தொகையும் கிடைக்காது. பதிவு வரும்வரை நான் என்ன சாப்பிடுகிறேன் என்ன செய்கிறேன் என்பது அரசுக்குக் கவலையில்லை. படிக்க வேண்டும் என்று ஆசைப்பட்டால் அதற்கு அரசு உதவி எதுவும் கிடைக்காது. உடம்புக்கு முடியவில்லையா நானே பார்த்துக் கொள்ள வேண்டும். வேலைக்குப் போக முழுமையான சுதந்திரமிருக்காது. கியூபிராஞ்ச் போலீஸ்காரர் சுற்றிச் சுற்றி வருவார். வறுமை என் தலைக்கு மேல் படமெடுத்தாடும். இந்தச் சூழ்நிலையில் எங்காவது பத்து நாள் தங்கி வேலை செய்யச் சென்றால் அவ்வளவுதான். கியூபிராஞ்ச் போலீஸுக்குப் பதில் சொல்வதில் போதும்போதும் என்றாகி விடும். தூரத்து உறவினரோடோ தெரிந்தவர்களோடோ நான் தங்க வேண்டும். முறையான சாப்பாடு இருக்காது.

கியூபிராஞ்சுக்கு பதில் சொல்லப் பயந்தே தூரமாக அல்லது தங்கி வேலைக்குச் செல்வதைத் தவிர்க்க வேண்டிய நிலை வரும். முகாமிற்குப் பக்கத்தில் எங்காவது கூலி வேலை, பெயிண்ட் அடிக்க நாலு நாள் போவேன் (அதற்கு மேல் அதுவும் இருக்காது). மாதத்தில் பத்து நாள் வேலையிருக்கும் 20 நாள் சும்மா முகாமைச் சுற்றிச் சுற்றி வருவேன். இதில் கெட்ட

206 தொ. பத்திநாதன்

பழக்கம் இருந்தால் அல்லது இந்த சூழ்நிலையில் உடம்பு சரியில்லாமல் போனால் அவ்வளவுதான். கடன்காரனாகி விடுவேன். மாதத்தில் இருபது நாள் வேலையில்லாமல் திரிந்தால் ஒரு மனிதனின் எண்ணம் என்ன செய்யும். (சாலை ஓரத்திலே வேலையற்றதுகளின் உள்ளத்திலே விபரீத எண்ணங்கள் – அண்ணா.) அடைக்கலம் கொடுத்த வீட்டில் அல்லது பக்கத்து வீட்டில் (பெண்) பிரச்சினை வரும். அப்படியே கல்யாணம் என்ற போர்வையில் சேர்ந்து வறுமையோடு வாழ்க்கை ஓடும். கொஞ்ச காலத்தில் ஒன்றோ இரண்டோ குழந்தை. என் வருமானம் நூறு ரூபாயாக இருந்தால் என் வீட்டுச் செலவு 150 ரூபாயாக இருக்கும். மேலும் மேலும் கடன் வறுமை தாங்காமல் பெண்டாட்டியும் வேலைக்குச் செல்வார். அழுக்கான கைலி, சட்டை, மெலிந்த தேகம், வாயில் பீடி, காலில் செருப்புக்கூட இல்லாமல் இப்படியே ஒரு சராசரிக்கும் கீழ் வறுமைக் கோட்டுக்குக் கீழ் பெரும்பாலும் அகதி முகாமில் உள்ள ஆண்கள் – பெண்கள் வாழ்க்கை மாதிரி என் வாழ்க்கையும் அந்தப் பரிதாபகரமான நீரோட்டத்துடன் கலந்து போகும். இது ஒரு வாழ்க்கையா? இந்தச் சூழ்நிலையில் வாழ்ந்தால் கியூபிராஞ்ச் போலீஸ்காரருக்கு நிம்மதி. பத்துவருட பழக்கம் மாதிரி பேசியவர் என் வீட்டு வாசலுக்கும் வரமாட்டார். அகதி என்பவன் எந்த நாட்டில் அடைக்கலம் புகுந்தானோ அந்த நாட்டின் சட்டத்தைக் கடைபிடித்தால் அந்த நாட்டு மக்களுக்கும் அவனுக்கும் வித்தியாசமில்லை என்கிறது சர்வதேச அகதிகளுக்கான சட்டம். அதுமட்டுமல்ல, அகதிக் குழந்தைகளுக்கும் பெண்களுக்கும் சிறப்புக் கவனம் செலுத்த வேண்டும் என்கிறது. வேலை வாய்ப்பை ஏற்படுத்திக் கொடுக்க வேண்டும் என்கிறது. படிப்பிற்கு ஏற்பாடு செய்ய வேண்டும் என்கிறது. எந்தத் தனியார் நிறுவனத்திலும் அகதியை வேலைக்கு அமர்த்துவது சட்டப்படி குற்றமில்லை என்கிறது. மனித உரிமை அடிப்படையில் அகதிக்கு அரசியலில் ஈடுபடுவது, வாக்களிப்பது தவிர மற்ற எல்லா உரிமைகளும் உண்டு என்கிறது. ஆனால் இங்கு என்ன நடக்கிறது? அகதி என்பவன் வெறும் கணக்கெடுப்பிற்கு மட்டும்தான். கேட்டால் ஐ.நா. சபையில் அகதிகளுக்கான பிரிவில் இந்தியா கையெழுத்திடவில்லையாம். அதனால் அரசாங்கம் எடுக்கும் முடிவுதானாம். இந்த நிலையில் சொல்கிறார்கள் – ஈழத்து அகதிகள் இந்தியாவில் செல்லப் பிள்ளைகளாம்!

மண்டபம் முகாமில் இருந்தபோது நாங்கள் தங்கியிருந்த வீட்டிற்கு அருகில் வசித்த இந்திய நண்பர் ஒருவர் பேசிக் கொண்டிருந்தது என் காதில் அரைகுறையாகக் கேட்டது. அதாவது மண்டபத்தில் ராமகிருஷ்ண மடத்தினர் அகதிகளுக்கு தியானம்

கற்றுக் கொடுத்தார்களாம். நூலகம் வைத்திருந்தார்களாம். சிறுகுழந்தைகளுக்கு மாலையில் பால் வழங்கினார்களாம். இதைக் கேள்விப்பட்டதும் ராமகிருஷ்ணா மடத்தைத் தேடினேன். முகாம் முழுவதும் தேடியும் என்னால் கண்டுபிடிக்க முடியவில்லை. பின்பு ஒருவரிடம் விசாரித்தேன். அவர்கள் முகாமை விட்டுப்போய் விட்டார்கள் என்றார். தற்போது அது செயல்படவில்லை என்றார். அவர்களாக வெளியேறினார்களா அல்லது வெளியேற்றப் பட்டார்களா? தெரியவில்லை. ஒருவேளை ஈழத்தமிழர் எல்லாம் தீவிரவாதிகள் என்று நினைத்திருப்பார்களோ?

மண்டபம் முகாமில் வசிக்கும் இந்திய நண்பர் ஒருவரிடம் பேசினேன். ஒரு குடும்பம் வாழ்வதற்கே போதாத இந்தச் சிறிய பாழடைந்த வீட்டில் 25 பேரைத் தங்க வைத்திருக்கிறார்களே. இங்கு வேறு வீடுகள் இல்லையா? கருணாநிதி தலைமையிலான அரசாங்கம் மண்டபம் முகாமைப் புனரமைப்பதற்காக முதல் கட்டமாக 25 லட்சம் ஒதுக்கியிருப்பதாகப் பத்திரிகையில் பெரிய எழுத்துகளில் செய்தி வந்ததே என்றேன். வெளிப்படையாகப் பேசினார். அரசு செலவிடும் பணம் இந்திய மக்களுக்குச் சென்றடைவதற்கு இடையில் எத்தனை கைபட்டு வருகிறது என்பது தெரிந்த கதைதானே. அதுவும் அகதிகளுக்கு என்றால் கேட்கவே வேண்டாம். ஏனென்றால் இவர்களுக்கு என்ன கொடுமை நடந்தாலும் கேட்பதற்கு யார் இருக்காங்க? முக்கிய தெரு மட்டும் தார் போட்டு இருக்கிறார்கள். மற்றவை ஆண்டவனுக்குத்தான் தெரியும் என்றதுடன் மற்றுமொரு சம்பவத்தையும் கூறினார். மண்டப முகாமில் அரசு வேலை பார்ப்பவர்கள் தங்கியிருக்கிறார்கள். அதுமட்டுமின்றி முகாமுக்கு வெளியே வேலை செய்பவர்களும் கிட்டத்தட்ட 50 குடும்பங்கள் இங்கு தங்கியிருக்கிறார்கள். காரணம் குறைந்த வாடகை. அதையும் கொடுப்பதில்லை. பல வருடங்களாக இப்படியே இருக்கிறார்கள். தற்போது அகதிகள் அதிகமாக வர ஆரம்பிக்கவும் அந்த 50 குடும்பத்தையும் வீட்டைக் காலி செய்யச் சொல்லி முகாம் சிறப்பு ஆட்சியர் உத்தரவு வந்தது. ஆனால் அம்மக்கள் காலி செய்யவில்லை. பின்பு முகாம் ஆட்சியர் காவல்துறை உதவியுடன் வீடுகளுக்கு சீல்வைத்தார். மக்கள் போராட்டம் நடத்தினார்கள். அவர்களுக்கு சாதகமாக அந்த நேரம் தேர்தல் வந்தது. ஓட்டுக்கேட்டு அரசியல்வாதி வந்தார். மக்கள் முறையிட்டார்கள். அவர் அந்த 50 குடும்பங்களின் வாக்கைக் கணக்கில் எடுத்துக்கொண்டார். அகதிகளின் நிலையை மறந்தார். அவ்வளவுதான் முகாம் ஆட்சியரின் முயற்சி கடற்கரை மண்ணுக்குள் கண்ணுக்குத் தெரியாமல் புதைந்து போனது. அதன் விளைவு எங்களுக்குத் தற்காலிகமாக வழங்கப்பட்டது

பாழடைந்த பேய் வீடு. அகதிகள் விடயத்தில் எத்தனை ஊழல்கள், எத்தனை மர்மங்கள் புதைந்து போனதோ சம்பந்தப்பட்டவர்கள் தவிர வேறு யாருக்குத் தெரியும்?

மண்டபம் அகதிகள் முகாம் வெள்ளையர் ஆட்சிக் காலத்தில் இலங்கைக்குத் தேயிலைத் தோட்டத்தில் வேலை செய்வதற்கு ஆட்களை தங்க வைத்து அனுப்புவதற்காகக் கட்டப்பட்டது. மண்டபம் முகாமில் தற்காலிகமாகத் தங்க வைத்துக் கப்பல் கப்பலாக இந்திய மக்களைத் தேயிலைத் தோட்டத்தில் வேலை செய்ய அனுப்பினார்கள். மண்டப முகாம் தற்காலிகமாகக் கட்டப்பட்டது. இன்று கிட்டத்தட்ட ஒரு நூற்றாண்டு ஆகியிருக்கும். அதன் பின்பு எம்ஜிஆர் ஆட்சிகாலத்தில் கொஞ்சம் வீடுகள் கட்டப்பட்டுள்ளன. தற்போது கருணாநிதி ஆட்சியில் புனரமைப்பதற்காகச் சில இலட்சங்கள் ஒதுக்கப்பட்டுள்ளது. அதுவும் முறையாக நடைமுறைப்படுத்தப்படுகிறதா? எத்தனை வீடுகள் வரிசை வரிசையாக இடிந்துபோய்க் கிடக்கின்றன. பாதுகாப்பு விசயத்தில் மட்டும் ஒன்றுமறியாத அகதிகளின் குரல்வளையை நெரிக்கும் அரசு அகதிகளின் அடிப்படை வசதிகளிலாவது கொஞ்சம் கவனம் செலுத்தலாம். ஒரு வேளை இந்தியாவில் வறுமைக் கோட்டிற்குக் கீழ் உள்ள மக்களின் நிலையைவிட அகதிகளின் வாழ்க்கை நிலை மேம்பட்டுவிடக் கூடாது என்று அரசுகள் நினைக்கின்றனவா?

எந்த நடிகை எவருடன் தொடர்பு வைத்திருக்கிறார்? எந்த நடிகன் யாருடன் ஓடிப்போனான்? எந்த இலங்கைத் தமிழன் கடத்தல் செய்கிறான்? எங்கு கொள்ளையடித்தான்? என்றெல்லாம் செய்தி வெளியிடும் பத்திரிகை நண்பர்களே, தமிழகத்திலிருக்கும் கிட்டத்தட்ட ஒரு லட்சம் அகதிகளின் வாழ்வாதாரப் பிரச்சினையிலும் கொஞ்சம் கவனம் செலுத்தலாமே?

பன்னிரண்டு நாட்கள் கழித்து மேலிடத்திலிருந்து உத்தரவு வந்ததும் எங்கள் அனைவரையும் அவரவர் முகாமிற்கு மறுபதிவுடன் அனுப்பினார்கள். உச்சப்பட்டி முகாம் வந்து சேர்ந்ததும் வேலை தேடும் முயற்சியில் ஈடுபட்டேன். படித்தது ஒரு பெயரில்; வேலை செய்த அனுபவச் சான்றிதழ் ஒரு பெயரில்; கூடுதல் தகுதியாக இலங்கை அகதி என்ற சிறப்புப் பட்டம் வேறு; இப்படி இருக்கையில் எந்த நிறுவனம் உடனே வேலை கொடுக்கும்? இரண்டு மூன்று ஓட்டல்களில் பயோடேட்டா கொடுத்தேன். வாங்கிப் பார்த்தார்கள். இலங்கை அகதி என்றதும் உங்களைக் கூப்பிடுகிறோம் என்றார்கள். கூப்பிடுகிறோம் என்றால் அவ்வளவுதான். அதனால் மற்றுமொரு முயற்சி செய்தேன்.

நேராகத் திருமங்கலம் காவல்நிலையம் சென்று ஆய்வாளருக்கு மனு கொடுத்தேன். அதாவது எனக்கு திறமையும் தகுதியும் இருந்தாலும் நான் ஈழத்து அகதி என்பதால் வேலையில் சேர்த்துக் கொள்ள நல்ல நிறுவனங்கள் யோசிக்கின்றன. அதனால் என்மேல் எந்தக் குற்ற வழக்குகளுமில்லை என்று ஒரு சான்றிதழ் கொடுங்கள் என்றேன். அவர் எனது மனுவைப் படித்துப் பார்த்துவிட்டு உதவி ஆய்வாளரிடம் அனுப்பினார். அவரிடம் பேசினேன். அவர் முகாம் எழுத்தரிடம் விசாரித்துவிட்டுச் சான்றிதழ் தருகிறேன், நாளைக்கு வாருங்கள் என்றார். ஆனால் எழுத்தர், "கணினி ஆப்ரேட்டர் மாலை ஐந்துமணிக்கு வருவார்" என்றார். சரி என்று மாலை ஐந்துமணிக்குச் சென்றேன். கொஞ்ச நேரம் பொறுத்திருக்கும்படி கேட்டுக்கொண்டார். காவல்நிலையத்தில் உட்கார்ந்திருந்தேன். ஒருமணி நேரமானது. கொசுக்கடி வேறு தொந்தரவாக இருந்தாலும் சான்றிதழ் வாங்கிவிட வேண்டும் என்பதால் பொறுமையாக உட்கார்ந்திருந்தேன். ஒரு மணி நேரம் இரண்டு மணி நேரமாகி, மூன்று மணி நேரமாகிவிட்டது. நேராக உதவி ஆய்வாளரிடம் சென்றேன்.

ஐயா நான் மூன்று மணிநேரத்திற்கு மேலாகக் காத்துக் கொண்டிருக்கிறேன் என்றேன். அவருக்குக் கோபம் வந்துவிட்டது. நானா உன்னை வரச் சொன்னேன் என்று ஒரு பொறுப்பில்லாத கேள்வியைத் திருப்பிக் கேட்டார். உங்க நாட்டுல சண்டை போட்டுக்கொண்டிருக்கிறீர்கள் என்று அவர் உணர்வுகளைச் சிறு சீற்றத்துடன் வெளிப்படுத்தினார். ஆனால் மறுநாள் சான்றிதழ் வழங்கிவிட்டார். அந்தச் சான்றிதழ் கூடுதல் தகுதியைக் கொடுத்தது. அதைக் கொண்டும் வேலைக்கு விண்ணப்பித்தேன். மதுரையில் பிரபலமான மூன்று நட்சத்திர ஓட்டலில் எனக்குத் தகுதியான வேலை கிடைக்கக் கிட்டதட்ட இரண்டு மாதங்கள் ஆகிவிட்டது. அந்த இரண்டு மாதங்கள் நான் முகாமில் என்ன செய்தேன்?

முகாமைச் சுற்றிச் சுற்றி வந்தேன். என் சகோதரர் வேளா வேளைக்குச் சாப்பாடு போட்டார். முகாமில் நான் எட்டு வருடங்களுக்கு முன்பு குழந்தையாகப் பார்த்தவர்களின் குழந்தைகள் பள்ளிக்கூடம் போகுமளவுக்கு இருந்தனர். இலங்கையில் பதின்மூன்று வயது வந்துவிட்டாலே கல்யாணம் செய்துகொள்ளத் தயாராக இருக்கிறார்களாம். ஏதோ ஒரு வகையில் இறந்து போவதற்கு முன்பு, இருக்கும்வரை என்றாலும் வாழ்ந்துவிட்டுப் போகட்டும் என்று நினைக்கிறார்கள். ஆகவே, சிறுவயதிலேயே கல்யாணம் செய்துகொள்ளும் நிலைமை. முகாமில் சிறுவர்கள் சேர்ந்து திருடன் போலீஸ் விளையாடி யிருக்கிறார்கள். அப்போது ஒரு பெண் குழந்தை ஓடிப்போய்

கோழிக்கூட்டிற்குள் ஒளிந்துகொண்டாள். அவளைப் பிடிக்க ஒரு பையன் கோழிக்கூண்டிற்குள் சென்றிருக்கிறான். இன்று குழந்தைகளுக்கே குழந்தை இருக்கிறதாம். இப்படியும் கலாச்சாரச் சீரழிவு நடக்கிறது முகாம்களில்.

ஒருநாள் எனது முகாம் நண்பரின் வயதான தாய் இறந்து விட்டதால் அங்கு சென்றேன். பெரும்பாலும் முகாம்களில் உள்ள சில ஆண்களுக்கு யாரும் இறந்து போனால் மிக்க சந்தோசம். சுடுகாட்டுப் பணியாளுக்கு இறந்தால்தான் பிழைப்பு. அதுபோல் இங்குள்ள சிலருக்கு யாரும் இறந்தால்தான் வெட்டிச் சீட்டு (உள்ளே வெளியே) சூது விளையாட முடியும். ஒரு பக்கம் இறந்த உடல் இருக்கிறது, மறு பக்கம் உறவினர்கள் சோகமே உருவாக உட்கார்ந்து இருக்கிறார்கள். மறுபக்கம் எந்தக் கவலையும் இல்லாமல் தீயாக உள்ளே வெளியே காசு வைத்து சூது விளையாட்டு நடக்கிறது. அவர்கள் எந்தளவு தீவிரமாக அதில் மூழ்கிப் போய் விளையாடுகிறார்கள் என்பதை அன்றுதான் நேரடியாகக் கண்டேன். அதிலும் ஒரு வட்டத்திலேயே அப்பா, இரண்டு மகன்கள் உட்கார்ந்து விளையாடுகிறார்கள். உள்ளே வெளியே வட்டத்தில் ஆயிரக்கணக்கில் காசு வைத்துச் சூது ஆடுகிறார்கள். ரம்மி விளையாடும் வட்டத்தில் நூற்றுக்கணக்கில் காசு வைத்து விளையாடுகிறார்கள். இவர்கள் கல்லூரியில் படித்தவர்கள். மற்றுமொரு வட்டத்தில் கழுதை என்ற ஒரு வகைச் சீட்டு விளையாடுகிறார்கள். மிகவும் வருத்தப்பட வேண்டிய விடயம், ஒன்பதாம் வகுப்பு, பத்தாம் வகுப்பு படிக்கும் மாணவர்கள் விளையாடுகிறார்கள். இவ்வாறு மூன்று பிரிவாகச் சூது விளையாடினால் எப்படி? அந்த இடத்தில் அவர்களை விளையாட வேண்டாம் என்று கூறியிருந்தால் அந்த இறந்த அம்மாவைப் புதைப்பதற்கு முன்பு என்னைப் புதைத்திருப்பார்கள். அவ்வளவு வெறித்தனமாக விளையாடுகிறார்கள். இவை எல்லா வற்றையும் ஒவ்வொன்றாகக் கவனித்த நான் பக்கத்திலிருந்த நண்பரிடம் கேட்டேன்: இந்த முகாமில் மட்டும்தான் இப்படியா அல்லது எல்லா முகாமிலும் இப்படித்தானா? அதற்கு அவர் ஒரு கதை கூறினார்.

நண்பருடைய நண்பர் ஒருவர் இறந்ததற்காக வேறு முகாம் சென்றிருந்தாராம். அங்கு யாரும் சீட்டு விளையாடவில்லையாம். அது இவருக்கு ஆச்சரியமாக இருக்கவும் பக்கத்திலிருந்த நபரிடம் அது பற்றிக் கேட்டிருக்கிறார். அவர் கூறினாராம்: இப்படித்தான் ஒரு இறந்த வீட்டில் சீட்டு (சூது) ஆடிக்கொண்டிருந்தபோது ஒரு நபர் அதிக காசை இழந்துவிட்டாராம். இறந்த பிணத்தை அடக்கம் செய்யத் தூக்கும் நேரம் வரவும் அதில் வெற்றி பெற்றவர் எழுந்தாராம். அப்போது தோற்றுப் போனவர் சண்டை

போட்டிருக்கிறார். ஆனால் வெற்றி பெற்றவர் மறுபடியும் ஆட சம்மதிக்கவில்லை. தோற்றுப் போனவர் எழுந்து அவர் வீட்டுக்கு வேகமாகப் போய் ஒரு பெரிய அரிவாள் எடுத்து வந்து வைத்துக்கொண்டு நான் சூதாட்டத்தில் இழந்த காசு திரும்பிப் பெறும்வரை பிணத்தைத் தூக்கக் கூடாது. அப்படித் தூக்கினால் இன்னும் பல பிணங்கள் விழும் என்றாராம். பிணம் எடுத்துவிட்டால் கூட்டம் கலைந்துவிடும். பிணம் இருந்தால் தான் சூது விளையாடக் கூட்டம் இருக்கும்; விளையாட முடியும். பின்பு போலீஸ், பஞ்சாயத்து வந்து அப்புறம் பிணம் அடக்கம் செய்யப்பட்டது. அதிலிருந்து இங்கு யாரும் சீட்டு விளையாடுவ தில்லை என்றாராம். சூது விளையாட்டின் நிலையை அல்லது விளையாடுபவர்களின் குடும்ப நிலையை எத்தனை சினிமாவில் பார்த்திருப்பீர்கள். இங்கு நேரடியாகப் பார்க்கலாம்.

ஏன் இவர்கள் இப்படியிருக்கிறார்கள் என்றால் அவர்களுக்கு வேறு வேலையில்லை. நல்ல பொழுதுபோக்கு இல்லை. நல்லதை நாடிப்போகுமளவுக்கு அறிவுமில்லை. அதற்கான வாய்ப்புகளுமில்லை.

பொதுவாக சமுதாய அமைப்பில் மதத்தால் ஒன்று சேர்வார்கள் அல்லது சாதி உணர்வால் ஒரு பிரச்சினை என்றதும் ஒன்று சேர்வார்கள். ஆனால் இங்குள்ள மக்கள் எல்லாம் கலந்த கலவை. அதனால் அவர்களுக்குள்ளே நிறைய முரண்பாடுகள். ஒரே ஒரு ஒற்றுமைதான் அதாவது ஈழத்தமிழன் என்பது. அதுவும் சுதந்திரமாக நான் ஓர் ஈழத்தமிழன் என்று சொல்ல முடியாத அளவுக்கு கியூபிரிவு அதிகாரிகளின் நேரடி மறைமுக அச்சுறுத்தல். கியூ பிரிவு இந்தச் சூதாட்டத்தைத் தடுக்க முடிகிறதா? அவர்களுக்கு முகாமிற்குள் எவன் அடிச்சுட்டு செத்தாலும் பிரச்சினையில்லை. என்ன கலாச்சார சீரழிவு நடந்தாலும் பிரச்சினையில்லை. ஆனால் முகாமை விட்டு பிரச்சினை வெளியே வரக்கூடாது. அவ்வளவுதான்.

முகாமைச் சுற்றி வந்த நான் அங்குள்ள சில முக்கியமான நபர்களிடம் எல்லாம் பேசினேன். சமுதாய மாற்றத்திற்கும் வளர்ச்சிக்கும் கல்வி மிகவும் முக்கியமானது. அடிப்படையானது என்பதால் நாம் ஓர் இலக்கியமன்றம் திறந்து அதன் மூலமாகக் கல்வி மேம்பாட்டிற்கு உதவலாம். சீட்டு விளையாடிச் சீரழிஞ்சு போகும் மக்களுக்கு மாற்று வழியை ஏற்படுத்திக் கொடுக்கலாம். அவர்களை எல்லாம் நேரடியாக மாற்ற முடியாது. இப்படி மாற்று வழிமூலமாக மாற்ற முயற்சி செய்யலாம் என்றேன். நான் பேசிய நபர்கள் எல்லாம் கூறிய வார்த்தை கியூபிரிவு ஒத்துக்கொள்ளாது என்பதுதான்.

ஏனென்றால் நான் ஏற்கனவே கூறியது போன்று கியூ பிரிவு என்றாலே எல்லோருக்கும் ஒரு அலர்ஜி. பயம். அவர்களுக்குத் தெரியாமலே அவர்கள் மேல் தொற்றிக்கொண்ட ஒரு மாயை. ஆனால் என்னுடைய முயற்சியில் நான் பின்வாங்கவில்லை. இளம் சமுதாயத்தை என்றாலும் நல்ல சமுதாயமாக மாற்ற நம்மாலான முயற்சியைச் செய்ய வேண்டும் என்ற எண்ணம் எனக்குள் உறுத்திக் கொண்டேயிருந்தது. முகாமில் உள்ள மாணவர் மன்றத்திற்கு அவர்கள் அழைக்காமலேயே சென்றேன். அவர்கள் மத்தியில் சிறிது நேரம் பேசினேன். பின்பு ஒரு வெள்ளைப்பலகை, அதில் எழுதுவதற்குப் பேனா *(Marker)*, டஸ்டர், கூடவே என்னிடமிருந்த திருக்குறள் புத்தகம் அனைத்தையும் கொடுத்து இந்தப் பள்ளிக்கூடத்தில் அனைவர் கண்ணிலும் படும்படியாக தினமும் ஒரு திருக்குறள் எழுதிப் போடுங்கள் என்றேன். அது தற்போது நடைமுறையில் உள்ளது.

ஏற்கனவே முகாமிற்கு என்று தலைவர் செயலாளர் என்று ஒரு அமைப்பு செயல்பட்டது. அது நன்றாகச் செயல்பட்டதாக ஒரு தகவல். சரியாகச் செயல்படவில்லை என்றும் ஒரு தகவல் கிடைத்தது. முகாமில் ஒரு பிரச்சினை என்றால் போலிசோ கியூ பிரிவோ அந்த அமைப்பின் மூலமாகச் செயல்பட வேண்டிய நிலை இருந்திருக்கிறது. கியூபிரிவு அவர்கள் வேலையைக் காட்ட ஆரம்பித்தார்கள். அதன் விளைவு அந்த அமைப்பைக் குலைத்து இல்லாமல் ஆக்கியதுடன் இனிமேல் எந்த அமைப்பையும் உருவாக்கக் கூடாது என்று எழுதி வாங்கியும் கொண்டார்கள். இலக்கிய மன்றம் உருவாக்கப் பெரியவர்களிடம் பேசினேன். அவர்கள் எற்கனவே சூடுபட்டவர்கள், வேலைக்காகாது என்பது புரிந்தது. அதுமட்டுமன்றி அவர்கள் மத்தியில் பகைமை, காழ்ப்புணர்ச்சி எல்லாம் ஓங்கியிருந்தன. மாணவர் மன்றம் திருக்குறள் புத்தகத்துடன் முடிந்தது. அடுத்து என்ன செய்யலாம் என்று யோசித்தேன். கல்லூரி நிறைவு செய்த (மூன்றாண்டுகள் கல்லூரியில் படித்த) மாணவர் ஒவ்வொருவரிடமும் பேசினேன். நல்ல திறமையானவர்கள் எல்லாம் இருக்கிறார்கள். அவர்கள் திறமை எல்லாம் கியூபிரிவினால் அமுக்கப்பட்டுக் கொண்டிருக்கின்றது என்பது புரிந்தது. அது மட்டுமன்றி அகதி, அதிலும் ஈழத்து அகதி என்ற சிறப்புப் பட்டம் அவர்கள் எங்கு முயற்சித்தாலும் சனியன் மாதிரி முன்னாடி நிற்கிறது என்பது நானும் அனுபவித்த ஒன்று. இவர்கள் அனைவரையும் ஒன்று சேர்த்து ஓர் அமைப்பை உருவாக்கலாம் என்று தோன்றவே அதற்கான முயற்சியில் ஈடுபட்டேன்.

ஒரு ஞாயிற்றுக்கிழமை மாலை எல்லோரும் ஒன்று கூடுவோம் என்று எல்லோரிடமும் தெரிவித்திருந்தேன். அதுவும் சிறுவர்

பாடசாலையில் அன்றையபொழுது நாங்கள் கூட வேண்டிய நேரத்தில் வேறு ஒரு தொண்டு நிறுவத்தின் கூட்டம் நடைபெற்ற தால் நாங்கள் கூடுவதற்கு இடம் இல்லாத நிலையில், கூட இருந்த நண்பர் ஒருவர் வீட்டில் முதல் கூட்டம் நடைபெற்றது. அப்போது கியூபிரிவுக்குத் தகவலை எப்படித் தெரிவிப்பது என்பது விவாதிக்கப்பட்டு கடிதம் மூலமாகத் தெரிவிக்கலாம் என்பது முடிவானது. அந்த வாதம் நடந்துகொண்டிருக்கும் போது பக்கத்தில் ஒரு மோட்டார் சைக்கிள் வந்து நின்றது. அப்போதுகூட இருந்த ஒரு நண்பர், நீங்கள் நாளை கியூபிரிவுக்குத் தெரிவிப்பது பற்றிப் பேசுகிறீர்கள். அவர்களுக்கு இன்னேரம் தகவல் போய் அவர்கள்தான் மோட்டார் சைக்கிளில் வந்திறங்கி யிருக்கிறார்களோ என்று நான் நினைத்தேன் என்றார். ஆனால் மோட்டார் சைக்கிளில் வந்தவர் வேறு நபர். இந்தச் சம்பவம் ஒன்று போதுமானது கியூபிரிவு என்றால் அகதி மக்களின் மனநிலை என்ன என்பதற்கு.

எங்கள் அமைப்பின் இரண்டாவது கூட்டம் அடுத்த பதினைந்து நாட்கள் கழித்து நடந்தது. அதில் தலைவர், செயலாளர், பொருளாளர் எல்லாம் தேர்வு செய்யப்பட்டனர். தமிழகத்தில் உள்ள அகதி முகாம்களில் வாழும் கிட்டத்தட்ட ஒரு இலட்சம் பேரில் M.Phil., வரை படித்த ஒருவர் எங்கள் முகாமில் இருக்கிறார். அவர்தான் எங்கள் அமைப்பின் சிறப்பு ஆலோசகர். படித்த இளைஞர்கள் அனைவரும் ஒரு மனதாக என்னையே தலைவராகத் தேர்வு செய்தார்கள். எங்கள் அமைப்பிற்கு 'ஈழவர் கல்வி மேம்பாட்டு மையம்' என்றும் பெயர் சூட்டப்பட்டது. எங்கள் அமைப்பின் நோக்கம் கல்வி, இலக்கியம் மட்டுமே. இது தவிர வேறு எந்த நடவடிக்கையிலும் ஈடுபடுவதில்லை என்றும் முடிவானது. அத்துடன் முகாமில் ஒரு நூலகம் அமைப்பது என்றும் முடிவு செய்யப்பட்டது. இப்போதுதான் ஒரு அமைப்பாக உருவாகியிருக்கிறோம். எங்கள் சந்தாக் காசும் மிக மிகச் சொற்பமானது. எப்படி நூலகம் கட்டப் போகிறோம். அதற்கான சூழ்நிலைகளை ஆராய்ந்து அதற்கான முயற்சியில் தற்போது எங்கள் அமைப்பு செயல்பட்டுக் கொண்டிருக்கிறது. நூலகத்தையும் ஒரு வேளை சீட்டு (சூது) விளையாடப் பயன்படுத்திவிடுவார்களோ?

வேலைக்குச் சேர்ந்த ஆரம்ப நாட்கள் விடுமுறை எடுக்க முடியாது. கியூபிரிவுக்கு எழுதிய கடிதம் பதினைந்து நாட்களாகியும் கொடுக்கப்படவில்லை. நாங்கள் கூட்டம் போட்ட அடுத்த நாளே என் வீட்டு வாசலில் கியூபிரிவினர் வந்து நிற்பார்கள் என்று எதிர்பார்த்தேன். அவ்வாறு நடக்கவில்லை. எனக்கு ஆச்சரியமாக இருந்தது. பின்பு ஒருநாள் கியூபிரிவு சார்பு

ஆய்வாளர் அவர்களுடன் தொலைபேசி மூலமாகத் தொடர்பு கொண்டு இவ்வாறு ஒரு அமைப்பு உருவாக்கியிருக்கிறோம். எங்கள் நோக்கம் இது. இந்தத் தகவலை முறைப்படி உங்களுக்கு தெரிவித்துக் கடிதம் எழுதி வைத்திருக்கிறோம். நீங்கள் எப்போது அலுவலகத்தில் இருப்பீர்கள். நாங்கள் உங்களை வந்து பார்ப்பதற்கு என்றேன். அதற்கு அவர், முகாமுக்கு கியூ பிரிவு ஏட்டையா வருவார், அவரிடம் கொடுங்கள் என்றார். அனுமதி கிடைக்குமா, கிடைக்காதா? அடுத்து என்ன நடக்கும் என்ற ஒரு கேள்விக்குறியுடன் மூன்று நாட்கள் நகர்ந்துவிட்டது. நான் பணிக்குச் சென்றுகொண்டிருந்தேன். பணி இடைவேளையில் முகாமிற்கு வந்தேன். எனது சகோதரர் என் மேல் சீறி விழுந்தார். நீ இந்த முகாமில் இருந்தால் எங்களால் இங்கு வாழ முடியாது. நான் வேறு முகாமிற்கு பதிவு மாற்றம் வாங்கிச் செல்லப் போகிறேன் என்றார். ஏன் என்றால் கியூபிரிவு அதிகாரி எனது சகோதரரை நன்றாக மிரட்டிவிட்டுச் சென்றிருக்கிறார்.

ஏற்கனவே வருவாய்த்துறை அதிகாரியுடன் பிரச்சினை. அவர் முகாம் முழுவதும் சொல்லித் திரிகிறார். என் சகோதரரிடமும் சொல்லியிருக்கிறார். அதில்லாமல் புதிதாக இந்தப் பிரச்சினை வேறு.

அண்ணனை மிரட்டிய கியூபிரிவு அதிகாரியுடன் தொலை பேசி மூலமாக நேரடியாகத் தொடர்புகொண்டேன். அவர் கூறிய முதல் வார்த்தை எந்த அமைப்பையும் முகாமில் உருவாக்கக்கூடாது என்பது. அவரிடம் சிறிது விளக்கம் கூறியதுடன் நேராக முகாம் வாருங்கள். இங்கு நாம் பேசலாம் என்று முடித்தேன். அடுத்த நாள் நான் பணிக்குச் சென்றுவிட்டேன். அதற்கு அடுத்த நாள் மாலை வேளையில் அவரைச் சந்தித்து அவருக்கு எழுதப்பட்டக் கடிதத்தைக் கொடுத்து விளக்கம் கொடுத்தேன். தவறான எந்த நோக்கத்திற்காகவும் எங்கள் அமைப்பு உருவாக்கப்படவில்லை. தவறான செயல்களில் எங்கள் அமைப்பு ஒரு நாளும் ஈடுபடாது என்று உறுதியளிக்கிறேன் என்றேன். சரி என்று சென்றுவிட்டார்.

ஆரம்பத்தில் வாடா போடா என்று பேசிய கியூபிரிவு அதிகாரி இன்று மரியாதையாக வாங்க போங்க என்று பேச ஆரம்பித்திருக்கிறார். ஏன் என்றால் வெறும் வார்த்தைகளால் மிரட்டினால் இவன் அடங்க மாட்டான், கேட்க மாட்டான் என்பதை அவர் புரிந்துகொண்டிருந்தார். ஆனால் என்மேல் ஒரு புள்ளி வைத்துவிட்டார்கள். அவர்கள் கழுகுப் பார்வை என்மேல் பட ஆரம்பித்துவிட்டது. கழுகு மாதிரி எனக்குத் தெரியாமலே என்னைச் சுற்றி வட்டமிட ஆரம்பித்துவிட்டார்கள். எங்காவது ஒரு வாய்ப்புக் கிடைத்தால் என் பாடு சிறப்பு

முகாம்தான். அதிலும் இப்புத்தகம் வெளிவந்தால் என்னாகும் என் நிலைமை? எதற்கும் தயாராகவே இருக்கிறேன்.

பரவலாகத் தற்போது எல்லா முகாம்களிலும் பெண்கள் சுயஉதவிக்குழு ஆரம்பித்திருக்கிறார்கள். அவர்களுக்கு அரசு வங்கிகள் வங்கிக்கணக்கு துவங்க மறுக்கிறது. காரணம் வங்கிக் கணக்குத் திறந்தால் அவர்கள் லோன் கேட்பார்கள். கொடுத்தால் ஓடிப்போய் விடுவார்கள். எதை நம்பி அகதிகளுக்கு வங்கிகள் கடன் கொடுக்க முடியும்? எங்கு போனாலும் அகதிக்குப் பிரச்சினைதான். முகாமில் சில சுயஉதவிக் குழுக்கள் சிறப்பாகச் செயல்படுகின்றன. ஆனால் அகதி என்பதால் அவர்களுக்கான வாய்ப்புகள் எல்லாம் பூட்டப்பட்டுள்ளன. இதற்கு எல்லாம் என்ன வழி? அதாவது பழைய பஞ்சாங்கமெல்லாம் தூக்கி வீசிவிட்டு அரசு அகதிகளுக்கு என்று தீர ஆராய்ந்து கல்வி வேலை வாய்ப்பு போன்ற முக்கிய விடயங்களில் புதிதாக ஆணை பிறப்பித்து அந்த ஆணையைப் பத்திரிகை வாயிலாக தெரியப்படுத்தினால் இந்த மாதிரி பிரச்சினைகள் தீர வாய்ப்பிருக்கிறது. அரசு செய்யுமா?

முகாமில் திறம்பட செயல்படும் ஒரு சுயஉதவிக்குழுத் தலைவியிடம் சில விடயங்கள் பேசியதுடன் நாங்கள் (எங்கள் அமைப்பு) நூலகம் கட்டலாம் என்றிருக்கிறோம் என்றபோது அவர்கள் சுவாரஸ்யமான கதை ஒன்று கூறினார்கள்.

மண்டபம் அகதிகள் முகாமில் தொண்டு நிறுவனம் ஒன்று ஒரு நூலகம் அமைத்து அதில் வேலைசெய்ய ஒரு பெண்ணையும் நியமித்துள்ளார்கள். அங்கு சென்ற கியூபிரிவு அதிகாரி கண்ணில் குறிப்பாக ஒரு புத்தகம் பட்டிருக்கிறது. அந்தப் புத்தகத்தின் பெயர் ஏதோ எண்ணத்தை ஏற்படுத்தவே 'அந்த இலங்கைப் பயணம்' என்ற புத்தகத்தைக் கையில் எடுத்து அங்கு பணிபுரிந்த பெண்ணிடம் அந்தப் புத்தகம் குறித்து விசாரித்துள்ளார்கள். ஆனால் அப்பெண் அந்தப் புத்தகத்தை படிக்கவில்லையாதலால் தெரியாது என்று கூறிவிட்டார். அந்த அதிகாரி அந்தப் புத்தகத்தை எடுத்துச் சென்றுவிட்டார். அதன்பின்பு அப்பெண்ணுக்கு ஒரே நடுக்கம். அப்புத்தகத்தில் என்ன எழுதியிருக்குமோ? தீவிரவாதம், கடத்தல், திருட்டுத்தனமாக இலங்கை செல்பவர்கள் பற்றி ஏதாவது தகவல் இருக்குமோ என்ற பயத்தில் அப்புத்தகத்தைப் படித்த ஒருவரைத் தேடிக் கண்டுபிடித்து அவரிடம் விவரம் கூறிக் கேட்டிருக்கிறார். அப்புத்தகத்தைப் படித்தவர் கூறினாராம். அப்புத்தகத்தில் அனுமான் இலங்கை சென்ற விடயம் எழுதப் பட்டுள்ளது என்று.

நான் வசிக்கும் முகாமின் பின்பக்கம் ஒரு கண்மாய் (குளம்) இருக்கிறது. முகாமில் இறந்தவர்களைப் புதைப்பதும் எரிப்பதும்

தொ. பத்திநாதன்

எல்லாம் அங்குதான். அங்கு கல்லறையும் சிமெண்டால் கட்டப் பட்டிருந்தது. நாங்கள் இருக்கும் இடத்தைச் சுற்றி வீட்டு வசதித் திட்டத்தின் கீழ் அரசு வீடுகள் கட்டியது. சாலை அமைத்தது. அப்போது அங்கிருந்த சுடுகாடு, கல்லறை எல்லாம் பொக்கலைன் இயந்திரம் மூலமாக இடித்துத் தரையை மட்டப்படுத்தி சாலை போட்டுவிட்டார்கள். ஈழத்தமிழன் புதைகுழியில் கூட நிம்மதியாகத் தூங்க முடியவில்லை ஐயா. இந்தக் கொடுமையை எல்லாம் நான் எங்கே போய்ச் சொல்ல. யார் தவறு, எது தவறு எதுவும் புரியவில்லையானாலும் ஆறடி நிலம் கூடச் சொந்த மில்லை. தற்போது மக்கள் (தற்காலிகமாகத்தான்) கண்மாய்க்கு உள்பக்கமாகப் புதைக்கிறார்கள். அது எத்தனை நாளைக்கோ தெரியவில்லை? இதற்கு எல்லாம் ஏற்பாடு செய்யாத அதிகாரிகள் 57 பைசா அரிசி என்று ஆரம்பித்தால் மானம் ரோசமுள்ள எவனும் பொறுமையாக இருக்க முடியாது. சீட்டு விளையாடிச் சீரழியும் மக்களைச் சீர்திருத்த இயலாத அதிகாரிகள் மனிதனின் அடிப்படைச் சுதந்திரத்தைச் சுரண்டுவதில் மட்டும் குறியாக இருக்கிறார்கள். நான் ஒன்று கேட்கிறேன். ஈழத்தமிழனைப் பார்த்தால் உங்களுக்கு எல்லாம் பயமாக இருக்கிறதா? அரசியல் வாதிகளின் கொள்கை அவ்வாறு உள்ளதா? மேல் அதிகாரிகளின் ஆணை அவ்வாறு உள்ளதா? அல்லது கீழ்நிலை அதிகாரிகளின் அராஜகப் போக்கா? யாருக்குத் தெரியும்! ஆனால் துன்பம் மட்டும் அகதியைத் தொடர்ந்து துரத்துகிறது...

இந்தியாவில் அரசியல் பழி தீர்க்கச் சட்டத்தைப் பயன் படுத்துவார்கள். ஆனால் இலங்கையில் உயிர்க் கொலை மூலம் அரசியல் நடத்துகிறார்கள் என்ற கொடுமையை மனித உயிர் மலிந்து போய்விட்ட நிலையை எப்படி எழுத? இங்கு (இந்தியா) விபத்தினால் பிரியும் உயிர்களுக்குக் கூட ஆட்சியாளர்கள், அதிகாரிகள் பதில் சொல்ல வேண்டியிருக்கிறது. ஆனால் ஈழ நாட்டில் போகும் ஒவ்வொரு மனித உயிருக்கும் யார் பதில் சொல்லுவார்கள்? இந்தியாவில் குழந்தைகளை வேலைக்கு அனுப்பக் கூடாது, பள்ளிக்கூடம்தான் அனுப்ப வேண்டும் என்று சட்டம் இருக்கிறது. ஆனால் ஈழ நாட்டில் சாரை சாரையாகக் குழந்தைகள்தான் போராட்டத்தில் கலந்துகொள்கிறார்கள், மாண்டு போகிறார்கள் என்பதை எப்படி எழுத! இவர்கள் அவர்களைக் குற்றம்சொல்ல, அவர்கள் இவர்களைக் குற்றம் சொல்ல, ஒன்றுமறியாத நான் இடையில் மாட்டிக் குண்டுக்கு இரையாகிறேன் என்ற கொடுமையிலும் கொடுமையை எப்படி எழுத? நாசமாய்ப்போச்சு, என் நாடு நாசமாய்ப்போச்சு.

எனக்குத் தெரிந்து தமிழ்நாட்டில் சாதாரணமாக வாழும் மக்கள் மனநிலை, சிந்தனை, செயல்கள் மாதிரி என் நாட்டு மக்கள் சிந்திக்கவில்லை. அவர்கள் சிந்தனை, செயல்பாடுகள்

எல்லாம் வேறுமாதிரியாகிவிட்டன. போராட்டத்தின் மத்தியில் வெடிகுண்டு சத்தத்தின் மத்தியில், பிணக்குவியலின் மத்தியில், வறுமையின் மத்தியில், ஒவ்வொருவரும் உறவுகள் அல்லது பெற்றோர்களை இழந்த நிலையில் வாழ்பவன் மனநிலை எப்படியிருக்கும்? தொடர்ந்து மனநிலையை மாற்றுவதற்குப் பொழுதுபோக்கோ சினிமாவோ இலக்கிய விழாக்களோ இல்லாத நிலையில் வாழ்பவன் மனநிலை எப்படியிருக்கும்.

நான் வேலைக்குச் சேர்ந்த இரண்டு (ஓட்டல்) நிறுவனங்களில் ஆரம்பத்தில் என்னுடன் பணிபுரிந்த இரண்டு சக தொழிலாளிகள் ஏன் எப்போதும் வெறுப்பாகவே பேசுகிறாய் என்பார்கள். அதன் பின்புதான் எனக்குத் தெரிந்தது நான் வெறுப்பின் உச்சத்திலிருக்கிறேன், என் மனநிலை அப்படித்தான் என்பது. அதற்கு முன்பு எனக்குத் தெரியவில்லை. அவ்வாறு உள்ள என் மனநிலையின் செயல்வடிவம் எப்படியிருக்கும்? என் வாழ்க்கை எப்படியிருக்கும்?

என்னிடம் ஒரு பெண்மணி கூறினார்: 90ஆம் ஆண்டுக்குப் பின் மூன்று முறை தமிழ்நாட்டிற்கு அகதியாக வந்திருக்கிறார்களாம். அப்படியானால் அவர்கள் மனநிலை, வாழ்க்கைத் தரம் எப்படி இருக்கும். எதிர்காலம் என்பது நம்பிக்கைதான். அதனால்தான் வாழ்கிறார்கள்; பொருள் சேர்க்கிறார்கள். ஆனால் எனக்கு (ஈழத்தமிழன்) எங்கே இருக்கிறது எதிர்காலம். நாளைக்கு நாளைக்கு என்று எத்தனை நாளைக்கு தான் நான் நாளைக்காகக் (எதிர்காலத்திற்காக) காத்துக்கொண்டிருக்க? இப்படியே என் வாழ்க்கை நாளைக்குமில்லாமல் இன்றைக்குமில்லாமல் அழிந்து கொண்டிருப்பதை எப்படி எழுத?

ஒரு புத்தகத்தில் படித்தேன். இலங்கையைப் பொறுத்த வரையில் பேசாமல் இருப்பவர்களுக்கு ஆயுள் கொஞ்சம் அதிகம் என்று. ஆனால் என்னைப் பொறுத்தமட்டில் இலங்கையில் அதுவும் ஈழத்தமிழனின் ஆயுள் மிக மிகக் குறைவு. அவன் ஆயுட்காலம் முடிவதற்கு முன்பாகவே இறந்து போவான். ஒன்று குண்டுக்கு இரையாவான். பசி, பட்டினியால் நோய் தாக்கி இறப்பான். அதில் தப்பினால் மனநோயால் இறந்து போவான். ஈழத்தமிழன் பேசினால் மட்டுமல்ல, ஈழத்தமிழனாகப் பிறந்தாலே ஆயுள் குறைவுதான். என் நாட்டைப் பற்றி என்ன எழுத? தேனும் பாலும் ஆறாக ஓடுகிறது என்று பொய் மேல் பொய் சொல்லவா? அன்பில் மக்கள் திக்குமுக்காடிப் போய் இருக்கிறார்கள் என்று புளுகு மூட்டையை அவிழ்த்துவிடவா? அறமும், நீதியும், நியாயமும், நிலைநாட்டப்பட்டு மக்கள் நிம்மதியாக வாழ்கிறார்கள் என்று அநியாயத்திற்கு அள்ளிவிடவா?

O

பெரும்பாலும் மக்கள் காலையில்தான் மலங்கழிப்பார்கள். ஆனால் நான் முகாமுக்கு வந்ததிலிருந்து இரவுக்கு மாறிவிட்டேன். அது மாதிரிப் பழகிவிட்டேன். எங்கள் முகாமில் காலைக் கடன்கழிக்க சைக்கிளில்தான் பெரும்பாலும் செல்வார்கள். என்னிடம் சைக்கிள் இல்லாததால் நான் நடந்து சென்று புதர் மறைவைத் தேடி அலைந்து கண்டுபிடித்தால் அங்கு ஒருத்தர் உட்கார்ந்திருப்பார். அவர் தெரிந்தவர் என்றால் மற்றப்பக்கம் முகத்தைத் திருப்பிக் கொண்டு எப்படியோ மலம் கழித்து வீடு வந்து சேர அரை மணி நேரத்திற்கும் மேலாகும். இப்படி ஒரு வேடிக்கையான காலைப் பொழுதிலும் ஒரு சோதனை. அந்தப் புதர் முள்ளுக்காட்டை மக்கள் வெட்டிவிட்டார்கள் ஏன் தெரியுமா? ஒரு தூக்கு விறகு 55 ரூபா விற்கிறது; ஆண் என்பதால் இரவுக்கு மாறினேன். ஆனால் பெண்கள் நிலையை எப்படி எழுத? அதிலும் வயசுப் பெண்களின் நிலையை எப்படி எழுத? ஒருவேளை அன்று தோட்டக்காட்டான் என்று கூறியதால்தான் எனக்கு நிரந்தர அகதியாகப் பட்டம் கொடுத்து வைத்திருக்கிறீர்களோ என்றுகூட என் சிற்றறிவுக்கு எண்ணத் தோன்றுகிறது.

1990ஆம் ஆண்டில் இந்தியா வந்த அகதிகள் கொஞ்சம் கொஞ்சமாகத் தமிழ்நாட்டுக் கலாச்சாரத்திற்கு மாறிக் கொண்டிருக்கிறார்கள். பலர் மாறிவிட்டார்கள். அப்போது சிறுவர்களாக வந்தவர்கள் இங்கு கொஞ்சம்போலப் படித்துவிட்டு வேலையில்லாமல் திரிகிறார்கள். அந்த இளம் சமுதாயத்திற்கு ஈழத்தமிழனின், இலங்கையின், இன்றைய கோர நிலை தெரிய வில்லை. ஆனால் 2006ஆம் ஆண்டு மட்டும் பதினாறாயிரம் பேர் அகதியாக வந்திருக்கிறார்கள். அவர்கள் மனநிலையை, அவர்களுக்குச் செய்து கொடுக்கப்பட்ட அடிப்படை வசதி களை என்னவென்று எழுத? பெரிய குடோன்களில் 100, 200 என்று ஒன்றாக அடைத்துப்போட்டுக் கட்டியிருந்த சேலைத் துணிகள் மூலமாகத் தடுப்பு மறைப்பு ஏற்படுத்தி மாதக் கணக்காக வாழ்ந்ததை, வாழ்ந்துகொண்டிருப்பதைக் கூறவா? அவர்களுக்கான பத்துக்குப் பத்து ஓலைக் கொட்டில் மழைக்கும் வெயிலுக்கும் ஒரு வருடம்கூட தாக்குப்பிடிக்காததைப் பற்றி எழுதவா? எலும்பில் ஒட்டிய தோலுடன் மனநோயாளியாகச் சுற்றித்திரியும் மனிதப் பதர்களாகிப் போனவர்களைப் பற்றி எழுதவா?

இந்தியப் அரசைத் தாழ்மையுடன் கேட்கிறேன். உண்மையில் உங்களால் இலங்கைப் பிரச்சினையைத் தீர்த்து வைக்க முடியாதா? தமிழ்நாட்டிற்கு வரும் அகதிகளுக்கு அடிப்படை வசதிகளை நல்லமுறையில் செய்துகொடுக்க முடியாதா? ஒரு

காலத்தில் இலங்கைக் கடல் எல்லையைத் தாண்டியவுடனே மனதாபிமானத்துடன் அடைக்கலம் கொடுத்த நீங்கள் அதே மனிதாபிமானத்துடன் எங்களைச் சுதந்திரமாக வாழவைக்க முடியாதா?

O

இனிமேல் எனக்கு எழுத பேச அனுமதியிருக்குமா என்று தெரியவில்லை. அப்படியே எழுதவும் பேசவும் சுதந்திரம் எனக்கு இருந்தாலும் இதுபற்றி நான் இனிமேல் எழுதப் போவதில்லை. அதனால் ஒன்றை மட்டும் இங்கு கூறுகிறேன்.

ஒரு பெண்மணியிடம் தொலைபேசியில் பேசினேன். அவள் கூறினாள், சோதனை இடுவதற்கு வருவதாக அதிகாரிகள் முன்பே கடிதம் அனுப்பியிருந்தார்கள். (நாகரிகம் தெரிந்தவர்கள்) அதனால் என் கணவருடைய உடை பொருட்கள் எல்லாம் எடுத்து பக்கத்து வீட்டில் மறைத்து வைத்துவிட்டேன். அவர்கள் வந்து சோதனை போட்டுவிட்டுப் போய்விட்டார்கள் என்றாள். (ஒருவேளை அவள் கணவன் என்னைப் போல் பதிவில்லாதவராக இருக்கலாம்.) ஈழத் தமிழர்கள் கணவன் மனைவியாக வீட்டில் சுதந்திரமாகக்கூட குடும்பம் நடத்த முடியவில்லை. இதுகூடப் பரவாயில்லை. வேறு ஒருநாள் அந்தப் பெண்மணியிடம் தொலைபேசியில் மாலைவேளை பேசினேன். அவள் கூறினாள், "காலையில் எனக்கு மருத்துவமனை போக வேண்டியிருந்தது. நான் போய் வந்தேன்" என்று. "கணவர் எங்கே?" என்று நான் கேட்டேன். அதற்கு "இன்று அவருக்கு விடுமுறை. மருத்துவமனை சென்றிருக்கிறார்" என்றாள். நான் கேட்டேன், "கணவன் மனைவி இருவருக்கும் மருத்துவமனை போக வேண்டியிருந்தால் ஏன் காலையில் ஒருவரும் மாலையில் ஒருவரும் தனித்தனியாகச் செல்கிறீர்கள். இருவரும் ஒன்றாகப் போய் வரலாமே" என்றேன். அதற்கு அந்தப் பெண் "இல்லை, இருவரும் ஒன்றாகச் சென்றால், போலீஸ் பிடித்துவிடுவான்" என்றாள். எனக்குச் சிறிது வருத்தமாக இருந்தது. அந்த உணர்வு, அந்தச் சூழ்நிலை நீங்கள் கல்யாணம் கட்டிக் குடும்பமாக வாழ்பவராக இருந்தால் நன்றாகப் புரியும். ஈழத் தமிழர் கணவன் மனைவியாக மருத்துவமனை செல்லக்கூட சுதந்திரமில்லை. இதுவும் பரவாயில்லை. நாளை அந்தப் பெண்மணி குழந்தை பெற்றுக்கொண்டால் என்ன பதில் கூறுவார் அந்த நாட்டு அதிகாரிகளுக்கு? அவள் வாழ்வதற்காக 'தவறாகப் பிள்ளை பெற்றுக்கொண்டேன்' என்றுகூட கூறுவாள். ஈழத் தமிழர் பெற்ற பிள்ளையைக் கூட தவறான முறையில் பெற்றேன் என்று கூறும் நிலை. ஈழத் தமிழருக்கு எங்கே சுதந்திரம்? இதுவும் பரவாயில்லை. ஏனென்றால் அவள் வாழும் நாட்டுக்காரன் ஒரு

காலத்தில் உலகெல்லாம் வாரிச் சுருட்டிக் கொள்ளையடித்தவன். அவன் அப்படித்தான் நடந்துகொள்வான். அப்படிப்பட்ட நாட்டில் எப்படி வாழ்ந்தாலும் கவலையில்லை. ஏனென்றால் அவன் கலாச்சாரம் வேறு, என் கலாச்சாரம் வேறு. அவன் பண்பாடு வேறு, என் பண்பாடு வேறு. அவன் மொழி வேறு. என் மொழி வேறு. அவனுக்கும் எனக்கும் ஓடும் இரத்தச் சிகப்பைத் தவிர மற்றவை எல்லாம் வேறு, வித்தியாசமானது. ஆனால் அதுபோல் நான் (ஈழத் தமிழன்) இந்தியாவில் அதுவும் தமிழ்நாட்டில் வாழும் சூழ்நிலையிலிருந்தால்! அந்த வெளி நாட்டுக்காரனுக்கும் எனக்கும் ஒரே ஒரு ஒற்றுமைதான். உங்களுக்கும் எனக்கும் ஒரே ஒரு வேற்றுமைதான், அது அந்த 18 மைல் கடல் பகுதி. இது தவிர உங்களுக்கும் எனக்கும் என்ன வித்தியாசம்? நான் பேசுவது உங்கள் மாதிரியில்லையா? என் பண்பாடு எல்லாம் உங்களுடையது மாதிரியில்லையா? என் உடம்பின் தோலின் நிறமும் உங்கள் உடம்பில் தோலின் நிறமும் ஒரே மாதிரியில்லையா? சர்வதேசச் சமுதாயத்தின் முன்பு இந்தியாவுக்கு சிறு அவமானம் என்றால் எனக்கு வலிக்கிறது. ஈழ நாட்டை நினைத்து உங்களுக்கு வலிக்கவில்லையா? கிரிக்கெட் ஆட்டத்தில் இந்தியா தோற்றுப் போனால் எனக்கு வலிக்குதே! ஈழத்தின் மனிதாபிமானமற்ற கொலை வெறியாட்டம் உங்களுக்கு வலிக்கவில்லையா?

எனக்கு ஊருக்குப் (இலங்கை) போக வேண்டும் என்று ஆவல். ஊரை உறவைப் பார்க்க வேண்டும் என்ற ஏக்கம் ஏற்பட்டது. அப்போதுதான் எனக்கு மூத்த சகோதரி ஒருவரின் ஞாபகம் வந்தது. அவருக்குக் கடிதம் எழுதினேன். உங்கள் குழந்தையைக் கருவில் சுமப்பதற்கு முன்பாக நீங்கள் என்னை உங்கள் தோளில் சுமந்திருப்பீர்கள். நிலா காட்டி சோறு ஊட்டியிருப்பீர்கள். அதுமட்டுமல்ல உங்கள் கை சின்ன விரலைப்பிடித்துக் கொண்டு தெருவைக் கடந்தது எனக்கு ஞாபகமிருக்கிறது. நான் ஊருக்கு வருவது தாமதமானால் நான் ஊருக்கு வரும்போது ஒருவேளை அம்மா இல்லை என்றால் நான் உங்களிடம் வரட்டுமா? என்னை நீங்களும் உங்கள் பிள்ளைகளும் ஏற்றுக்கொள்வீர்களா என்று சிறுபிள்ளை போன்று எழுதினேன். அதற்கு அந்தச் சகோதரி. நீ வரும்போது அம்மாயிருந்தால் நீ கண்டிப்பாக அம்மாவிடம் தான் செல்ல வேண்டும். அம்மா இல்லை என்றால் நீ எப்பவும் என் வீட்டுக்கு வரலாம். என் வீட்டுக் கதவு எப்பவும் உனக்காகத் திறந்திருக்கிறது என்று கடிதம் எழுதினார். இன்றைய சூழ்நிலையில் நான் அம்மாவிடம் செல்வேனா, அக்காவிடம் செல்வேனா? காலமே உன் கையில்தான்.

000

"அன்பெனும் அம்புகள் ஆன்மாவினைத் துளைக்கட்டும். அனைவரின் கருணை (இரக்கம்) மனப்பூர்வமான மன்னித்தலின் சக்தியினை உணர்த்தட்டும்."

நான் எல்லாம் வல்ல சக்தியிடம் வேண்டிக் கொள்வது, இயற்கையோடு இணைந்த அவரது அனுபவத்தின் இந்தப் படைப்பு (வேலை), மீண்டும் தவறு (பாவம்) செய்யேன் என்ற உறுதிகொண்ட ஒரு தூய்மையான ஒப்பித்தலாக இருக்க வேண்டும்.

நமக்கு வழங்கப்பட்டிருக்கும் இந்தப் படைப்பு, ஒரு தூய்மையான வகையினைச் சார்ந்த குற்றத்தை ஒப்புக்கொள்ளும் படைப்பாக இருக்கும் என்று நம்புகிறேன்.

அவருடைய இந்தப் படைப்பினையும் அவரையும் நம் இதயத்தினால் புரிந்துகொள்ள முயற்சிப்போம். வார்த்தை களால் வரையறுக்க இயலாத நம் கருணையினால் அவருடைய ஆன்மாவைப் பாதுகாப்போம்.

நம்முடைய அன்பின் கண்ணீர்த் துளிகள், அவருடைய இதயத்தையும் அவருடைய பாவங்களையும் கழுவட்டும். நம்முடைய சமூகம் சகிப்புத்தன்மையின் (பொறுத்துக் கொள்ளுதலின்) சின்னமாக இருக்கட்டும்.

மற்றவர்கள் இதன்மூலம் தூய்மையான (ஆழமான) மன்னித்தலின் சக்தியினை உணரட்டும்.

"அவர் ஒப்புவித்தலுக்கு சரியான வழியினைத் தேர்ந்தெடுத் திருக்கிறார் என்று நம்புகிறேன். மேலும் அவர் நம்முள்ளே இருக்கும் உண்மையான இயற்கையிடம் அதை சமர்ப்பித்து இருக்கிறார்."

அவருடைய இந்தப் படைப்பு, அவர் இயற்கையிடம் என்ன பெறத் தகுதியுடையவரோ அதைப் பூர்த்தி செய்யும் படைப்பாக இருக்கும் என்று நம்புகிறேன்.

"மாயை எனும் விளையாட்டினை நாம் விளையாடுவோம். உலகம் நம்முடைய உய்வித்தலுக்காகப் போராடும்"

புத்தர் சொல்வதுபோல்,

நல்லவனாய் இரு, நல்லதையே செய்.

தில்சன் எழுதியதன் ஆங்கில மொழிபெயர்ப்பு

O O O

ஆசிரியரின் பிற காலச்சுவடு வெளியீடு

தமிழகத்தின் ஈழ அகதிகள்
(கட்டுரைகள்)
தொ. பத்தினாதன்
ரூ. 80 (வி.பி.பி.யில் ரூ. 90)

ஈழத் தமிழர் பற்றிய அக்கறையைப் பல வழிகளில் வெளிப்படுத்திக் கொண்டிருக்கும் சமூகம் நமது. அரசியலுக்கு அவ்வப்போது ஊறுகாய் போல இவ்வக்கறை பயன்படுகிறது. தமிழ் உணர்வுக்கும் இது அளவுகோலாகக் கொள்ளப்படுகிறது. ஆனால் ஈழத்திலிருந்து வந்து இங்கு அகதிகளாக முகாம்களில் வாழும் தமிழர்களைப் பற்றி யாரும் கவலைப்படுவதில்லை. அவர்கள் வாழ்நிலை, அரசதிகாரம், அவர்களை நடத்தும் விதம், சலுகைகள் எனப்படுபவை செல்லும் வழிகள், எப்போதும் கண்காணிப்பு என்னும் அவலம், உதிரிகளாக அவர்களை மாற்றும் உத்திகள் எனப் பலவற்றிலும் கவனத்தைக் கோரும் வகையில் அகதி முகாம்களின் நிலையைப் பற்றியும் அங்கு வாழும் தமிழர்களைப் பற்றியுமான பல்வேறு விஷயங்களைத் தகவல்களாகவும் அனுபவமாகவும் இந்நூல் முன்வைக்கிறது. ஏற்கனவே 'போரின் மறுபக்கம்' என்னும் சுயசரிதை நூலை எழுதிக் கவனம் பெற்ற பத்தினாதன் தமிழ்ச் சமூகத்தைப் பார்த்து இந்நூல் வழியாகக் கேட்கும் வினாக்கள் கூர்மையும் காத்திரமும் ஆவேசமும் கொண்டவை. பேச்சுக்கும் வாழ்வுக்குமான முரணை அம்பலப்படுத்தி மனித உரிமையை நிலைநாட்டும் எழுத்துப் போராட்டம் இது.

பெருமாள்முருகன்

2